பள்ளியில் ஒரு நாய்க்குட்டி

பள்ளியில் ஒரு நாய்க்குட்டி
சுந்தர ராமசாமி

நவீன தமிழ் இலக்கியத்தின் முக்கியமான எழுத்தாளர்களில் ஒருவரான சுந்தர ராமசாமி 1931ஆம் ஆண்டு நாகர்கோவிலில் பிறந்தார். பள்ளியில் மலையாளமும் ஆங்கிலமும் சமஸ்கிருதமும் கற்றார். மூன்று நாவல்கள், 74 சிறுகதைகள் 110 கவிதைகள் 100க்கு மேற்பட்ட கட்டுரைகள் ஆகியவற்றை எழுதியிருக்கிறார். தகழி சிவசங்கரப் பிள்ளையின் இரண்டு நாவல்களை மலையாளத்திலிருந்து மொழிபெயர்த்திருக்கிறார். 1988இல் காலச்சுவடு இதழை நிறுவினார்.

புனைவு வடிவங்களில் குறிப்பிட்ட எந்த வகைமையிலும் தங்கி விடாமல் தொடர்ந்து புதிய முயற்சிகளில் ஈடுபட்டுவந்தவர் சுந்தர ராமசாமி. இவருடைய இரண்டாவது நாவலான ஜே.ஜே.: சில குறிப்புகள் மாறுபட்ட வடிவத்திற்காகவும் உள்ளடக்கத்திற் காகவும் இன்றளவிலும் பேசப்பட்டுவருகிறது. சு.ரா.வின் இலக்கிய அலசல்கள் இலக்கியத்தில் தர வேற்றுமைகளின் அடிப்படைகளை விரிவாக விவாதிக்கின்றன. இவர் முன்வைத்த இலக்கிய அளவு கோல்கள் தமிழ் விமர்சனப் பரப்பில் ஆழ்ந்த தாக்கத்தைச் செலுத்தியிருக்கின்றன.

சுந்தர ராமசாமிக்கு டொரொன்டோ (கனடா) பல்கலைக் கழகம் வாழ்நாள் இலக்கியச் சாதனைக்கான 'இயல்' விருதை (2001) வழங்கியது. வாழ்நாள் இலக்கியப் பணிக்காகக் 'கதா சூடாமணி' விருதையும் (2003) பெற்றார்.

சுந்தர ராமசாமி 14.10.2005 அன்று அமெரிக்காவில் காலமானார். மனைவி: கமலா. குழந்தைகள்: தைலா, கண்ணன், தங்கு. (மூத்த மகள் சௌந்தரா 1996இல் காலமானார்.)

சுந்தர ராமசாமியின் பிற நூல்கள்

சிறுகதைகள்
சுந்தர ராமசாமி சிறுகதைகள் (2006) (முழுத் தொகுப்பு)
அக்கரைச் சீமையில் (2007) (முதல் சிறுகதை வரிசை)
அழைப்பு (2003), பல்லக்குத்தூக்கிகள் (2010),
வாசனை (2011), பள்ளம் (2012)

நாவல்கள்
ஒரு புளியமரத்தின் கதை (1966)
ஜே.ஜே: சில குறிப்புகள் (1981)
குழந்தைகள் பெண்கள் ஆண்கள் (1998)

குறுநாவல்கள்
திரைகள் ஆயிரம் (2008)

கவிதை
நடுநிசி நாய்கள் (2008)
சுந்தர ராமசாமி கவிதையை (முழுத்தொகுப்பு) (2005)

விமர்சனம்/கட்டுரைகள்
அந்தரத்தில் பறக்கும் கொடி (2014) (தமிழ் கிளாசிக்)
ந. பிச்சமூர்த்தியின் கலை: மரபும் மனிதநேயமும் (1991)
இவை என் உரைகள் (2003)
வானகமே இளவெயிலே மரச்செறிவே (2004)
மனக்குகை ஓவியங்கள் (2011) (கட்டுரைகள் உரைக விவாதங்கள்)
வாழ்க சந்தேகங்கள் (2004) (கேள்வி – பதில்)
புதுமைப்பித்தன் கதைகள்: சு.ரா குறிப்பேடு (2005)
வாழும் கணங்கள்(2005) (படைப்புகளின் தொகுப்பு)
புதுமைப்பித்தன்: மரபை மீறும் ஆவேசம் (2006)
ஒரு கலை நோக்கு (ஆளுமைகள் தோழமைகள்) (2019)

நேர்காணல்கள்
சுந்தர ராமசாமி நேர்காணல்கள் (2011)

பிற நூல்கள்
மூன்று நாடகங்கள் (2006)
தமிழகத்தில் கல்வி (2000) (வசந்தி தேவியுடன் உரையாடல்)
இதம் தந்த வரிகள் (2002) (கு. அழகிரிசாமி – சுந்தர ராமசாமி கடிதங்கள்)
ஒரு தடா கைதிக்கு எழுதிய கடிதங்கள் (2006)
இந்திய இலக்கியச் சிற்பிகள்: கிருஷ்ணன் நம்பி (சாகித்திய அக்காதெமி, 2006)

நினைவுக் குறிப்புகள்
ஜீவா (2003), கிருஷ்ணன் நம்பி (2003), க.நா.சு. (2003),
சி.சு. செல்லப்பா (2003), பிரமிள் (2005), ஜி. நாகராஜன் (2006),
தி. ஜானகிராமன் (2007), கு. அழகிரிசாமி (2011), தொ.மு.சி. ரகுநாதன் (2014),
ந. பிச்சமூர்த்தி (2016), நா. பார்த்தசாரதி (2016), கவிமணி (2019)
மௌனி வெ. சாமிநா சர்மா என்.எஸ். கிருஷ்ணன் (2019)

மொழிபெயர்ப்புகள்
செம்மீன் (1962) (தகழி சிவசங்கரப்பிள்ளையின் சாகித்திய
அகாதெமி பரிசுபெற்ற மலையாள நாவல்)
தோட்டியின் மகன் (2000) (தகழி சிவசங்கரப்பிள்ளை)
தொலைவிலிருக்கும் கவிதைகள் (2004)

சுந்தர ராமசாமி

பள்ளியில் ஒரு நாய்க்குட்டி

காலச்சுவடு பதிப்பகம்

அன்பார்ந்த வாசகருக்கு,

வணக்கம்.

காலச்சுவடு நூலை வாங்கியமைக்கு நன்றி.

நூலின் உள்ளடக்கம், உருவாக்கம், அட்டைப்படம் இன்ன பிற அம்சங்கள் பற்றிய உங்கள் கருத்துகளையும் ஆலோசனைகளையும் காலச்சுவடு வரவேற்கிறது. தகவல், எழுத்து, வாக்கியப் பிழைகள் தென்பட்டால் கட்டாயம் தெரிவித்து உதவுங்கள். நூல் தயாரிப்பில் கடும் குறைபாடு இருப்பின் மாற்றுப் பிரதி உங்களுக்குக் கிடைக்கக் காலச்சுவடு ஏற்பாடு செய்யும்.

மின்னஞ்சல்: publisher@kalachuvadu. com

காலச்சுவடு நாகர்கோவில் அலுவலகத்திற்குக் கடிதம் அனுப்பலாம்.

தங்கள்
எஸ். ஆர். சுந்தரம் (கண்ணன்)
பதிப்பாளர் —நிர்வாக இயக்குநர்

பள்ளியில் ஒரு நாய்க்குட்டி • சிறுகதைகள் • ஆசிரியர்: சுந்தர ராமசாமி •

© கமலா ராமசாமி

• முதல் பதிப்பு: டிசம்பர் 2008, ஆறாம் பதிப்பு: ஜனவரி 2024 • வெளியீடு: காலச்சுவடு பப்ளிகேஷன்ஸ் (பி) லிட்., 669 கே. பி. சாலை, நாகர்கோவில் 629 001.

paLLiyil oru NaaykkuTTi • Short Stories • Author: Sudara Ramaswamy •

© Kamala Ramaswamy

• Language: Tamil • First Edition: December 2008, Sixth Edition: January 2024 • Size: Demy 1 x 8 • Paper: 18.6 kg maplitho • Pages: 160

Published by Kalachuvadu Publications Pvt.Ltd., 669 K.P. Road, Nagercoil 629 001, India ❖ Phone: 91-4652-278525 ❖ e-mail : publications@kalachuvadu.com ❖ Printed at Clicto Print, Jaleel Towers, 42 KB Dasan Road, Teynampet Chennai 600018

ISBN: 978-81-89945-75-6

01/2024/S.No. 285, kcp. 5062, 18.6 (6) 1k

பொருளடக்கம்

முன்னுரை: படைப்பாளியின் போராட்டம்	9
புலமையின் அம்மணம்	13
பெயர் தெரியாத மரம்	19
பள்ளியில் ஒரு நாய்க்குட்டி	29
சாத்துவதும் திறப்பதும்	39
இரு நண்பர்கள்	46
(தலைப்புப் போடாத கதை)	111
கிங்காங்கும் தாராசிங்கும்	140

முன்னுரை

படைப்பாளியின் போராட்டம்

சுந்தர ராமசாமி, தன் வாழ்நாளின் இறுதிக் காலத்தில் தனது நாட்குறிப்பில் தன் கைப்பட எழுதி, பிரசுரம் செய்யாமல் வைத்திருந்த சிறுகதைகளும் சில நெடுங்கதைகளும் இந்தத் தொகுப்பில் உள்ளன. இவற் றில் இரு கதைகள் 'காலச்சுவ'டில் வெளிவந்தவை. மற்றவை, இதுவரை பிரசுரம் காணாதவை.

இந்தக் கதைகளையும் இவை எழுதப்பட்ட கால கட்டத்தில் பிரசுரமான கதைகளையும் பார்க்கும்போது அவர் தனது கடைசி ஐந்து ஆண்டுகளில் மிகவும் தீவிர மாகப் படைப்பாக்கத்தில் ஈடுபட்டிருக்கிறார் என்பது புல னாகிறது. முதுமை, உடல்நலக் கோளாறுகள், பயணங் கள், இழப்புகள், முன்னாள் நண்பர்களும் பகைவர்களாகத் தம்மை அறிவித்துக்கொண்டவர்களும் வாரி வழங்கிய அவதூறுப் பரிசுகள் ஆகியவை அவரது படைப்பு முயற் சிக்குப் போட முயன்ற தடையை அவர் தனது படைப் பூக்கத்தினாலும் அசாத்தியமான முயற்சியாலும் வென் றதன் சாட்சியங்கள் இந்தக் கதைகள்.

இந்தக் கதைகளில் சில கதைகள் முற்றுப்பெறா தவை. கிட்டத்தட்ட அனைத்துக் கதைகளும் ஆசிரியரின் செம்மையாக்கத்தினால் கொள்ளும் மறுபிறப்புக்கான வாய்ப்புக் கிடைக்கப்பெறாதவை. ஆயினும் சுந்தர ராமசாமி யின் படைப்புத் திறனை வலுவாக வெளிப்படுத்தி நிற் பவை. அதனாலேயே பிரசுரம் காண வேண்டியவை.

○

இரண்டே மாதங்களில் (19.05.2003 - 16.07.2003) எழுதப் பட்டுள்ள இந்தப் படைப்புக்கள், முதல் படிக்கே உரிய எழுத்துப் பிழைகளுடனும் சிற்சில கவனக் குறைவுகளுட

னும் காணப்படுகின்றன. சு.ரா.வின் நண்பரும் அவரது தீவிரமான வாசகருமான ராஜமார்த்தாண்டன் அவர்களுடன் கலந்தாலோசித்துச் சில பிழைதிருத்தங்கள் மேற்கொள்ளப்பட்டுள்ளன. நாட்குறிப்பின் பக்கங்களின் விளிம்புகளில் அவர் எழுதிய சில குறிப்புக்கள் கதைகளுக்குள் இடம்பெற வேண்டியவையா இல்லையா என்பது குறித்தும் உரிய ஆலோசனைகளின் அடிப் படையில் முடிவுகள் எடுக்கப்பட்டுள்ளன. ஒரு கதை முடிவதற்கு முன்பே வேறொரு கதையைத் தொடங்கியுள்ளார். அத்தகைய பிரச்சினைகள் கவனமான வாசிப்பு மற்றும் கலந்தாலோசனை யின் அடிப்படையில் தீர்க்கப்பட்டுள்ளன.

படைப்பு சார்ந்த சில பிரச்சினைகள் படைப்பாளியால் மட்டுமே தீர்க்கப்பட வேண்டியவையென்பதால் ஆலோசனைக் குழுவினரின் கவனத்திற்கு வந்த அத்தகைய சில பிரச்சினைகள் எந்த மாற்றமும் செய்யாமல் அப்படியே விடப்பட்டுள்ளன. உதாரணமாக, ‘இரு நண்பர்கள்’ கதையில் வரும் மூத்த சகோதரி பாத்திரப் படைப்பு குறித்த முரணான தகவல்கள். அதுபோலவே தலைப்புப் போடாத கதை, திருவாழிமார்பனைப் பற்றியதாகத் தொடங்கிப் பிறகு கதைசொல்லியின் காதலைப் பற்றிச் சொல்வதாகத் தொடர்கிறது. ஒரு புள்ளியில் தொடங்கிப் பிறகு வேறொரு திசையில் கிளை விரிந்து செல்லும் அனுபவம் படைப்பாக்கத்தில் சகஜமானதுதான். ‘ஜே.ஜே: சில குறிப்புகள்’ நாவலே வேறொரு நாவலிலிருந்து கிளை பிரிந்து தோன்றிய படைப்புத்தான். சு.ரா. இந்தக் கதையைச் செம்மையாக்கம் செய்திருந்தால் திருவாழிமார்பனுக்கான இடத்தை இந்தக் கதையின் ஒட்டுமொத்த அமைதிக்கு ஏற்ற வகையில் மாற்றி யமைத்திருக்கக்கூடும். படைப்பு சார்ந்த இத்தகைய பிரச்சினை கள் எந்த மாற்றமும் செய்யப்படவில்லை.

○

அலுப்பூட்டும் வாழ்வின் செக்கு மாட்டுப் பயணம் குறித்த அதிருப்தி, பழக்கத்தின் அருவருப்பூட்டும் பாசியில் திரும்பத் திரும்ப வழுக்கிக்கொண்டிருப்பது குறித்த பிரக்ஞை யற்ற வாழ்வின் மொண்ணைத்தனங்களின் மீதான விமர்சனம், இயற்கையின் மீது தனிப் பாசம், அழிந்துவரும் இயற்கைச் செல்வங்கள் குறித்த ஆழ்ந்த கரிசனம், மனித மனங்களையும் அவற்றின் போக்குகளையும் அவற்றின் முடிவற்ற நுட்பங்களோடு கிரகித்துக் கச்சிதமாக மொழிவழிப்படுத்தும் துல்லியம், செயல் களுக்குப் பின் இருக்கும் எண்ணங்கள், அந்த எண்ணங்களை உற்பத்தி செய்யும் ஆழ்மன பாவனைகள் என விரியும் அகவெளிப் பயணம், நிகழ்வுகளைக் காட்சிப்படுத்துவதிலும் ஆளுமைகளைச் சித்திரங்களாகத் தீட்டுவதிலும் உள்ள நேர்த்தி

யும் கூர்மையும், வாழ்வின் இருப்புக் குறித்தும் இருப்புக்கும் எதிர்பார்ப்புக்கும் இடையேயான முரண்கள் குறித்தும் அந்த முரண்களின் ஊற்றுக்கண்கள் குறித்துமான தீராத விசாரணை, உறவுகளின் விசித்திரப் பின்னல்கள், உறவுச் சிக்கல்களின் சூட்சும விதைகள் ஆகியவற்றை அம்பலப்படுத்தும் கூர்மையான பார்வை, கூரிய விமர்சன நோக்கும் உள்ளார்ந்த தரிசனமும் கொண்ட அங்கதம்.

50 ஆண்டுகளுக்கு மேல் எழுதிவந்த சுந்தர ராமசாமியின் பன்முக எழுத்துப் பயணத்தின் சாரமான அம்சங்களில் முக்கிய மானவை என இந்தப் பண்புகளைச் சொல்லலாம். இந்தப் பண்புகள் அனைத்தும் அவரது கடைசிக் காலத்தில் எழுதப் பட்ட இந்தக் கதைகளிலும் வலுவாக வெளிப்படுகின்றன. இவற்றைச் செம்மைப்படுத்தி, பூர்த்தி பெறாத கதைகளைப் பூர்த்திசெய்யும் வரையிலேனும் அவர் உயிரோடு இருந்திருக்க லாம் என்னும் ஆதங்கத்தை இக்கதைகள் ஏற்படுத்துகின்றன.

மனித மனங்கள், அவற்றின் எண்ணற்ற பின்னல்கள்; மனித உறவுகள், அவற்றின் எண்ணற்ற சிக்கல்கள் - இவற்றைப் பல பின்னணிகளிலும் பல கோணங்களிலும் காட்டியபடி இருக்கிறார் சு.ரா. இந்தச் சிடுக்குகளை ஏற்படுத்தும் காரணிகள், சுய பிம்பங்கள் சார்ந்த மனக் கோணல்கள், எளிமையாகவும் நேர்மை யாகவும் வெளிப்பட முடியாமல் போய்விட்ட மனித இருப்பு ஆகியவை பற்றிய நுண்ணிய சித்திரங்கள் இந்தக் கதைகளில் காணக் கிடைக்கின்றன. இந்த வாழ்க்கை ஏன் இப்படி இருக் கிறது என்பதைத் தனிநபர்கள், உறவுகள், காலம், சூழல் ஆகியவை சார்ந்து விசாரணை செய்கிறார் சு.ரா. இந்த விசாரணை, புனைவு அம்சமும் கூரிய அங்கதமும் உள்ளார்ந்த தீவிரமும் ஆழ்ந்த அவதானிப்பும் மேற்பரப்பில் எளிமையும் கொண்ட படைப்புகளாக வெளிப்பட்டுள்ளது.

தொகுப்பின் பெரும்பாலான கதைகளில் சு.ரா.வின் பிரத்யேகமான அங்கதச் சுவை மிக இயல்பாகவும் வலு வாகவும் வெளிப்பட்டிருப்பதைக் காண முடிகிறது. குறிப்பாக, தலைப்புப் போடாத கதையில். இந்த அங்கதம் மேற்பரப்பில் பரிகாசமாகவும் ஆழமான அடுக்குகளில் காலம், இடம் ஆகிய வற்றின் பின்னணியில் மனித வாழ்வு குறித்த கூரிய விமர்சன மாகவும் உருப்பெறுகிறது. காட்சிகளையும் மனிதர்களையும் நிகழ்வுகளையும் வித்தியாசமான கோணத்தில் பார்ப்பதால் பிறக்கும் அங்கதமும் கசப்புணர்வற்ற விமர்சன நோக்குடன் அணுகுவதால் தோற்றம் கொள்ளும் அங்கதமும் சு.ரா.வின் அங்கதத்தின் ஆதாரமான அம்சங்கள். அத்தகைய அங்கதம் இந்தத் தொகுப்பிலுள்ள கதைகளில் பரவலாகக் காணக் கிடைக்கிறது.

சு.ரா.வின் கதைகளில் ஒரு சூட்சுமமான பாத்திரமாக இடம்பெறும் காலம் என்னும் அம்சம் இக்கதைகளிலும் இடம் பெற்றிருக்கிறது. கால மாற்றத்தின் பதிவாக மட்டுமன்றி அதன் விமர்சனபூர்வமான எதிர்வினையாகவும் படைப்பைப் பயன் படுத்துவது மேலான படைப்பாளிகளின் இயல்பு. சு.ரா.வின் படைப்புலகின் வலுவான அம்சங்களில் ஒன்றான இந்தத் தன்மை இந்தக் கதைகளிலும் நீக்கமற நிறைந்திருக்கிறது. இத்தொகுப்பின் பல்வேறு கதைகளில் கதையோட்டத்திற்கு இணையாக, சில சமயம் அதைவிட முக்கியத்துவம் மிகுந்த தாக, இந்தப் பயணம் மேற்கொள்ளப்பட்டிருக்கிறது. கதையம்சம் சார்ந்த தளத்தைத் தாண்டிப் படைப்பின் பரிமாணங்களைக் கூட்டும் இந்தப் பயணம் இக்கதைகளின் முக்கிய அம்சம் என்று சொல்லலாம்.

சு.ரா.வின் எழுத்தில் ஒரு குறிப்பிடத்தக்க மாற்றத்தையும் இந்தக் கதைகளில் காண முடிகிறது. இறுக்கமானதும் செறி வானதுமன வாக்கியங்களை எழுதும் சு.ரா., பொதுவாக நீளமான வாக்கியங்களை எழுதுவதில்லை. ஆனால் இக் கதைகள் சிலவற்றில் அவர் மிகவும் நீளமான வாக்கியங்களை – பொருள் குழப்பம் இல்லாத வகையில் – எழுதிச் செல்வதைப் பார்க்க முடிகிறது. இவற்றில் ஒரு சில வாக்கியங்களை அவர் தனது மறுவாசிப்பில் மாற்றியிருக்கக்கூடும் என்றாலும் பெரும்பாலான நீள் வாக்கியங்கள் கதையின் அமைதியோடும் தொனியோடும் பொருந்திப்போகக்கூடியவையே.

தேக்கத்தின் சிறு நிழலும் செய்ததையே திரும்பச் செய்யும் தோல்வியும் அண்டாத சு.ரா.வின் ஆளுமை, முழுமை பெறாத அவரது இந்த எழுத்துக்களிலும் பரிமளிக்கிறது. முதுமையையும் நோய்களையும் அவதூறுப் பிரச்சாரங்களையும் எதிர்த்து ஒரு படைப்பாளி மேற்கொண்ட போராட்டத்தின் தடயங்கள் இந்தக் கதைகள்.

சென்னை
டிசம்பர் *15*

அரவிந்தன்

புலமையின் அம்மணம்

பொற்கொடிக்கு ஏழெட்டு வயதிற்குள்தான் இருக்கும். இந்த வயதில் அவள் 'திருக்குறள் செல்வி' என்று முதலமைச்சரிடமிருந்து பட்டம் பெற்றது ஆச்சரி யம்தான். அவளுடைய புகைப்படங்களைத் தினசரிகள் வெளியிட்டிருந்தன. தொலைக்காட்சிப் பேட்டியில் அவள் செந்தமிழில் கணீரென்று பேசினாள். தனக்கு வாழ்வு தந்தவர் என்று சொல்லி முதலமைச்சருக்கு நன்றி தெரிவித் தாள். திருக்குறளைக் கற்றுத் தந்தது. தமிழ்ப் புலமை பெற்றிருக்கும் தனது தாய் என்றும் ஊக்குவித்தது பள்ளித் தலைமையாசிரியரும் பாட்டனாரும் பாட்டியும் தந்தையும் சொந்தமும் சுற்றத்தினரும் என்று சொன்னாள். அயலில் வாழும் தமிழர்களிடமிருந்து ஐரோப்பா போவதற்குத் தனக்கு அழைப்புக் கிடைத்திருக்கிறது என்றும் கிறிஸ்துமஸ் லீவில் போகிற வழியில் இந்தியப் பிரதம மந்திரியைப் பார்த்துச் சில குறள்களை ஒப்பிக்கப்போவ தாகவும் சொன்னாள்.

பொற்கொடியின் தந்தை மணிகண்ட சிவனும் நானும் பள்ளித் தோழர்கள். அந்தக் காலத்தில் மணிகண்ட சிவனை ஒரு முக்கியமாகக் கருதியதே இல்லை. அதனால் அவனுடைய மகள் இவ்வளவு புகழ் பெற்றது எனக்குப் பெருமையாகவே இருந்தது. பொற்கொடிக்கு மழலை தெளிவதற்குள் சிவனின் மனைவி தன் குழந்தைக்குத் திருக்குறள் கற்றுக்கொடுக்கத் தொடங்கிவிட்டாள். 'அகர முதல எழுத்தெல்லாம்' என்று தொடங்கும் குறளை, குழந்தை பதினைந்து நிமிஷங்களுக்குள் கற்றுக்கொண்டு விட்டதாம். இதைச் சொல்லி சிவன் மிகவும் சந்தோஷப் பட்டான். பத்திரிகைப் பேட்டியில் சிவன் 'பத்து நிமிடங்க' ளில் என்று சொல்லியிருந்தது கவனக்குறைவால் நேர்ந்த

தவறாகத்தான் இருக்க வேண்டும். அதன்பின் எனக்கும் சிவனுக்கும் உறவு கொஞ்சம் நெருங்கிற்று. தன் மகளை முன்னுக்குக் கொண்டுவருவதுதான் தன் வாழ்வின் குறிக்கோள் என்பது போல் இரவு பகலாக உழைக்கத் தொடங்கினான். சிவனின் உடம்பு அலைச்சலிலும் உரிய நேரத்திற்கு உணவு கிடைக்காமலும் மெலியத் தொடங்கியிருந்தது. இது பற்றி நான் அவனைச் சந்திக்கும் போதெல்லாம் விசாரித்துவந்தேன். அவ்வாறு விசாரிக்கிறபோது அவன் முகத்தில் சந்தோஷம் பரவும். வள்ளி — பெண்ணின் செல்லப் பெயர் — அரங்கேற்றம் செய்வதுவரையிலும் தனக்கு ஊணும் உறக்கமும் வேண்டாம் என்று அவன் சொன்னான். இது தவிர ஒவ்வொரு முறை என்னுடன் பேசும்போதும் ஒரு பெரிய மனிதரின் பெயரைச் சொல்லி அவரைப் 'பிடிக்க' வழியுண்டா என்று கேட்பான். ஒவ்வொரு தடவையும் அவன் தவறாமல் இந்தப் 'பிடிக்க' என்ற சொல்லைப் பயன்படுத்துவது எரிச்சலைத் தந்தாலும் அதை அவன் சொல்வதை மீண்டும் கேட்க வேண்டும் என்று ஆசையையும் தந்துகொண்டிருந்ததால் அதற்கான சந்தர்ப்பத்தை நான் செயற்கையாக உருவாக்கிக்கொண்டிருந்தேன். இவ்வாறு பலரையும் 'பிடிக்க' எத்தனை தடவை அவன் சென்னை சென்றான் என்பதைச் சொல்ல முடிந்தது.

அவ்வாறு அவன் சென்னை சென்ற நேரத்தில் அவன் சந்திக்க நேர்ந்த தாய்ப் பற்றும் தமிழ்ப் பற்றும் மிகுந்த ஒரு உயர் பதவியாளர், ஒருசில குழந்தைகள் திருக்குறளை முழுமையாக ஒப்பித்துப் பாராட்டுப் பெற்றிருப்பதாகவும் ஆனால் எந்தக் குழந்தையும் இதுவரையிலும் தலைகீழாக ஒப்பித்தது இல்லையென்றும் சொன்னார். மணிகண்ட சிவன் அதுபற்றித் தான் சந்திப்போரிடமும் சொல்லச் சொல்ல அநேகமாக எல்லோருமே அந்த ஆலோசனையை வியந்து பாராட்டினார்கள். ஆனால் வள்ளிக்கு நேராகப் படிக்க எவ்வளவு காலம் தேவைப்பட்டதோ அதைவிட அதிகக் கடினமாக இருந்தது தலைகீழாக ஒப்பிக்கக் கற்றுக்கொள்வது. ஆனால் சிவனின் மனைவி நம்பிக்கையுடன்தான் இருந்தாள். வல்லாரை அன்றாடம் சாப்பிட்டு வருவதால் வள்ளியின் நினைவாற்றலும் வளர்ந்துகொண்டே வருகிறது என்றான். எந்த அதிகாரத்தின் பெயரைக் குறிப்பிட்டாலும் அந்த அதிகாரத்தை அவள் கூறுவதற்கான பயிற்சி நடந்துகொண்டிருப்பதாகவும் அது முடிந்ததும் எந்தக் குறளின் முதல் சொல்லைச் சொன்னாலும் அதைப் பூர்த்திசெய்து சொல்லவும் கற்றுக் கொடுக்க வேண்டும் என்றான். யார் சொன்னாலும் சரி, ஒவ்வொரு குறளையும் தலைகீழாகச் சொல்லித் தருவதற்கு முயற்சி செய்ய வேண்டாம் என்றும் அவ்வாறு முயன்றால்

குழந்தையின் மூளைக்கு உபாதை ஏதும் ஏற்படக்கூடும் என்றும் நான் சொன்னேன்.

இவ்வாறு வள்ளிக்குப் பயிற்சி நடந்துகொண்டிருந்த காலத்தில் பல தடவை மணிகண்டன் அழைத்து அவன் வீட்டுக்குப் போயிருக்கிறேன். குழந்தை கற்றுக்கொண்டிருந்த குறளை என்னிடம் சொல்லிக்காட்டச் சொல்வான். குழந்தை சொல்லத் தொடங்கும்போது ஒவ்வொரு தடவையும் மணிகண்டன் ஓடிச் சென்று வாசல் கதவைச் சாத்திவிட்டு வருவான். இது ஏன் என்று எனக்கு விளங்கவில்லை. கேட்டதற்கும் அதைப் பின்னால் ஒரு நாள் சொல்வதாக மணிகண்டன் சொன்ன தோரணையில் அது ஒரு மிக முக்கியமான விஷயம் என்ற பதிவை என் மனத்தில் அவனுடைய கமுக்கமான முகபாவனையால் ஏற்படுத்தினான்.

அந்தக் காலத்தில் மணிகண்டனின் குழந்தை பல கஷ்டங்களுக்கு ஆளாயிற்று. வகுப்பில் ஆசிரியர் அவளுடைய திருக்குறள் ஆற்றலைச் சதா புகழ்ந்து பேசிக்கொண்டுவந்தார். முதலில் உடன் படிக்கும் மாணவர்களுக்கும் மாணவிகளுக்கும் இது ஆச்சரியமான விஷயமாகத்தான் இருந்தது. பொற்கொடியை இதுவரையிலும் பார்த்திராததுபோல் சக மாணவிகளும் மாணவர்களும் பார்த்தார்கள். அவர்களுக்கு அவளைப் பார்க்கவே பிடிக்கவில்லை. அவள் நடப்பதிலும் பேசுவதிலும் ஏதேதோ மாற்றங்கள் நிகழ்ந்துவருவதாக அவளுக்குத் தோன்றியிருந்தது. சதா சிரித்துக்கொண்டு கலகலவென்று பேசிக்கொண்டு அங்கும் இங்கும் பஞ்சு விதைபோல் பறந்துகொண்டிருந்தவள். அவள் முகம் இறுக்கமாகிவிட்டிருந்தது. திருக்குறளை முழுமையாகக் கற்ற ஒரு பெண் எப்படிச் சிரிக்க வேண்டும், எப்படிப் பார்க்க வேண்டும், அவள் தனது நடையுடை பாவனைகளை எப்படி அமைத்துக்கொள்ள வேண்டும் என்பது பற்றியெல்லாம் தமக்குத் தெரியாமல் இருப்பது அவள் மனதிற்குள் குமைந்துகொண்டிருந்தது. எப்படிச் சிரித்தாலும் அது திருக்குறள் பண்டிதைக்கு ஏற்ற சிரிப்பு அல்ல என்று அவளுக்குத் தோன்றிற்று.

ஒரு நாள் 'குழந்தை சிரமப்படுகிறது' என்றான் மணிகண்டன் என்னிடம். பின்பக்கம் நின்றுகொண்டிருந்த தன் மனைவியின் காதில் விழுந்துவிடுமோ என்ற கவலையில் அவளைப் பார்த்தபடியே என்னைப் பார்க்காமல் சொன்னான். தெரு வழியாக நடந்து போகிறபோது திடீரென்று ஒருவர் எதிர்ப்பட்டு, 'மெய் கூறுதல்' அதிகாரம் மட்டும் சொல்லம்மா என்கிறாராம். பள்ளிக்கூடக் குழந்தைகள் அவளிடமிருந்து விலகிவிட்டதாகவும் யாரும் அவளைப் பாண்டியாடச்

சேர்த்துக்கொள்வதில்லை என்றும் எப்போதும் முகத்தில் வாட்டத்துடன் தனிமையில் உட்கார்ந்துகொண்டிருப்பதாகவும் சொன்னான். இந்தப் பேச்சையெடுத்தாலே மனைவி எரிந்து விழுவதாகச் சொன்னான். புள்ளயெ முன்னுக்கு வர விட மாட்டீங்க என்கிறாளாம். என்னதான் குறையிருந்தாலும் முதலமைச்சர் அவளுக்குப் பட்டமளித்துப் பாராட்டும்போது அந்தக் குறையெல்லாம் நம் மனதைவிட்டுப் போய்விடுமென்றும் அவன் சொன்னான்.

குழந்தைக்கு ஏதாவது ஆபத்து வருமோ என்று எனக்குத் தோன்றிக்கொண்டிருந்தது. பட்டமளிப்பு விழா நடந்து முடிந்து விட்டால் குழந்தைக்கு ஒரு நிவர்த்தி ஏற்படலாம் அல்லது அவளது துன்பம் கூடினாலும் கூடலாம்.

பட்டமளிப்பு விழாவன்று அவளிடம் கேள்வி கேட்டு அவளது புலமையைச் சோதிப்பதற்கு மிகப் பெரும் புலவர்கள் ஐவரைக் கொண்ட குழு ஒன்று உருவாக்கப்பட்டது. அந்த ஐந்து பேரையும் மணிகண்ட சிவன் தனித்தனியாகப் பார்த்தான். எல்லோரும் அவனுடைய முயற்சியைப் பாராட்டினார்கள். தலைகீழாகச் சொல்வதுதான் முக்கியமானதும் புதுமையானது மான சோதனையென்றும் புலமைக் குழுவினர் சொன்னார்கள். திருக்குறளில் எந்தெந்த இடத்தைப் பிடித்து அறிஞர்கள் குழந்தையை மடக்கப் பார்ப்பார்கள் என்பது அவர்களது கோடிகாட்டல் மூலம் தெரிந்துகொள்ளலாம் என்ற எதிர்பார்ப்பு மணிகண்டனுக்கு இருந்தது. சுற்றிவளைத்துப் பேசினாலும்கூட அவனுடைய நோக்கத்தை அறிந்து, தமிழன்னையை ஏமாற்றுவது முறையல்ல என்று அவர்கள் ஒரே குரலில் சொன்னார்கள் என்று மணிகண்ட சிவன் என்னிடம் சொன்னான். என்ன திமிர் என்றான்.

சிவனும் அவன் மனைவியும் திருக்குறள் அரங்கேற்றத்திற்கு நானும் வர வேண்டும் என்றார்கள். சுசீந்திரம், தேரூர், செண்பக ராமன்புதூர், தோவாளை, பறக்கை, பூதப்பாண்டி போன்ற இடங்களிலிருந்து சுமார் ஐம்பது பேர் வரையிலும் வரவிருக்கி றார்கள் என்று சொல்லி என் ஆசையைத் தூண்டினான் மணிகண்டன். நான் வராமலிருந்துவிடுவேனோ என்ற எண்ணம் கணவனுக்கும் மனைவிக்கும் இருந்தது. ஒரு நாள் நான் அவர்கள் வீட்டுக்குச் சென்றபோது வள்ளியே என்னை அழைத்தாள். அன்பு வழிய என்னை மாமா போட்டுக் கூப்பிடு கிறவள். ஆனால் மாமன் என்று அவள் அழைத்தது எனக்கு உள்ளூர மனது நெகிழ்ந்துவிட்டது. அவசியம் வருவேன் என்று சொன்னேன். 'நன்றி' என்றது குழந்தை.

சென்னையில் சோதனை நடந்த இடத்தில் என்னால் உட்கார்ந்திருக்க முடியவில்லை. சோதனை நடக்கிறபோது என் சதையைப் பிய்த்து எடுப்பதுபோல் இருந்தது. புலவர் குழுவைச் சேர்ந்தவர்கள் மாறி மாறிக் கேள்விக் கணைகளைத் தொடுத்துக்கொண்டிருந்தனர். குழந்தை ஒவ்வொரு கேள்விக்கும் சரியான விடையைப் பகர்ந்தபோது கூட்டத்தினர் கைதட்டி ஆர்ப்பரித்தனர். கடைசியாக முதலமைச்சர் எழுந்திருந்து முகத்தில் மந்தஹாசத்துடன் சில கேள்விகளைக் கேட்டார். குழந்தை சிறிதும் பயப்படாமல் பதில் சொன்னதும் கரவொலி கொட்டகையை அதிரச் செய்தது.

சோதனை முடிந்ததும் சிவனையும் அவன் மனைவியையும் குழந்தையையும் பார்க்க நான் விரும்பினேன். ஆனால் அவர் களைச் சுற்றியிருந்த கூட்டத்தினர் அவர்கள் பக்கத்தில் என்னை நெருங்க விடவில்லை. புகைப்படக்காரர்கள், கேள்விகள் கேட்டுப் பதில் எழுதிக்கொள்ளும் பத்திரிகைக்காரர்கள், பாராட்டும் எழுத்தாளர்கள், அரசியல்வாதிகள், மாலை அணிவிப்பவர்கள். பயில்வான் போல் இருந்தவர் திடீரென்று உள்ளே புகுந்து குழந்தையைத் தூக்கி வலது கை உள்ளங்கையில் ஏந்திக் கையை வானை நோக்கிப் பிடித்து பாலன்ஸ் செய்தார். கூட்டத்திற்கு சந்தோஷம் தாங்கவில்லை.

மணிகண்ட சிவன் எக்மூரில் தங்குமிடத்தை என்னிடம் சொல்லியிருந்தான். மாலை ரயிலில் அவர்கள் போக இடையூ றாக இல்லாமல் முன்கூட்டியே போய்விட வேண்டும் என்ற யோசனையில் ஓட்டல் அறைக்குப் போனேன். மணிகண்ட சிவனும் அவன் மனைவியும் கட்டிலில் உட்கார்ந்துகொண் டிருந்தார்கள். குழந்தை மின்விசிறிக்கடியில் தரையில் தூங்கிக் கொண்டிருந்தது.

குழந்தைக்குக் கிடைத்த பாராட்டுக்களில் தாயும் தகப்பனும் பூரித்துப் போயிருந்தனர். தலைக்கு நாள் சம்பவங்களை ஒரு வரைச் சொல்லவிடாமல் மாறிமாறிக் கூறிக்கொண்டிருந்தனர். அரசாங்கச் செலவில் குழந்தையைப் படிக்கவைக்க வேண்டும் என்ற ஆசையும் முதலமைச்சருக்கு இருக்கிறதாம். காலை இதழில் வராத பல செய்திகளை என்னிடம் கொண்டிருந்த நெருக்கத்தால் சொல்லிக்கொண்டிருந்தார்கள்.

நான் புறப்படட்டுமா என்று கேட்டேன். என்னை விட இருவருக்குமே பிரியம் இல்லை. ஒரு சில விஷயங்களேனும் என்னிடம் சொல்ல விட்டுப்போயிருக்கலாம் என்ற எண்ணம் அவர்களுக்கு ஏற்பட்டிருக்கும் போலிருக்கிறது.

'குழந்தையை எழுப்பு' என்று தனக்குத் தெரியாமல் வெளிப் பட்ட அதிகாரக் குரலில் சொன்னான் மணிகண்டன்.

பள்ளியில் ஒரு நாய்க்குட்டி

குழந்தை சிணுங்கிற்று. அதன் போக்கில் விட்டால் இன்னும் ஐந்தாறு மணி நேரமேனும் தூங்கும் என்று தோன்றியது. அவ்வளவு களைப்புப் போலிருக்கிறது.

'ரயிலில் நல்லா தூங்கலாம்.'

பலாத்காரமாக எழுப்பிக் குழந்தையைக் குளிக்க அழைத்துக் கொண்டு போனாள். குளியலறையில் தண்ணீர் விழும் சத்தமும் வாளியின் கைப்பிடி விழுவதில் எழும் ஓசையும் கேட்டது.

பாக்கியத்தம்மாள் அவள் உடுத்திக்கொள்ள வேண்டிய ஆடைகளைப் பெட்டியிலிருந்து எடுத்துப் படுக்கை மீது வைத்தாள். விலையுயர்ந்த ஆடைகள். அன்பளிப்பாகக் கிடைத் திருக்கலாம்.

திடீரென்று குழந்தை தாயின் அருகே நின்றது. பாக்கியத் தம்மாள் திரும்பிப் பார்த்தாள். படீரென்று பொற்கொடியின் புட்டத்தில் ஒரு அடி விட்டாள்.

'மாமனுக்கு முன்னுக்கு அம்மணத்தோட வரயா நாயே' என்று சொல்லியவாறு குழந்தையைக் குளியலறைக்கு இழுத்துக் கொண்டு போனாள்.

நான் விடைபெற்றுக்கொண்டு புறப்பட்டேன்.

○

சுந்தர ராமசாமி

பெயர் தெரியாத மரம்

என் ஒன்பதாவது வயதில்தான் என் அப்பா என்னை எஸ்.எல்.பி. பள்ளிக்கூடத்தில் கொண்டுபோய்ச் சேர்த்தார். அன்று காலை அப்பாவுடன் சொல்ல முடியாத பயத்துடன் பள்ளிக்குப் போனது நன்றாக நினைவிருக் கிறது. என்னைச் சேர்க்கப் போன நாளைக்கு சுமார் ஒரு மாதத்திற்கு முன்பே என்னைப் பள்ளியில் சேர்க்கப் போகும் விஷயம் பற்றி வீட்டில் பேச்சு அடிபட்டுக்கொண் டிருந்தது. பள்ளியின் கம்பீரத்தைப் பற்றித்தான் அதிகமும் பேச்சு இருக்கும். ஒன்று பிடித்துவிட்டால் அதைச் செந் தூக்காகத் தூக்கி மிகைப்படுத்தி உறுதிப்படுத்துவதும் பிடிக்காமல் போனால் அதை நசுக்கித் தரையோடு தரை யாகத் தேய்த்துக் காணாமல்போகச் செய்துவிடுவதும் என் அப்பாவுக்குக் கைவந்த கலையாகத்தான் இருந்தது. எஸ்.எல்.பி. பள்ளிக்கூடம் அவரது கற்பனைகளை வெகு வாகத் தூண்டுவதாக இருந்தது. திருவிதாங்கூர் அரசி தனது குறுகிய கால ஆட்சியில் கட்டிய கட்டிடம். அது வும் அவர் பெயரிலேயே இருந்தது. திருவிதாங்கூர் சமஸ் தானத்திலேயே அதற்கு நிகரான பள்ளி இல்லையென்று என் தாத்தா என் அப்பாவிடம் சொல்லியிருந்தார். அதைச் சொல்வதற்கான தகுதி தாத்தாவுக்கு இருந்தது. அவர் மலையாளத்தில் முப்பது வருடங்களுக்கு மேல், முதலில் ஆசிரியராகவும் பின்னால் தலைமையாசிரியராகவும் பணியாற்றியவர். தாத்தாவின் சொற்களை முதலில் அவர் இல்லாத நேரத்திலும் பின்னால் அவர் இருக்கும் நேரங் களிலும், திருவிதாங்கூரிலும் தமிழ்நாட்டிலும் அதற்கு இணையான பள்ளி இல்லை என்று அப்பா சொல்லத் தொடங்கினார். அவ்வாறு அவர் சொல்லும்போது தலையை இலேசாக அசைத்து, தாத்தா தலையை அசைத்த நேரங்களில்தான் எனக்கு அவர் மீது மானசீகமான நெருக்கம் ஏற்பட்டது.

தாத்தாதான் என்னைப் பள்ளிக்கூடத்திற்குக் கூட்டிக் கொண்டு போவதாகச் சொன்னார். நல்ல நாள் பார்த்துப் போகலாம் என்று அவர் தள்ளிப்போட்டது எனக்கு அந்தக் காரியத்தின் முக்கியத்துவத்தைக் காட்டியது. உரிய மரியாதை தந்து ஆற அமரச் செய்யப்பட வேண்டிய காரியம் என்ற தொனி உருவாவதுபோல் தோன்றியது. தாத்தாவுக்குத் தெரிந் தவர்களும் நண்பர்களுமான பலரும் அங்கு ஆசிரியராகப் பணியாற்றுவதாக அம்மாவிடம் தாத்தா சொன்னார். தாத்தா வும் அவர்களும் ஒரே வேலை பார்ப்பவர்கள். ஒரே அரசிட மிருந்து சம்பளம் பெறுகிறவர்கள். ராஜ குடும்பத்தினர் மீது மிகுந்த பாராட்டுணர்வு கொண்டவர்கள். அதிலும் தாத்தா தலைமையாசிரியராக இருந்தவர். ஆங்கில ஆசிரியராக வேலை பார்த்தவர். பெரும் கவிஞர் உள்ளூர் பரமேச்வர அய்யரின் நண்பர். ஆங்கிலக் கவிதைமீது மிகுந்த காதல் கொண்டவர். ஆங்கிலக் கவிதைகளை அழுத்தம் திருத்தமாக மனப்பாடமாகச் சொல்லக்கூடியவர். சமத்காரமாகப் பேசத் தெரிந்தவர். ஒழுக் கத்தைப் போதிப்பவர் என்றும் ஒழுக்கத்தை விளிம்பு தேயாமல் காப்பாற்றிக்கொண்டு வருகிறவர் என்ற பெயரும் அவருக்கிருந்தது. எஸ்.எல்.பி. ஆசிரியர்களை என் அப்பா மிகுந்த மதிப்புடனும் என் மனதில் அவர்களைப் பற்றி நான் ஒரு பயத்தை உருவாக்கிக் கொள்ள வேண்டுமென்ற ஆசையுடனும் சொல்லிக்கொண் டிருந்தபோது அந்தப் பள்ளியின் தலைமையாசிரியரை அவன் இவன் என்று ஏக வசனத்திலேயே பேசினார் தாத்தா. எஸ்.எல்.பி. பள்ளிக்கூட ஆசிரியர் தாத்தாவுக்குத் தரும் கௌரவத்தை நான் பார்த்து ஆச்சரியம் தாங்காமல் என் அம்மாவிடமும் முக்கிய மாக என் அப்பாவிடம் சொல்ல வேண்டும் என்று அவர் நினைத்திருந்தால் அது மிகவும் நியாயமான காரியமாகத்தான் எனக்குத் தோன்றியது.

பள்ளி விட்ட பின் மாலையில் போய்ப் பள்ளிக்கூடத்தைப் பார்க்கலாமே என்று நான் சொன்னேன். ஆசிரியரைச் சந்திப் பதில் எனக்கு மிகுந்த கூச்சம் இருந்தது. ஒரு பையனைப் பார்த்தால் அவனைப் பார்த்து சந்தோஷப்பட அவர்களுக்குத் தெரியாது. உடனே அந்த மாணவனைச் சோதிப்பதுபோல் சில கேள்விகளைக் கேட்பார்கள். மூளையைத் தராசில் நிறுத்துக் காட்டுவதில் அவர்களுக்கு மிகுந்த உற்சாகம் இருந்தது. மாணவன் சரியான விடை சொல்லும்போது அவர்களுடைய முகம் உற்சாக மடைந்ததைப் பார்க்க முடிந்ததென்றாலும் தவறான விடை சொல்லும்போதுமதான் அவர்கள் மனம் குளிர்கிறதோ என்ற சந்தேகம் சிறு வயதிலிருந்தே இருக்கிறது. எந்த ஆசிரியர் எந்தக் கேள்வி கேட்டாலும் என்னால் பதில் சொல்ல முடியாது என்பதை நான் அனுபவவாயிலாகவே தெரிந்துகொண்டிருந்தேன்.

அவர்கள் கேள்வியைக் கவனிக்கவோ, அந்தக் கேள்வியைப் புரிந்துகொண்டு அதற்கான விடைபற்றி யோசிக்கவோ நான் முயல்வதே எனக்குச் சாத்தியமானதில்லை. அவ்வாறு என்னைத் துன்பப்படுத்திக்கொள்வதால் எந்தப் பயனும் இல்லையென்பது எனக்கு உறுதியாகத் தெரிந்தது. ஆசிரியர்கள் கேட்கும் கேள்விகளுக்கான சரியான விடை பின்னால் எப்போதோ நான் சற்றும் எதிர்பாராத நேரத்தில் எனக்குத் தெரிந்திருக்கிறது. அப்போது ஓடிச்சென்று அந்த ஆசிரியரைப் பார்த்து விடையைப் பளிச்சென்று சொல்ல வேண்டுமென்று எனக்குத் தோன்றியிருந்தாலும் ஆசிரியருடைய ஆயுள் மட்டமாக இருந்த காரணத்தால் அநேக சமயங்களில் அது சாத்தியப்படாமலே போயிருக்கிறது.

தாத்தாவை நிர்ப்பந்தப்படுத்தி என்னை மாலை நேரத்தில் கூட்டிக்கொண்டு போகச் செய்தேன். நடை சாத்திய பின் கோவிலைச் சென்று பார்ப்பார்களா என்று தாத்தா கேட்டார். அவர் கேட்டது சரிதான். ஆனால் எனக்கு உள்ளே போகப் பயமாக இருக்கிறதே, சுவாமியைப் பார்க்கவே குலைநடுங்குகிறதே, நான் என்ன செய்ய முடியும் என்று நான் கேட்டுக் கொண்டேன்.

பள்ளிக்கூடத்தின் முன்முகப்பு ஐந்தாறு நிமிஷங்களுக்குள் தெரியத் தொடங்கியது எனக்கு ஏமாற்றமாக இருந்தது. இன்னும் சற்றுத் தள்ளி இருப்பதுதான் அதற்கு கௌரவமானது. வீட்டிலிருந்து ஓடினால் ஒரு நிமிஷத்திற்குள் பள்ளிக்கூட மைதானத்திற்குள் நுழைந்துவிடலாம் என்றிருப்பது எப்படி அதன் கம்பீரத்தோடு பொருந்திப்போகும்? பள்ளிக்கூட மைதானங்களில் அநேகம் வெறிச்சோடிப் போயிருந்தன. மரங்கள் தங்களைவிட்டுக் கழன்று சென்றுவிட்டு வெளியேறிய குழந்தைகளை நினைத்துக் கொண்டிருப்பதுபோல் தோன்றியது. அவர்கள் மீண்டும் வந்து சேருவது வரையிலும் அவர்களுக்கு என்ன கௌரவம். ஒரு மரம் மற்றொரு மரத்தைப் பார்த்துக்கொள்வதும் அந்த மரம் இந்த மரத்தைப் பார்த்துக்கொள்வதும் அவர்கள் மட்டுமே அங்கிருக்கின்றார்கள் என்பதே அவற்றிற்கு அவமானம்தானே? முதன்முதலாவதாக நீ இங்கு வரும்போது காலையில் இங்கு எல்லோரும் கலகலப்பாக இருக்கும்போதே வந்திருக்கலாமே என்று அவை என்னிடம் சொல்வதுபோல் தோன்றியது.

மைதானத்தில் காலை ஊன்றிய தாத்தாவுக்கு மேற்கொண்டு என்ன செய்ய வேண்டுமென்பது தெரியவில்லை. கட்டிடத்தைச் சுற்றிப் பார்போம் என்றார் தாத்தா. இரண்டு கால் பந்தாட்ட மைதானங்கள் தாண்டி உள்ளே நுழைந்தோம். பள்ளிக்கூடத்தின் முன்பக்கம் மூன்று புறமும் 'ஆர்ச்' அமைத்த மண்டபம் போன்ற

அமைப்பு. செதுக்கப்பட்ட பெரிய பெரிய கற்களால் ஆன உயரமான அஸ்திவாரக் கட்டு வஜ்ரம் போன்ற வலுவுடன் இருப்பது போல் தோன்றியது. அதைத் துப்பாக்கியால் சுட்டால் குண்டுகள் தெறித்துப்போய்விடும் என்பது போலிருந்தது. அந்த இடம் மட்டும் கட்டிடத்திற்கு எறும்பு ஊர்ந்தது போல் உணர்வு தட்டலாம். அதற்குமேல் ஒன்றும் ஏற்படாது. 'பாவிகள் என்னமாகக் கட்டியிருக்கிறார்கள்? எப்படி இப்படிக் கட்ட முடிந்தது?' என்று தனக்குத்தானே வியப்புத் தெரிவித்துக்கொண டார். பகிர்ந்துகொள்ளத் தனக்கொத்த வயதுடையவர்கள் இல்லையே என்பதை என் முகத்தைப் பரிதாபமாகப் பார்த்து வெளிப்படுத்தினார். எனக்குக் கூச்சமாக இருந்தது. கட்டிடம் என் மனதையும் கவருகிறது என்று சொல்ல நான் கூச்சப் பட்டேன். மையமாக இருந்த, பெருமைக்கு உறைவிடமாக இருந்த ஹாலின் கதவு சாத்தப்பட்டிருந்தது. வராண்டாக்களும் வராண்டாக்களின் ஓரங்களில் எழுப்பப்பட்டிருந்த பிரம் மாண்டமான தூண்களும் அந்தத் தூண்கள் நின்ற பீடங்களும் படிக்கட்டுக்களும் தம்தம் வலுவை வெளிப்படுத்துவதன் மூலம் பேரழகைச் சென்று எட்டிவிடுவதுபோலிருந்தது. மாடிக்குப் போக முடியவில்லை. படிக்கட்டுகளுக்கு அழைத்துச் செல்லும் கதவு பூட்டப்பட்டிருந்தது. யாருமே இல்லை. தொலை தூரத்தில் விளையாடும் பையன்களின் ஆர்ப்பரிப்பின் எதிரொலி கேட்டுக் கொண்டிருந்தது. ஆர்ப்பரிப்பு எழும் திசை எது என்பதை ஊகிக்க முடியவில்லை. தாத்தாவின் மனம் சோர்ந்ததுபோ லிருந்தது. எந்த அளவுக்குத் தன் வருகை அசாதாரணமாக இருக்க வேண்டுமென்று அவர் நினைத்தாரோ அந்த அளவுக்கு சாதாரணமாகி சப்பென்று தேய்ந்து சுருங்கிவிட்டது போலிருந்தது.

தாத்தா முன்வாசல் படிக்கட்டில் வந்து உட்கார்ந்தார். அப்போது கட்டிடத்தின் முன்பக்கமாகப் போகும் நெடும் பாதையைப் பார்க்க முடிந்தது. அந்தப் பாதையையே அவர் பார்த்துக்கொண்டிருப்பது போலிருந்தது. முன்வாசலின் வலது புறம் ஒரு மரம் நின்றுகொண்டிருந்தது. முழுமையாக வளரத் தெரியாத மரம்போல் அது இருந்தது. ஆனால் வளர்ந்த செடியைப் போல் அது பலவீனமாகவும் இல்லை. அடிமரமும் கிளைகளும் கிளைகளிலிருந்து பிரிந்து சென்ற நுனிகளும் நுனிகளின் இலைகளும் திடமாகவும் புத்துணர்ச்சியுடனும் இருந்தன. தாத்தா, அது என்ன மரம் என்று நான் கேட்டேன். அதுதான் பார்த்துக்கொண்டிருக்கிறேன் என்றார் தாத்தா. இலைகள் பெரிசு. அடர்த்தியாகவும் இருக்கிறது. நிழல் இடை வெளி இல்லாமல் ஒரே பரப்பாக இருக்குமென்று நினைக் கிறேன். பெயர் சொல்ல முடியாத மரங்களும் உண்டா என்று கேட்டேன். இல்லை அநேகமாக இல்லை. மனிதனின் பார்வை

யில் விழுந்துவிட்டால் முன்பின்னாக ஆகலாம் என்றாலும் பெயர் வந்துவிடும் என்றார். நயினார் என்று ஒருவன் இருக்கிறான். நானும் அவனும் ஒன்றாகப் படித்தோம். பெரிய படிப்பாளி. செடி கொடிகள் பேரிலும் மரம் மட்டைகள் பேரிலும் அளவிட முடியாத ப்ரியம் கொண்டவன். இவற்றைப் பற்றி ஆராய்ச்சி செய்வதுதான் அவன் முழு நேர வேலை. ஜீவராசிகளைப் பற்றிய புத்தகங்கள் வைத்திருக்கிறான். நம் ஊரின் பெரிய வரைபடம் வைத்திருக்கிறான். எந்தெந்த இடங்களில் என்ன என்ன மரங்கள் இருக்கின்றன என்பது அவனுக்குத் தெரியும். கேட்டுச் சொல் கிறேன் என்றார்.

ஆனால் அந்தக் காரியம் நடைபெறவில்லை. நான் எட்டாம் வகுப்புப் படிக்கும்போது தாத்தா இறந்துவிட்டார். தாத்தா இருக்கிற காலங்களிலேயே ஒவ்வொரு நாளும் அந்த மரத்தைப் பார்க்கிறபோதும் தாத்தாவின் நினைவு எனக்கு வந்துகொண் டிருந்தது. தாத்தா இறந்தபின் அந்த மரத்தையே கற்பனை செய்து கொண்டிருந்தேன். பள்ளிக்கூட கேட்டைத் தாண்டி உள்ளே நுழைகிறபோதெல்லாம் நான் கொண்டிருந்த நினைவுகளின் சாராம்சம் தீப்பொறிகள் போல் எனது மனதில் தெறிக்கும். அப்போது ஒவ்வொரு நாளும் ஒரு கிழவி அவளுடைய மிட்டாய்க் கடையை அங்கு கொண்டுவந்து பையன்களுக்கு வியாபாரம் செய்யத் தொடங்குவாள். அப்போது என் வகுப்பில் படித்துக் கொண்டிருந்த பத்மநாபன் எனக்கு மிக நெருக்கமான நண்பனாக இருந்தான். என்னைப் போலவே ஒருசமயம் என்னைவிட அதிகமாக அவனுக்கு அந்த மரத்தின்மீது அக்கறை ஏற்பட் டிருந்தது. நாங்கள் பத்தாம் வகுப்புப் படிக்கும்போது பத்மநாப னுக்கு ஓவியக் கலையிலும் ஈடுபாடு ஏற்பட்டது. தன்னுடைய ஊரில் சிகை அலங்காரம் செய்கிற ஒருவர் ஓவியம் வரையக் கூடியவர் என்றும் அவரிடம் ரகசியமாக ஓவியம் படித்து வருவதாகவும் பத்மநாபன் சொன்னான். நான் பத்தாவதுடன் படிப்பை நிறுத்தும்படி ஆகியிருந்தது. பத்மநாபன் கல்லூரியில் சேர்ந்து படித்தான். நாங்கள் பார்த்துக்கொள்வது குறைந்து விட்டது. ஆனால் எங்களுக்குள் நெருக்கம் குறையவில்லை. எப்போதாவது நிகழும் சந்திப்பு அதிகப் பரபரப்பையும் கிளர்ச்சி யையும் தந்து கொண்டிருந்தது. மனதில் சேர்ந்து போயிருந்த விஷயங்கள் முழுவதும் வெளிப்பட மனதில் விம்மிக்கொண்டே எங்கு தொடங்கி எங்கு முடிப்பது என்பது தெரியாமல் திணறிச் செயல்பட்டோம். ஒரு நாள் பத்மநாபன் என்னைப் பார்க்க வந்தபோது ஒரு ஓவியத்தின் அச்சுப் பிரதியைக் கொண்டு வந்து கொடுத்தான். அந்தப் படம் யாரால் வரையப்பட்டது என்பதைச் சொல்லி அந்த ஓவியர் பல நூற்றாண்டுகளுக்கு முன் வாழ்ந்த சீனர் என்றும் சொன்னான். அது ஒரு மரத்தின்

ஓவியம். அதைப் பார்த்த மாத்திரத்தில் அதை அவன் கொண்டு வந்ததற்கான காரணம் எனக்குத் தெரிந்துவிட்டது. பத்மநாபன் பொங்கி வந்த சந்தோஷத்தை மறைக்க முடியாமல் முகத்தில் உறைந்து போயிருந்த சிரிப்புடன் நின்றுகொண்டிருந்தான். போய்ப் பார்ப்போமா என்றான். கடுமையான வேனல் வெயில் பொசுக்கிக்கொண்டிருந்தது. மனதிலிருந்த துள்ளலில் எங்களுக்கு வெளியுலகப் பிரக்ஞையே இல்லை. பள்ளிக்கூட வாசலுக்குச் சென்றதும் ஓவியத்தையும் மரத்தையும் மனதிற்குள் ஒப்பிட்டுப் பார்த்துக்கொண்டே இருந்தோம்.

"இதே போல் மரங்கள் சீனாவிலும் இருந்திருக்குமோ?" என்று கேட்டேன்.

"இந்த மரத்தையே அவர் கனவில் பார்த்திருக்கலாமோ என்னவோ."

"இந்த மரம் முளைப்பதற்கு முன்னாலேயே அவர் இறந்து போயிருக்க வேண்டும்."

"இந்த மரத்தின் மூதாதையர்கள் எந்த நூற்றாண்டுகளாக இருக்கிறார்களோ? நாட்டுக்கு நாடு மனிதகுலம் இடம் பெயர்ந்து வந்ததுபோல்தான் மரங்களும். இதன் மூதாதையர்கள் சீனாவி லிருந்து இங்கு வந்தவர்களாகக்கூட இருக்கலாம்."

பத்மநாபன் சொன்னதை யோசித்துக்கொண்டிருந்த நான் சொல்லிக்கொள்ள முடியாத எத்தனையோ உணர்வுகளுக்கு ஆளானேன். மனதில் நெகிழ்ச்சி தோன்ற அந்த மரம் என் மனதுடன் மேலும் நெருங்கிற்று.

எம்.ஏ. படிப்பு முடிந்ததும் பத்மநாபன் புதுதில்லியில் வேலை கிடைக்கவே புறப்பட்டுச் சென்றான். காந்தியின் எழுத்துக்களைத் தொகுத்து வெளியிட்டுக்கொண்டிருந்த வெளியீட்டு நிலையத்தில அவனுக்கு வேலை கிடைத்தது. அவன் அங்கு போய்ச் சேர்ந்த ஆரம்ப மாதங்களில் அவனுடன் நெருக்கமான கடிதத் தொடர்பு இருந்தது. அவன் மனதில் எங்களூர் விசித்திரமாகப் பதிந்திருந்தது. ஊரைப் பற்றி அநேகமாக ஒவ்வொரு கடிதத்திலும் அவன் எழுதிக் கேட்டுக்கொண்டிருந்தான். எங்களூரில் நீதிமன்றத்தின் பின்பக்கம் ஒரு ஒதுக்குப்புறத்தின் வெளிச்சுவரையொட்டி ஒரு பழைய குட்டிக் காரை எந்தக் காலத்திலோ யாரோ அப்படியே விட்டுவிட்டார்கள். எங்களுடைய குழந்தைப் பருவத்தி லிருந்து அந்தக் கார் நின்றுகொண்டிருந்தது. துருப்பிடித்து, கதவுகளில் பல பொத்தல்களுடன் செடிகளின் மெல்லிய கிளைகள் காருக்குள் நுழைந்து, சக்கரங்களில் காற்றுப் போய்விட்ட நிலையில் மண்ணில் பதிந்து ஆமைபோல் அழுந்தக் கிடந்தது. நானும் பத்மநாபனும் அந்தப் பக்கம் போனால் அந்தக் காரைப் பார்த்துவிட்டு வருவோம். பத்மநாபன் கல்லூரியில் படிக்கும் போது அந்தக் காரின் புகைப்படத்தை எடுத்து வைத்துக்கொண்

டிருந்தான். காருக்குள்ளில் செடி கொடிகள் முளைத்து நிற்பது போன்ற தோற்றத்தைத் தந்த ஒரு அபூர்வமான வஸ்துபோல் தோன்றியது. அந்தக் காரைப் பற்றி அவன் எழுதிக் கேட்டிருந் தான். அதுபற்றிய நினைவில் ஒரு நீண்ட இடைவெளி விழுந் திருந்ததால் காரைப் போய்ப் பார்த்துவிட்டு அவனுக்குப் பதிலெழுதினேன்.

எனக்கு எந்த வேலையும் அமையாததால் நான் வீட்டி லிருந்த காலம். அந்தக் காலத்தில் எனக்கு நண்பர்கள் எவரும் இல்லை. பத்மநாபன் இருந்தபோது அவனுடைய நட்பே எனக்குப் போதுமானதாக இருந்ததால் வேறு யாருடனும் எனக்கு நெருங்கிப் பழக வேண்டுமென்றே தோன்றியதில்லை. தனிமை என்னைப் பயங்கரமாகத் தாக்கிக்கொண்டிருந்தது. பத்மநாபன் படித்து முடித்திருந்த சில புத்தகங்களை அவன் என்னிடம் விட்டுச் சென்றிருந்தான். அதிகமும் உயிரியல், தாவரவியல் பற்றிய நூல்கள். அவற்றைப் படிக்க என் மனம் பதியவில்லை. எனக்கே விளக்கத் தெரியாத ஒரு நிம்மதியின்மையுடன் நான் இருந்தேன். மாலையில் பள்ளிக்கூடத்தின் முன்பக்கமிருந்த படிக்கட்டில் சென்று உட்கார்ந்துகொள்வேன். அவற்றை வெறும் படிக்கட்டுகள் என்று சொல்ல முடியாது. என் நினைவுகள் சூழ்ந்த இடமாக, என் பழைய நினைவுகளைத் தூண்டும் இடமாக அது இருந்தது. தன்னந்தனியாய் ஏகாந்தத்தின் அமைதி மனதில் கனக்க, காரண காரியம் காண முடியாத துக்கத்துடன் எத் தனையோ தடவை அங்கு உட்கார்ந்துகொண்டிருந்தேன். என் தாத்தா என்னை முதல்முதலாக அழைத்து வந்தபோது இங்கு தான் நாங்கள் வந்தோம். அன்றுதான் இந்த மரத்தைக் கவனித் தேன். சதைப் பற்றற்று நீட்டுடல் அது கொண்டிருந்தது. அது ஒரு பெண் மரம் என்று தோன்றியது. வைதவ்யத்திற்கு விதிப் பட்டு துக்கத்துடன் நிற்பது போலிருந்தது. மரத்தின் முகத்தை யும் நீண்ட கழுத்துப் பகுதியையும் சதைப் பற்றற்று எலும்பின் மீது இழுத்துக் கட்டியிருந்த சருமத்துடன் அதன் மோவாயையும் என்னால் பார்க்க முடிந்தது. அதன் பின்னாலும் அந்த இடத்திற்குத் தாத்தா பல தடவை என்னை அழைத்து வந்திருக்கிறார். எங்க ளுடைய, உலகத்திற்குத் தெரியாத, அம்மாவுக்குக்கூடத் தெரி யாத, நிச்சயமாக அப்பாவுக்குத் தெரியாத அந்தரங்கம் நாள் பட நெருங்கிற்று. தன்னை மொத்த உலகமும் நிராகரிப்பதாக வும் தான் மட்டுமே அறிந்த வாழ்வின் சாராம்சத்தை அவர் நம்பி இருப்பது போலவும் அவருக்கு முதன்முதலாவதாகத் தோன்றியது இந்தப் படிக்கட்டில் நாங்கள் உட்கார்ந்துகொண் டிருந்த போதுதான் இருக்க வேண்டும். தாத்தா வாழ்க்கை யிலிருந்து அவர் கற்றுக்கொண்டிருந்த பாடங்களின் சாராம் சங்களை நான் உணராமலே என் மனதில் கரைப்பதற்கான

பள்ளியில் ஒரு நாய்க்குட்டி ✡ 25 ✡

முயற்சியுடன்தான் பேசிக்கொண்டிருந்தார். என் தாத்தாவுக்கும் எனக்கும் உருவான அந்தரங்கத்தை மரம் நேசிப்பதுபோல் எனக்குத் தோன்றும். எல்லாவற்றையும் மரமும் கேட்டுக்கொண் டிருக்கிறது. அதற்கு வாழ்க்கையில் மூச்சுத் திணறல் இருக்க லாம். உள்ளூரத் தேங்கிக் கிடக்கும் விசனம் இருக்கலாம். மரம் மௌனமாகவும் அலட்டலில்லாமலும் தனக்குத் தெரியவருவதைக் கவனிப்பதிலேயே முழுக் கவனத்தைச் செலுத்துவதாலும் தாத்தா கூறுபவை அதன் மனதில் ஆழமாகப் பதியலாம். என் வாழ்க்கை யில் எனக்குத் தேவை ஏற்படும்போது அம்மரம் அறிந்துகொண்ட உண்மைகளை என் மனத்தில் உணர்த்தவோ, நினைவுறுத்தவோ அது முயலலாம் என்றெல்லாம் எனக்குத் தோன்றியது.

தாத்தாவின் மரணத்திற்குப் பிறகு தாங்க முடியாத இடை வெளி எனக்குத் தோன்றிக்கொண்டிருந்தது. தாத்தாவைத் தெரியும் என்று நினைத்துக்கொண்டிருந்தவர்கள் எவருக்கும் அவரைத் தெரியாது என்று எனக்குத் தோன்றிற்று. அவருடைய இழப்பில் தோன்றியிருந்த வெறுமையைப் பற்றி அப்பா சொல்லுகிறபோது அப்பாவின் சொற்கள் கனமில்லாத, காற்றில் பறக்கும் சருகு போல் தோன்றியது. தன் அப்பா, தனக்கு இல்லாமல் போய் விட்ட அப்பா என்றுதான் அம்மாவுக்கு இருந்தது. அவரை நினைக்கும்போதெல்லாம் அவள் அழுதாள். அவளுடைய கண்ணீரில் வருத்தமிருந்தது. தாங்கிக்கொள்ள முடியாத வருத்தம். இழந்த ஜீவனைச் சுற்றிப் படர்ந்து வளர்ந்த ஜீவனின் ஆழமான வருத்தமாக எனக்குத் தெரியவில்லை.

படிக்கட்டில் உட்கார்ந்துகொண்டு மரத்தைப் பார்த்துக் கொண்டிருந்தபோது தாத்தாவின் மறைவு மட்டுமல்ல வாழ்க்கை யில் நான் இழக்க நேர்ந்த எல்லாவற்றைப் பற்றிய பதிவும் தன் மனத்தில் மரம் தேக்கி வைத்துக்கொண்டிருப்பதாகத் தோன்றும். மெல்லிய காற்றில் அதன் இலைகள் அசையும்போது, மகனே, இதுதான் வாழ்க்கை என்று அது சொல்வதுபோல் தோன்றும்.

எனக்கு வேலை கிடைத்தது. திருமணம் நடந்தது. குழந்தைகள் பிறந்தன. என் அம்மாவை முதலிலும் பின்னால் அப்பாவையும் நான் பறிகொடுத்தேன். எனக்கு ஓய்வு என்பது இல்லாமல் போயிருந்தது. வேலை, விசாரங்கள் இவை மட்டுமே எனக்கு இருந்தன. நயினாரின் வரைபடம், ஏமாற்றம் துக்கம் ஆகிய வற்றின் குறியீடாக அவர் மனதில் முள்போல் தைத்திருந்த அந்தப் படம், என் மனதிலிருந்து மறந்துபோய்விட்டிருந்தது. நயினார் எங்கள் ஊரைப் பல பகுதிகளாகப் பிரித்து அதில் அந்தப் பகுதியைச் சேர்ந்த பாதைகள், குளங்கள், மரங்கள், புராதனக் கட்டிடங்கள் ஆகியவற்றை வரைந்திருந்தார்.

ஒரு நாள் மாலை நான் அலுவலகத்திலிருந்து வீடு திரும்பிக் கொண்டிருந்தேன். பள்ளிக்கூடத்தின் முன்வாசல் வழியாக நுழைந்து பின்வாசல் வழியாக இறங்குவதுதான் குறுக்கு வழி என்பதற்கு மேலாக, பழக்கப்பட்டுப் போனதினாலும் போகும் வழி நேசம் சார்ந்து சாத்தியமாக இருந்தது. வேறு வழிகள் மிக வறட்சியாகவும் புழுதி படிந்தவையாகவும் தோன்றின.

அப்போது மாலை இருட்டின் வெளிறிய இருள் மண்ணில் பரவத் தொடங்கியதுபோலிருந்தது. மழை வருவதற்கான அறி குறிபோல் கீழ்வானத்தில் கருமேகங்கள் அசைவை நிறுத்தி உறையத் தொடங்கியிருந்தன. தபால் தந்தி அலுவலகத்தைத் தாண்டும்போதே பள்ளியின் முன்வாசல் பரபரப்பாக இருப் பதைக் கவனித்தேன். அங்கு ஒரு வாய்ச் சண்டை நடந்துகொண் டிருந்தது. முதலில் என்ன விஷயம் என்றே எனக்குப் புரியவில்லை. இரண்டு போலீஸ்காரர்கள் அமைதியாக நின்றுகொண்டிருந்தனர். பெரிய அதிகாரிபோல் தோற்றம் கொண்ட ஒருவர் உரக்கக் கத்திக்கொண்டிருந்தவர்களைச் சமாதானப்படுத்த முனைந்து கொண்டிருந்தார். அவர் படுத்தும் சமாதானத்தில் தந்திரச் சரடு ஒன்று ஓடிக்கொண்டிருப்பதுபோல் தோன்றியதால் அவர் முகமே எனக்கு அருவருப்பாகத் தோன்றியது. எந்தக் காரணத்தை யொட்டியும் மரத்தை முறிக்க விடமாட்டோம் என்று ஆர்ப் பாட்டக்காரர்களின் தலைவர் குரலெழுப்பிக்கொண்டிருந்தார். கல்லூரி மாணவிபோல் தோற்றம் கொண்ட பெண்ணும் எதிர்ப்புக் குரலுக்கு வலுவேற்றிக் கத்திக்கொண்டிருந்தாள்.

ஊரில் நடக்கும் பல விஷயங்கள் எனக்குத் தெரியாமலே போய்விடுகிறது. மறுநாள் முதலமைச்சர் வரவிருக்கிறார். ஊர் ஆடம்பர ஆட்டம் போட்டுக்கொண்டிருக்கிறது. வளைவுகள், ஒளிச் சரங்கள். போலீஸ் குவியல், ஒலிபெருக்கி அறிவிப்புகள். கண்காணிப்புகள். பெரிய கட்டிடங்களிலும் பெரிய மரங்களிலும் அணைந்தேற்றிக்கொள்ள வண்ண விளக்குகள்.

எஸ்.எல்.பி. பெரிய கால்பந்தாட்ட மைதானத்தில்தான் அம்மா பேசவிருக்கிறார். அங்கு பெரிய மேடையமைத்தாயிற்று. ரோட்டிலிருந்து கால்பந்தாட்ட மைதானத்திற்கு வரும் வழியில் தார்ச் சாலை போட்டுக்கொண்டிருக்கிறார்கள். இவ்வளவு களேபரம் நடக்கும் ஊரில் எந்த உலகத்திற்கு மனதைப் பறி கொடுத்து விட்டு நான் நடைப்பிணம் மாதிரி திரிந்துகொண் டிருக்கிறேன்?

பள்ளிக்கூடத்திற்குள் கார்கள் நுழைந்து போகத் தாராளமாக இடம் இருக்கிறபோது எதற்காக மரத்தை வெட்ட வேண்டும்? ஆர்ப்பாட்டத்திற்குத் தலைமை வகித்துக்கொண்டிருந்தவர் இந்த

ஒற்றைக் கேள்வியைத்தான் வெவ்வேறு விதத்தில் கேட்டுக் கொண்டிருந்தார்.

'அம்மாவின் பயணத்தைக் கண்காணிக்கத் தனிப்பிரிவு இருக்கிறது. கிழக்குப் பகுதியிலிருந்து வேகமாக வரும் கார்கள் பள்ளிக்குள் நுழையத் தடையாக இருப்பதால் அதை வெட்டியாக வேண்டும். எங்களுக்கென்ன மரத்தை வெட்ட வேண்டும் என்று ஆசையா? மேலிடத்து உத்தரவு. புரிந்துகொள்ளாமல் கத்துகிறீர்களே.'

அலுவலர்கள் ஜீப்பிலும் காரிலும் ஏறி அந்த இடத்தை விட்டே மறைந்துவிட்டனர்.

மறுநாள் காலை நான் அலுவலகம் போகும்போது மரம் அங்கில்லை. அது நின்ற இடத்தில் பெரிய குழி மூடப்படாமல் ரத்தம் வழியும் காயம் போல் தெரிந்துகொண்டிருந்தது.

எனக்கு என்ன செய்ய வேண்டுமென்றே தட்டுப்படவில்லை. ஏதாவது ஒன்று செய்ய வேண்டும் என்று தோன்றியது. பள்ளிக்கு அடுத்தாற்போல் இருந்த தபால் தந்தி நிலையத்தைத் தாண்டிச் செல்லும்போது ஒரு யோசனை தோன்றியது.

உள்ளே நுழைந்து பத்மநாபனுக்கு போன் செய்து விஷயத்தைச் சொன்னேன். அவனுடைய எதிர்வினையைக் கேட்கத் தயங்கிப் பேச்சை முடித்துக்கொண்டு வெளியே வந்தேன்.

◐

சுந்தர ராமசாமி

பள்ளியில் ஒரு நாய்க்குட்டி

இருள் விலகுகிற நேரம் ஒரே மாதிரி இருப்பதில்லை. எத்தனையோ வருடங்களாக இந்தப் பள்ளிக்கு அதிகாலை நடக்கப் போய்க்கொண்டிருக்கிறேன். இருந்தும் தரை வெளுக்கும் நேரத்தை என்னால் மனதில் மட்டுப்படுத்திக்கொள்ள முடியவில்லை.

அன்று காலை சரியான நேரம் என்று கணக்கிட்டவாறு நான் வெளியே வந்தேன். இருள் அடர்த்தியாக இருப்பதாகத் தோன்றியது. அங்கும் இங்குமாக மனித ஜீவன்களின் நிழல்களின் அசைவாகத் தெரிந்தன. இன்னும் புழுதி கிளப்பும் வாகனங்களின் பாய்ச்சல் ஆரம்பமாகவில்லை. இப்போது அவை முடுக்கப்பட்டுக்கொண்டிருக்கும். நான் மெதுவாக நடக்கத் தொடங்கினேன். இரு சக்கர வண்டிகளில் ட்யூஷன் படிக்கப் போகிற அன்றாடம் பார்க்கக் கிடைக்கிற முகங்கள் நினைவில் வந்தன. பிள்ளையார் கோவில் தாண்டிப் பள்ளியின் கீழ்வாசலுக்குப் போகும் வழியில் நான் அன்றாடம் பார்ப்பவர்கள் எல்லோரையும் பார்த்துவிட முடியும்.

பள்ளிக்கூடத்திற்குள் நடமாட்டம் நிமிஷத்திற்கு நிமிஷம் கூடிக்கொண்டிருந்தது. முகங்கள் தெரியுமளவுக்கு வெளிச்சம் பரவத் தொடங்கிவிட்டது. அரைகுறையாகத் தெரியத் தொடங்கிவிட்டால் முக பாவங்கள்கூடத் துல்லியமாகத் தெரியத் தொடங்குவது வினாடிகளுக்குள் நிகழ்ந்துவிடும் காரியம்போல் இருக்கும்.

நான் இரண்டாவது சுற்று வந்துகொண்டிருக்கும் போதுதான் அந்த நாய்க்குட்டியின் அசைவைக் கவனித்தேன். கண் திறந்ததும் தள்ளாடியபடி நடமாடத் தொடங்கும் பருவம். பிறந்த குழந்தையைக் குப்பைத் தொட்டியில் போட்டுவிட்டுப் போய்விடும் தாய்களைப் பற்றி நாளிதழ்களில் வரும் செய்திகள் நினைவுக்கு வந்தன. நாய்கள்

அப்படிச் செய்யுமா? குட்டி போட்டபின் ஏதேனும் பிரச்சனையில் இறந்துபோயிருக்க முடியுமா? அதற்கான சாத்தியம் குறைவு என்றுதான் தோன்றியது. இதற்குள் நான் பள்ளிக்கூடக் கட்டடம் நாய்க்குட்டியை மறைக்கும் இடத்திற்கு வந்திருந்தேன். பின்னால் திரும்பிப் பார்த்தேன். சிமிண்டு ஸ்லாப் போட்டு நிரந்தரமாக மூடிப்போட்டிருந்த கிணற்றுக்குப் பக்கத்தில் செடிபோல் இருந்து வெகு சமீபத்தில் மரம்போல் தோன்றத் தொடங்கியிருந்த வேப்பமரத்தடியில் கால் ஊன்றத் தெரியாமலும் பார்வையால் நிதானிக்கத் தெரியாமலும் தலை தாழ்ந்து கிடக்க நாய்க்குட்டி ஊர்ந்துகொண்டிருந்தது. நடமாடுகிறவர்கள் பாதைக்குள் வராமல் சற்றுத் தள்ளி அது அசைந்துகொண்டிருந்தது. இல்லையென்றால் நடப்பவர்களின் பூட்சுக் காலில் மிதிபட்டுக்கூட அது இறந்துபோய்விடலாம். நடக்கிறவர்களின் மனநிலைகளும் நடை பயில்கிறவர்களின் மனோபாவங்களும் வித்தியாசமானவை என்று எப்போதும் எனக்குத் தோன்றியிருக்கிறது. நடைபயிலுகிறவன் சாதாரண மனிதன் அல்ல என்ற தோற்றம் உருவாகியிருக்கிறது. அவன் விறைப்புடன் இருக்கிறான். அவன் குறிக்கோளைச் சென்றடைவதில் விறைப்புடனும் வேகத்துடனும் இருக்கிறான். அவனுக்கு சுயப் பிரக்ஞை குறைவு. வேகம் கொள்ளும் அவன் உடல் வேகம் கொள்ள ஏதுவாக அவனுடைய மனதை மந்தப்படுத்த வேண்டியிருக்கிறது. பொறிகளின் கூர்மைகளை மட்டுப்படுத்தி உடல் சார்ந்த எல்லாவற்றையும் ஒருசேரத் தேக்கி நடைபயிலும் சாகசத்திற்கு அவன் உரமாக மாற்றுகிறான். இந்த நிலையில் அந்த நாய்க்குட்டிக்கு அதிக ஆபத்திருக்கிறது. அவனுடைய ஒவ்வொரு அடியும் வேகம் கொண்டதாக இருக்கும். எளிய உயிரைக் கொன்றபடி அதைப் பற்றிய உணர்வே இல்லாமல் போகிறவர்கள் அவர்கள். ஆனால் அவர்களிடமிருந்து நாய்க்குட்டிக்கு ஒரு பாதுகாப்பும் உண்டு. சாதாரணமாக நடப்பவர்களைப் போல் அவர்கள் தங்கள் சுதந்திரத்திற்கு ஏற்ப நடப்பவர்கள் அல்ல. அவர்களுக்கு மனதில் வரையறுத்துக்கொள்ளப் பாதையுண்டு. அந்தப் பாதையின் அகலத்தைக்கூட அவர்கள் பயன்படுத்திக்கொள்ள விரும்பாமல் தங்கள் காலடிச் சுவடுகள் பட வேண்டிய இடத்தை வரையறுத்து, வரையறுத்த பாதை வழியாக மீண்டும் மீண்டும் நடந்து அந்தப் பாதை உறுதிப்பட்டு இப்போது அப்பாதையை மீறுவது அவர்களுக்குக் குற்ற உணர்ச்சி தரும் காரியமாகவே தோன்றியது. அதனால் அவர்களுடைய பாதைகளில் அபோதத்தினால் நாய்க்குட்டி போகாதவரையிலும் அதற்கு அதிகமான பாதுகாப்புண்டு. இது ஒரு முக்கியமான விஷயம்தான்.

நான் நடந்து முடிந்ததும் நாய்க்குட்டி தண்ணீர்த் தொட்டியின் பக்கம் வந்திருந்தது. அது ஒரு பாதுகாப்பான இடம்தான்.

தண்ணீர்த் தொட்டியை ஒட்டி இரண்டு வேப்ப மரங்கள் இருந்தன. அவை அகல நிழல் பரப்புபவை. வெள்ளைப் பூக்களையும் மஞ்சள் பழங்களையும் உதிர்ப்பவை. தண்ணீர்த் தொட்டியில் உட்கார்ந்து பார்த்துக்கொண்டிருந்தால், எப்போது ஒரு பூ உதிரும், எப்போது ஒரு பழம் உதிரும் என்று கவனிக்கத் தொடங்கினால் நம் மனதிற்கு மிகுந்த பரபரப்பு ஏற்படும். ஏன் இந்தப் பரபரப்பு ஏற்படுகிறது என்பது வியப்பாக இருக்கும். அப்போது சட்டென்று ஒரு பூ உதிருகிறது. நம் மனக்கணக்கை உடைத்துக்கொண்டு ஒரு பழம் உதிருகிறது. அந்த இடம் பாதுகாப்பானதுதான். ஆனால் நாய்க்குட்டிக்குத் தாய்ப்பால் வேண்டும். அல்லது பாலாவது வேண்டும். இல்லாத வரையிலும் அது பசியில் துடித்து இறந்து போகும். பசியினால், தாங்க முடியாத பசியினால், சிறுகச் சிறுக அதன் உயிர் விடைபெற்றுக்கொள்ளும் நிகழ்வுக்கு வெளி உலகில் ஏதேனும் மதிப்புண்டா? ஏதும் சலசலப்பை, அதிர்வை, துயரத்தின் ஒரு கணத்தை, செய்ய முடிகிற காரியங்களைக்கூடச் செய்ய முடியாமல் வாழ்ந்து வரும் அவலத்தை அதன் மரணம் ஒரு வினாடியேனும் ஸ்பரிசிக்குமா? அது. உயிர்த் துடிப்புக் கொண்டிருக்கிறது. அதன் தாய் அல்லது தகப்பன் அல்லது இருவருமே லட்சணமானவர்களாக இருப்பதாலோ பார்க்க மிக அழகாக இருந்தது. அதன் உருவம், அந்த உருவம் சின்னஞ்சிறு தன்மை வெகுவாகக் கவருகிறது. அதன் தத்தளிப்பும் உலகமறியாத வெகுளித்தன்மையும் மடிந்து தொங்கும் காதுகளும் ஒளி புகுந்து வெளிப்படும் கண்மணிகளும் நம்மைக் கவருகின்றன.

நான் தண்ணீர்த் தொட்டியில் சிறிது நேரம் உட்கார்ந்து கொண்டிருந்தேன். என் மீதிருக்கும் ஆங்கில நாளிதழ், தமிழ் நாளிதழ் ஆகியவற்றின் பிரிக்கப்படாத இஸ்திரித் தேய்ப்புத் தரும் முறுமுறுப்பு என் நினைவில் படர்கிறது. அவற்றை அன்றாடம் எட்டரை மணிக்குள் படித்து முடித்திருக்க வேண்டும். அதன்பின், என்னைத் துரத்திப் பிடிக்கும் காலம் என்மீது மோதி என்னை வீழ்த்துவதற்கு இடம் தராது நான் பாய்ந்து பாய்ந்து செல்ல வேண்டும். இரவு அல்லது நடுநிசியில் உறக்கம் கண்ணைச் சுழற்ற, இதற்கு மேல் களைப்பைத் தாங்க இயலாது என்ற நிலையில் நான் என்னைக் காலத்திலிருந்து சுருட்டிக் கொள்ள வேண்டியிருக்கிறது. நாய்க் குட்டி அனாதை என்றாலுங் கூட அது தட்டுத் தடுமாறுவதும் வெகுளிபோல் பார்ப்பதும் எந்தப் பொருளும் இல்லாத அதன் அசைவும் எந்தக் காட்சியை யேனும் அது புரிந்துகொள்ளும் என்றால் அந்த விநாடியேனும் அதன் கண்களில் விழும் நிழலைக்கூட அது இன்னும் கண்டடைய வில்லை. அது சிறிய உருவம் கொண்டதென்றாலும் மொத்தமாக என் வாழ்க்கையின் போக்கையே குலைத்துவிடக்கூடியது.

பள்ளியில் ஒரு நாய்க்குட்டி

உண்மையில் அது பயங்கரமான உயிர்தான். எந்த அளவுக்கு அதன் நலனில் நான் பொறுப்பு எடுத்துக்கொள்கிறேனோ அந்த அளவு அது என் சீரான இயக்கத்தைக் குலைக்கக்கூடியது. அது மிக ஆபத்தான ஒரு ஜீவன் என்பதில் சந்தேகமில்லை.

என் மனைவியைப் பற்றி யோசித்தேன். நடை பயிலச் சென்றவர் ஒரு அழகான குட்டியிலும் குட்டியான ஒரு நாயை வலது கையில் ஏந்தி மார்போடு இணைத்துக்கொண்டு அதற்குப் பாதுகாப்பாகவும் பாதுகாப்பின் மீது நாம் கொள்ளும் சிரத்தை அதற்கு வலியாக, மூச்சுத் திணறலாக மாறாமலும் அதை எடுத்துச் செல்கிறபோது நாயின் உயிர்ப்பு, மெல்லிய இன்பத்தின் அலை களை எடுத்துச் செல்கிறவரின் உடம்பில் பரவச் செய்துகொண் டிருக்கும். அனாதையான, பேராபத்தில் எந்தக் கணமும் சிக்கிக் கொள்ளக்கூடிய ஒரு ஜீவனை மரணத்தைப் பற்றி எதுவும் அறியாமல் மரணத்தால் ஒரே கணத்தில் நசுக்கப்படும் விபத்தின் விளிம்பில் ஊர்ந்துகொண்டிருப்பது அதற்குத் தெரியாது. இப் போது நாய்க்குட்டியை நான் கவனித்தபோது அதன் மந்தமான பார்வை பின்னகர்ந்து எதையோ தேடும் உணர்வு அதற்குத் தோன்றுவது போல் எனக்குப் பட்டது. அது ஒவ்வொரு வினாடி யும் வளர்ந்துகொண்டிருக்கும். அது நின்று நிலைப்பதற்கான யோசனைகள் அதன் மூளையிலும் உடம்பிலும் படர்ந்துகொண் டிருக்கும். அதன் வளர்ச்சியை அதிகாலை வானத்திலிருந்து பூமியைப் பார்க்கத் தொடங்கும் சூரிய சக்தியுடன்தான் ஒப்பிட முடியும். இருளை விலக்க அச்சக்தி கொள்ளும் வினாடிக்கு வினாடி உணர வைக்கிற வளர்ச்சி வெயில் ஊன்றிய பின் நமக்கு உறைப்பதில்லை.

என் மனைவியின் முகம் நினைவுக்கு வந்தது. நான் என் நடையை முடித்துக்கொண்டு வீடு திரும்பும்போது அவள் வீட்டு வாசல்படிகளைக் கழுவி விட்டுக்கொண்டிருப்பாள். இன்று அவள் முன்வாசலைச் சார்ந்த பரபரப்பு முடிந்து இதற்குள் அவள் சமையலறைக்குள் நுழைந்திருக்கக்கூடும். நாய்க்குட்டியை மார்பில் அணைத்துக் கொண்டு வருகிற கணவனைப் பார்த்ததுமே வியப்பும் சந்தோஷமும் கலகலப்பும் துள்ளலும் கொள்ளக் கூடியவர்கள் என்று எண்ணும் சாத்தியம் கொண்ட நண்பர் களின் முகங்களெல்லாம் என் நினைவில் வந்தன. ஒவ்வொரு வருக்கும் வியப்பும் துள்ளலும் பரபரப்பும் கத்தலும் ஒவ்வொரு விதம்.

நாய்களைப் பற்றி எத்தனையோ தடவை நானும் என் மனைவியும் பேசிக்கொள்ள நேர்ந்திருக்கிறது. நாயைக் குழந்தை போல் நேசிக்கிற, குழந்தையைவிட அதிகமாக நேசிக்கிற பெண் களைப் பற்றி அவள் அறியாதவளல்ல. குழந்தைகளுக்கு நாய்க்

சுந்தர ராமசாமி

குட்டி போல் தங்களை மறக்கும் பரவசத்தைத் தரக்கூடிய ஜீவன் எதுவுமில்லை. இப்படிப் பார்க்கும் போது அது ஒரு விசேஷமான சிருஷ்டி. மனிதனுடன் அவை இணங்கியது மனிதன் பெற்ற பேறு. இதெல்லாம் தெரிந்திருந்தது அவளுக்குச் சிறிது சங்கடத்தையே, வெளியே சொல்லி யாருடனும் பங்கு கொள்ள முடியாத சிக்கலையே, உருவாக்கியிருந்தது.

அதனால் நாய்கள் எனக்கும் பிடிக்கும் என்று அவ்வப் போது அவள் சொல்லிக்கொண்டு பிடிப்பதையும் பிடிக்காமல் இருப்பதையும் தனக்குத் தானே உறுதிப்படுத்திக்கொள்ள வேண்டி யிருந்தது.

நாய் உடம்பில் மேலே வந்து ஏறுவது தனக்குப் பிடிக்க வில்லை என்றும் தன்னால் சகித்துக்கொள்ள முடியாத கஷ்டம் என்றும் சொன்னாள்.

நாய் நம்மிடம் கொண்டிருக்கும் உறவை வெளிப்படுத்தக் கூட நாம்தான் அதற்குக் கற்றுக்கொடுக்கிறோம். இன்னபடி தான் செய்வேன் என்று அது சொல்வதில்லை.

இந்த விஷயம் அவளுக்கும் தெரிந்தது. அவளுடைய சிநேகிதி கறாச்சிப் பசுவின் கற்றுக்குட்டிபோல் ஒரு நாயை வைத்துக்கொண் டிருந்தாள். அடுக்குமாடிக் கட்டடம் ஒன்றில் அந்தக் குடும்பம் குடியிருந்தது. அவளுடைய கணவருக்கும் அவளுக்கும் ஒரே பையன். முன்பின் தெரியாதவர்கள் விசாரித்தால் இரண்டு குழந்தைகள் என்பார்கள். அப்படிச் சொல்வதற்கான தகுதி அவர்களுக்கு இருந்தது. ஸ்கவுட்டைக் குழந்தை மாதிரிதான் பார்த்துக்கொண்டிருப்பார்கள். டாக்டர் ராமநாதன் வெளியே புறப்பட்டடால் அது கார் சாவியை எடுத்துக் கொண்டுபோய்க் கொடுக்கும். செருப்பைத் தூக்கிக் கொண்டுபோய்க் கொடுக்கும். தன்னையும் அழைத்துப் போக வேண்டும் என்று பிடிவாதம் பிடிக்கும். லிஃப்ட்டில் கூடவே இறங்கிப் போகும். ஆனால் அவர் டை கட்டிக்கொண்டு புறப்பட்டால் அது அவர் பக்கமே வராது. தொலைவில் படுத்து அவரையே பார்த்துக்கொண் டிருக்கும். அதற்கு அவர்கள் வீட்டில் சைவ உணவுதான்.

இவர்களுடன் கமலாவுக்குப் பழக்கம் ஏற்பட்ட பின் நாய்களை மனதிற்குள் நேசிக்கும் குணம் அவளுக்கு வந்தது. எவ்வளவு அற்புதமான ஜீவன் என்று சொன்னாள். ஆனால் அவளால் தீர்த்துக்கொள்ள முடியாத பிரச்சனையும் இருந்தது. நாய்கள் தன்னை முகர்ந்து பார்ப்பதைத் தன்னால் சகித்துக் கொள்ள முடிவதில்லை என்றாள்.

அருவருப்பாய் இருக்கிறதா என்று கேட்டேன். அதன் மூக்கில் இருக்கும் ஈரம் என்றாள். அந்த ஈரம்தான் அவளுக்குப்

பிடிக்கவில்லை. ராமநாதனிடம் சொன்னேன். முகராமல் இருக்க நாய்க்குக் கற்றுத்தர முடியாது. அப்படியே கற்றுத் தந்தாலும் அது இறந்துபோய்விடும். தன்னைப் பாதுகாத்துக் கொள்ள அதற்குத் தெரியாமல் போய்விடும். அத்துடன் மூக்கில் துளிர்க்கும் ஈரத்தை வற்ற வைக்க முடியாது. கூடவும் கூடாது என்றார்.

அப்பேர்ப்பட்ட கொடுமையையெல்லாம் நான் செய்யச் சொல்லவில்லை என்றாள் அவள்.

நாய்க்குட்டி கால்பந்தாட்ட மைதானத்தில் இறங்கியிருந்தது. மைதானத்தில் இறங்கக் கட்டப்பட்டிருந்த படிகளைப் பார்த்து விட்டு அது நகர்ந்துவிட்டது. தனக்கு என்ன என்ன தெரியும், என்ன தெரியாது என்பதைப் பற்றிய உணர்வு அதற்கு இருக்கிறது போலிருக்கிறது. அது படியைத் தவிர்த்துவிட்டுத் தென்பக்கம் சென்றது. அது ஒரு சிறு சரிவு. மெல்ல வழியும் சரிவு. நாய்க் குட்டிக்கு அது சரிவு என்ற பிரக்ஞையில்லை. அது ஒரு நிமிஷம்கூட ஓய்வெடுத்துக்கொள்ளாது அசைந்துகொண்டே இருந்தது. அதன் குறிக்கோள் என்ன என்பதோ அதன் தேடல் எதற்கு என்பதோ இந்த முடுக்கங்கள் அதன் உடலின் எந்தப் பகுதியிலிருந்து அதிர்வுகளாக வெளிப்படுகின்றன என்பதையோ என்னால் நிதானிக்க முடியாமல் இருந்தது. உண்மையில் பெரும் ஆபத்தில் அது இருக்கிறது. எத்தனை விதமான சோதனைகள் என்பதை என்னால் கற்பனை செய்து பார்க்க முடியவில்லை. முன்கூட்டிப் பாதுகாப்புத் தேடிக்கொள்வதற்காக நாம் விபத்துக் களைப் பலவிதத்தில் கற்பனை செய்து பார்த்தாலும் நாம் கற்பனை செய்து பார்க்காத ஒரு விபத்தில் சிக்கிக்கொண் டிருக்கிறோம். தன் இருப்பு நிராயுதபாணியான அபிமன்யுவின் நிலை என்பது அதற்குத் தெரியாது. ஒருவர் என் பக்கத்தில் வந்து நின்றார். என்னுடைய கவனத்தால் கவரப்பட்டவர் அவர். என் பார்வை வழியாக நாய்க்குட்டி நகரும் இடம் அவருக்குத் தெரிந்துவிட்டது. தாயில்லையோ என்று கேட்டார். மிகப் பிரதானமான கேள்விக்கு அவர் நேரடியாக வந்திருந்தார். இவர்கள் மீது வியப்பும் எரிச்சலும் எனக்கு இருந்தன. நான் அதிக அக்கறை தந்து பதில் சொல்ல வேண்டாமென்று யோசித்துக்கொண்டிருந்தபோது நாலாபக்கமும் தலை அதிகம் அசையாமல் சுற்றிப் பார்த்து எங்கும் விரிந்து கிடந்த செம்மண் பரப்பின் வெறுமையை நிதானித்துக்கொண்டு, கழுகு, கருடன் தூக்கிட்டுப் போயிரும் என்றார். உணர்ச்சியின் வாசனைகூட இல்லாமல் இதைச் சொன்னார்.

கீழிறங்கி வந்துகொண்டிருந்த சரிவு மேடுபள்ளமில்லாமல் கால்பந்தாட்ட மைதானத்தில் கரைந்துகொண்டிருந்தது. தெற்கே

பார்த்துப் போய்க்கொண்டிருந்த நாய்க்குட்டி தன்னுணர்வு இல்லாமல் வலது புறம் திரும்பி மைதானத்திற்குள் இறங்கிச் சென்றது. இப்போது அதன் தள்ளாட்டம் குறைந்திருந்தது. இவ்வளவு தூரம் நடந்ததிலேயே பல விஷயங்களைக் கற்றுக் கொண்டுவிட்டதா? அரை மணி நேரத்தில் தன் தத்தளிப்பையும் தள்ளாட்டத்தையும் அதனால் விரட்டியடிக்க முடிந்துவிட்டதா?

பள்ளியின் முன் ஒரு ஜீப் வந்தது. அதிலிருந்து போலீஸ் உயர் அதிகாரிகள் இறங்கினார்கள். நான் என் கடிகாரத்தைப் பார்த்தேன். ஏழு மணிக்கு ஐந்தாறு நிமிஷங்கள் இருந்தன. இரு சக்கர வாகனங்களில் வினாடிகள் இடைவிட்டுப் பெண் போலீஸாரும் ஆண் போலீஸும் பள்ளிக் கட்டடத்திற்குள் நுழைந்துகொண்டிருந்தனர். இரண்டு சாரிகளிலும் மரங்கள் நின்றுகொண்டிருந்தன. ஒரு சாரியில் பெண் போலீஸார் தங்கள் வாகனங்களையும் எதிர்ச்சாரியில் ஆண் போலீஸார் தங்கள் வாகனங்களையும் நிறுத்திக்கொண்டிருந்தனர். ஏழு மணிக்குள் காவலாளிகள் தங்கள் வரிசையில் நின்று உத்தரவுக்காகக் காத்துக்கொண்டிருந்தார்கள். முதல் உத்தரவு வெளிப்படும் நிமிடத்திற்காகச் செவிகள் கூர்மைப்படுத்தப்பட்டுக்கொண் டிருப்பதுபோல் தோன்றியது.

நாய்க்குட்டி நேராக அந்த இடத்தைப் பார்க்கப் போயிற்று. இப்போது அதன் நகர்வில் அர்த்தமும் பொருளும் வெளிப் பட்டன. மனித வாடை அதைக் கவருகிறது என்று நினைத்துக் கொண்டேன். பூமியின் கெட்டித்தன்மையைச் சோதிப்பது போன்ற பூட்ஸ் கால்களின் முட்டல்களில் வெளிப்படும் சத்தங் களையோ, போலீஸ் அதிகாரியின் உரத்த குரல்களில் வெளிப் படும் கூப்பாடுகளையோ அது பொருட்படுத்தியதாகவே தெரிய வில்லை.

நடக்க வந்தவர்கள் எல்லோரும் பிரிந்து போயிருந்தனர். பிந்தி நடக்க வந்தவர்கள் காவலாளிகளின் மேலே படுகிற காற்று தம்மீது படிய வேண்டாம் என்பதுபோல் விலகி, பள்ளிக் கூடக் கட்டடத்தைச் சுற்றி வந்துகொண்டிருந்தார்கள். மிகப் பெரிய மைதானத்தின் மையத்தில் நீள் சதுரத்தில் போலீஸ் அணிவகுப்பு. அவர்களின் பின்பக்கத்தை நோக்கி விரைந்துகொண் டிருக்கும் நாய்க்குட்டி. தண்ணீர்த் தொட்டியில் அமர்ந்தபடியே நான் பார்த்துக்கொண்டிருந்தேன்.

நாய்க்குட்டி மிக மோசமான ஆபத்தை நோக்கி விரைவது போல் பட்டது. காவலாளிகள் பற்றி எனக்குக் கொஞ்சமும் நல்லெண்ணமில்லை. அவர்களைக் கடின சித்தம் கொண்டவர்கள் என்றும் சாதகமான சூழல் அமைந்தால் எந்தக் குற்றத்தையும் செய்வார்கள் என்பதும்தான் என் எண்ணமாக இருந்தது.

பள்ளியில் ஒரு நாய்க்குட்டி

சமூக அக்கறை கொண்ட என் நண்பர்களும் அப்படியேதான் கருதினார்கள். ஆனால் ஏதோ ஒரு சந்தர்ப்பத்தில் – அந்தச் சந்தர்ப்பம் எப்பேர்ப்பட்டதாக இருக்கும் என்பது பற்றி என்னால் யோசிக்க முடியவில்லையென்றாலும் – அவர்கள் கண்ணியமாகவும் கருணையுடனும் நடந்துகொள்வார்கள் என்று என் மனதில் தோன்றிக்கொண்டிருந்தது. இந்த எண்ணத்தை நான் என் நண்பர்களுடன் பகிர்ந்துகொள்ளவில்லை. நான் சொல்வது உண்மையாக இருக்கக்கூடுமென்று அவர்களுக்குத் தோன்றினாலும் என் கூற்றை மறுத்து என்மீது முத்திரை குத்துவதுபோல் ஏதாவது சொல்வார்கள் என்று நான் பயந்தேன். சுதந்திரத்தின் பரிபூர்ண வெளி என்று நாம் கற்பனை செய்துகொள்கிற இடங்களில்கூட மௌனமான ஒடுக்குமுறைகள் இருக்கின்றன.

காவலாளிகளுக்கும் குட்டி நாய்க்குமான சந்திப்பும் அதைத் தொடர்ந்த உறவும் காவலாளிகளைப் பற்றி நான் கருதும் அபூர்வ சந்தர்ப்பம் சார்ந்தே இருக்குமென்று எனக்குத் தோன்றியதால் எந்தப் பதற்றமும் இல்லாமல் இருந்தேன்.

காவலர்களின் கவனமும் கவனமின்மையும் என்னை ஆச்சரியத்தில் ஆழ்த்தின. உத்தரவு பிறப்பிப்பவர்களும் அதை நொடிக்குள் காதில் வாங்கித் தன் உடலில் அமைந்திருந்த ஏதோ ஒரு பொறியைத் தட்டி அணிவகுப்பு அசைவுகளையும் சீரான, ஒன்றில் மற்றொன்று கலந்துவிடுகிற, எல்லாம் ஒன்றாகிவிடுகிற பூட்சின் ஓசையையும் நொடிகளுக்குள் உருவாக்குவதில் அவர்கள் மிகவும் கவனமாக இருந்தார்கள். இரண்டு பூட்சுக் காலின் வரிசைக்குள் நாய்க்குட்டி நிதானமாகச் சென்றுகொண்டிருந்தது. இதை ஒரு கதை என்று கருதுகிறவர்கள் தங்களுடைய தர்க்க அறிவு சார்ந்து அது எப்படிச் சாத்தியம் என்று கேட்பார்கள். படைப்பின் நுட்பங்கள் தமக்கும் கைவசப்பட்டு நிற்கின்றன என்பதில் அவர்களுக்கு உற்சாகம் இருக்கும். ஆனால் இது கதை அல்ல. உண்மையில் நடந்த சம்பவம். பார்க்க நேர்ந்ததை அப்படியே எழுதுகிறேன். நாய்க்குட்டி பூட்ஸுகளின் வரிசையில் நகர்ந்து முன்பக்கப் போலீஸ் அதிகாரியைப் பார்த்துப் போய்க்கொண்டிருந்தது.

நான் வீட்டுக்குப் புறப்பட்ட பாவனையை யாருக்காக மேற்கொள்கிறேன் என்பது தெரியாமல் படியிறங்கி வந்து கால் பந்தாட்ட மைதானத்தின் தெற்குச் சுவரையொட்டி 'கோல்' கம்பங்களைத் தாண்டி அடுத்த மைதானத்திற்கு இறங்கும் படிக்கட்டில் மூன்று படிகள் இறங்கி, அகலப் படிகளின் ஓரம் சமச்சீராக இருந்த சிமிண்டுத் திண்ணையில் உட்கார்ந்தேன். அப்போது நாய்க்குட்டி படியோரம் வந்திருந்தது. அந்த நிமிஷம் வரையிலும் எந்தக் காவலரும் கவனித்திருக்கவில்லை. எவர்

முகத்திலும் ஆச்சரியமோ புன்னகையோ தோன்றவில்லை. படியை ஒட்டி நாய்க்குட்டி இருந்தது. அதனால் முதல் படியை ஏற முடியாது. இன்னும் சிறு நேரத்தில் அது மிகவும் சோர்ந்து விடும். அன்று காலை அதன் தாய் அதுடன் இருந்ததா? பிரசவம் எங்கு நடந்தது, எத்தனைக் குட்டிகள்? இது மட்டும் எப்படித் தனிமைப்பட்டு ஒதுங்க முடியும்? தாய் நாய் இனிமேல் வரவே வராதா? அப்படியானால் இதன் கதி என்ன? இப்போது நான் என்ன செய்ய வேண்டும்? எல்லாப் பிரச்சனைகளும் காலத்தின் நீட்சியில் முடிந்துபோகின்றன. ஒரு சிலவற்றுக்குத் தீர்வு, வேறு சிலவற்றிற்கு முடிவு. எது இந்தக் குட்டியின் மீது கவியப் போகிறது.

நாலைந்து பையன்கள் வெளிச் சுவரைத் தாண்டிப் பள்ளிக்குள் நுழைந்துகொண்டிருந்தார்கள். ஏழாவது வகுப்பு அல்லது எட்டாவது வகுப்புப் படிக்கும் பையன்கள். குளித்து விட்டுத் தலையை எண்ணெய் போட்டுச் சீவி நெற்றியில் சந்தனப் பொட்டுடன் அம்சமாக வந்துகொண்டிருந்தார்கள். எல்லோருக்கும் ஒரே மாதிரி வெள்ளை அரைக்கைச் சட்டை. காக்கி அரை நிஜார். முதுகில் தொங்கும் பை.

நான்கு பேரும் நின்று நாயைப் பார்த்தார்கள். அவர் களிடம் மிகுந்த சந்தோஷம் வெளிப்பட்டது. சிரிப்பில் உதடுகள் பல் தெரிய விரிந்திருந்தன. மூன்று பையன்கள் தலையைத் திருப்பிப் பார்த்தபடியே நடந்து சென்றுவிட்டார்கள். ஒரே ஒரு பையன் மட்டும் நின்றுகொண்டிருந்தான். நாய் மீது தோழமை உணர்வு கொண்டவன் மட்டுமல்ல, நாய்களைத் தொட்டு எடுத்துக் குளிப்பாட்டி உணவு தந்தவனாகத்தான் அவன் இருக்க வேண்டும்.

நான் விசாரித்தபோது அவன் தன் பெயரைச் சொன்னான். வீடு கல்படித் தெருவில் என்றான். அதன் தாய் எங்கு என்றோ, உடன்பிறப்புகளிடமிருந்து தனியாக இது இங்கு வந்து மாட்டிக் கொண்டது எப்படியென்றோ அவன் யோசிப்பது மாதிரி தெரியவில்லை.

வீட்டுக்குப் போய் ஒரு பையை எடுத்துக்கிட்டு வாறேன் என்றான். புரியாத பாவனையில் நான் அவன் முகத்தைப் பார்த்தபோது, கொண்டுபோக என்றான். நான், எதுவும் சாப்பிட்டிருக்கும் என்று தோன்றவில்லை என்று சொன்னேன். ஒரு பாட்டிலில் பாலும் கொண்டு வருகிறேன் என்றான். போய்விட்டு வர வேண்டும் என்றேன்.

ஒரு நொடியில் என்று சொல்லிவிட்டுக் குத்துக்கால் போட்டு உட்கார்ந்துகொண்டான். அவனுக்கு நாயை லாவகமாகத்

தூக்கத் தெரிந்தது. அவன் கைகளில் இருந்த இதம் நாய்க் குட்டிக்கு ஆறுதலைத் தருவதுபோல் தோன்றியது. நாய்க்குட்டி தன் சிறிய தலையை மேலே பார்க்க, ஆகாசத்தையோ அல்லது மரங்களின் கிளைகளையோ பார்ப்பதுபோல வைத்துக்கொண் டிருந்தது. முகம் அழகாக இருந்தது. கண்மணிகளில் ஒளி தோய்ந்த ஈரத்தின் பிரகாசம் தெரிந்தது. மாணவன் தனது வலது கையால் அதன் நெற்றியிலிருந்து வால் மட்டும் கீழ் நோக்கித் தடவித் தந்துகொண்டிருந்தான். யாருக்கும் தெரி யாமல் கொண்டு போக வேண்டும் என்றான். நாய்க்குட்டியை ஒரு ஓரத்தில் விட்டான்.

என்னைப் பார்த்தான். அவன் மனதில் ஓடும் கேள்வி எனக்குத் தெரிந்தது. நான் பதில் சொல்லவில்லை. என்னிடம் கேட்கத் தயங்கிய கேள்வியுடன் அவன் படியிறங்கி ஓடினான்.

நான் கைக்கடிகாரத்தைப் பார்த்தேன். அன்று காலை நான் முடிக்க வேண்டியிருந்த வேலைகளைப் பற்றி யோசித்தேன். தலைக்கு மேல் இருந்தன. சற்றுத் தள்ளிப் போட்டு வேலையைத் தொடங்கினால் எல்லாவற்றையும் எப்படி முடிக்கலாம் என்று யோசித்தேன்.

உங்களைத் தேடிட்டுத்தான் வந்தேன்; அம்மா அனுப்பி னாங்க என்ற பேச்சுக் கேட்கவும் மரத்தடியைப் பார்த்தேன். தங்கம் நின்றுகொண்டிருந்தாள். சற்றுப் பிந்தி வருவேன் என்று சொல்லு என்றேன்.

உங்களுக்கு ஒரு போன் வந்திட்டிருக்காம். அவசரமாம் என்றாள்.

நான் படிக்கட்டிலிருந்து இறங்கித் தெருவுக்கு வந்தேன். வெயில் என் நெற்றியைத் தாக்கி என் கண்களைக் கூச வைத்தது.

மறுநாள் நான் நடக்கச் சென்றபோது பள்ளியின் வாசலில் சில அடிகள் தள்ளி அந்த நாய்க்குட்டி இறந்து கிடப்பதைப் பார்த்தேன். அன்று அந்தப் பையனைச் சந்திக்க வேண்டாம் என்று தோன்றியது.

〇

சாத்துவதும் திறப்பதும்

நாங்கள் படிக்கிற காலத்தில் அப்துல் அலி ஒரு புகழ் பெற்ற ஆசிரியர்போல் எங்களுக்கெல்லாம் பிரியமானவராக இருந்தார். பெண்களும் தங்கள் பென்சில்களைச் சீவ அவரிடம் தரலாம் என்று அன்றைய தலைமையாசிரியர் உத்தரவு போட்டது ஒரு புரட்சிகரமான காரியமாகப் பேசப்பட்ட காலம். நல்ல நல்ல குடும்பங்களிலிருந்து பள்ளிக்கூடத்திற்கு வருகிற பெண் குழந்தைகளைத் தலைமையாசிரியர் கெடுத்துவிட்டு நிற்பார் என்றுகூட ஆசிரியர்கள் குறை சொன்னார்கள். ஆனால் எல்லா ஆசிரியர்களுக்குமே அப்துல் அலி எவ்வளவு உயர்ந்த குணம் கொண்டவர் என்பது தெரியும். தலைமையாசிரியரைக் குறை சொல்ல ஒரு சந்தர்ப்பம் கிடைத்ததற்காக அப்படி அவர்கள் சொன்னார்கள்.

நான் பள்ளியில் சேர்ந்த முதல் நாளே இடைவேளைக்கு மணியடித்து வெளியே வந்தபோது அப்துல் அலியைப் பார்த்தேன். அப்போது இளமை ததும்ப சிறிய பெட்டியுடன் தலையில் குல்லாவுடன் இருந்தார். பல குழந்தைகளும் அவரைப் பார்க்க ஓடினார்கள். அலி ஒரு முக்காலியின் மீது உட்கார்ந்துகொண்டிருந்தார். தரையில் நாளிதழின் தாள் விரிக்கப்பட்டிருந்தது. அது காற்றில் பறக்காமல் இருக்க முக்காலியின் கால்களை அதன் மீது ஏற்றி வைத்துக்கொண்டிருந்தார். கூடையில் கூர்மையான கத்தி. விளிம்பில் வெயிலின் பிரகாசம் தெறித்துக்கொண்டிருந்தது. பென்சில் சீவிச் சீவி கை மிகுந்த லாவகம் பெற்றிருந்தது. ஒரு நொடியில் எந்தப் பிசிறும் இல்லாமலும் பென்சிலின் முனை அதிகம் நீண்டு விடாமலும் குறைந்துபோய்விடாமலும் வெட்டித் தந்த வண்ணமிருந்தார். சீவி வாங்கிக்கொண்ட பையன்களில் சிலர் பென்சிலின் முனையை உதட்டில் லேசாக அழுத்திக் கூர்மை பார்த்தார்கள். சிலர் மேலும் கூர்மை செய்து

வாங்கிக்கொண்டார்கள். பையன்கள் கலைந்ததும் ஒதுங்கி நின்ற மாணவிகள் வரத் தொடங்கினார்கள்.

அப்துல் அலி பெரிய பாக்கியசாலி என்றோர் எண்ணம் பொதுவாகப் பையன்கள் மத்தியில் இருந்தது. என்ன அருமையான வேலை. காலையில் வந்ததும் கத்தியைக் கூர் செய்து கொள்ள வேண்டும். அதற்கு அவர் உடைந்துபோன ஸ்லேட்டின் ஒரு துண்டை வைத்திருந்தார். எல்லாக் காரியங்களையுமே நேர்த்தியாகச் செய்வதில் அவருக்கு அபாரமான நம்பிக்கை இருந்தது. ஸ்லேட்டுத் துண்டை வெள்ளை வெளேர் என்ற துண்டுத் துணியில் சுற்றிவைத்திருப்பார். அதிகமாகப் பேசும் குணம் அவரிடமில்லை. பென்சிலை வாங்கியதும் அதைத் தந்த மாணவனின் முகத்தைப் பார்த்துச் சிரித்தபடியே தலையைக் கவிழ்த்துக்கொள்வார். ஒரு நாள் அவர் என் பெயரைச் சொல்லி, ஏன் இரண்டு மூன்று நாட்களாகக் காணவில்லை என்று கேட்பார். அப்போதுதான் அவருக்கு என் பெயர் தெரியும் என்பது தெரிந்தது. மாணவர்கள் பலரும், அந்தப் பள்ளியில் எல்லாப் பையன்களின் பெயரும் அவருக்குத் தெரியும் என்றார்கள். பேனாவால் எழுதும் உயர்நிலைப் பள்ளி மாணவர்களுடன் அவருக்கு எந்தத் தொடர்பும் இருக்கவில்லை. அவர்களது வகுப்புகள் முதல் மாடியில் இருந்தன. மாடிக்குச் செல்லும் ஏணிப்படிகளின் பக்கவாட்டுச் சுவரில் முதுகைச் சாய்த்தபடிதான் அப்துல் அலி பென்சில் சீவ உட்கார்ந்துகொண்டிருப்பார். எல்லோருடைய வேலைகளைவிடவும் மிகவும் விரும்பத்தக்க வேலையில் அலி இருப்பதுபோல் எல்லா மாணவர்களுக்கும் தோன்றியது. அவருடைய வேலையில் ஒரு கனவு அம்சம் இருப்பதாகத் தோன்றியது. முனை தேய்ந்து கை அழுக்குப் பட்டு கருமை படர்ந்து கிடக்கும் முனை வெளிப்படும் சாய்ந்த பகுதி அவரது முதல் சீவலில் தூய்மையாக வெளிப்படுவது ஆச்சரியமாக இருந்தது. அடுத்த சீவலுக்காக பென்சில் தானாக உருண்டுகொடுப்பதுபோல் இருந்ததே தவிர அலிதான் அதை உருட்டுகிறார் என்ற உணர்வே நமக்கு ஏற்படுவதில்லை. விரல்களுக்கும் பென்சில்களுக்குமான உறவு இவ்வளவு குழைவாக அமைவதுதான் வாழ்க்கையின் இறுதி லட்சியமாக இருந்தது. ஏன் ஆசிரியர்களுக்கு இவரது அருமை தெரியவில்லை. ஒரு சந்தர்ப்பத்தில்கூட இவரைப் பற்றி எங்கள் வகுப்பிற்கு வந்துகொண்டிருக்கும் ஒரு ஆசிரியரும் மறந்தும் ஒரு வார்த்தை கூடச் சொன்னதில்லையே. அவ்வாறு ஒருவர் ஒவ்வொரு நாளும் பள்ளிக்கு வந்துகொண்டிருப்பதும் அவருடைய கண்ணியமான தோற்றமும் பேசாமலே தன் அன்பைப் பிறர்மீது காட்டத் தெரிவதும் அவரிடம் வந்து பென்சில் சீவிக்கொள்ளும் சகல மாணவ மாணவிகளுடைய பெயர்களையும் அவர் தெரிந்து

வைத்திருப்பதும் அவர்களைப் பற்றி அவசியப்படும்போது அவர் பரிவுடன் விசாரிப்பதும் என் ஆசிரியர்களுக்கு ஏன் தெரியாமல் போகிறது. அவர்கள் ஆளுக்கு ஒரு பேனாவை வைத்துக்கொண்டிருப்பது போன்ற துரதிருஷ்டம் வேறு எதுவும் அவர்களுக்கு இல்லை யென்றே எனக்குத் தோன்றுகிறது.

சீவல் முடிந்ததும் அலி எழுந்து நின்று தன் சட்டையில் படிந்திருக்கும் சீவல்களைத் தட்டிவிட்டுக்கொண்டு முக்காலியைப் பின்பக்கம் நகர்த்தி காகிதத்திற்கு வெளியே சிந்தியிருக்கும் சீவல்களைக் காகிதத்தில் பொறுக்கிப்போட்டு அந்தக் காகிதத்தைச் சுருட்டாமல் பொட்டலம் போட்டுக்கொண்டு போவது பார்க்க எவ்வளவோ நன்றாக இருக்கிறது.

நான் மேல்நிலை வகுப்பில் சேர்ந்து மாடியில் என் வகுப்பறை என்றான பின் அலியைப் பார்ப்பதற்கான வாய்ப்பு எனக்குக் குறைந்துபோய்விட்டது. எட்டாவது வகுப்புவரை நான் பென்சிலால்தான் எழுத வேண்டும் என்றும் பேனாவால் எழுதக் கூடாது என்றும் எந்த அளவுக்கு ஆசிரியர்கள் கண்டிப்பாகச் சொன்னார்களோ அந்த அளவுக்கு ஒன்பதாவது வகுப்பிற்குச் சென்றதும் நான் பேனாவால் எழுத வேண்டும் என்றும் பென்சிலைப் பயன்படுத்தக் கூடாது என்றும் கண்டிப்புச் செய்திருந்தார்கள். எப்போதாவது அவரைத் தாண்டிப் போகிற போது எங்களுக்கும் தனக்குமே இவ்வளவு சந்தோஷத்தை ஏற்படுத்திக்கொண்டிருந்த அலியைப் புதிய ஹெட்மாஸ்டர் வந்தபோது – அவரது மனதில் என்னென்ன சிந்தனைகள் ஓடினவோ – அலியை அவருடைய வேலையிலிருந்து தூக்கி வேறு வேலைக்குப் போட்டார்.

அத்துடன் மாணவ மாணவிகளுக்குப் பென்சில் சீவிக் கொடுக்கத் தனி ஆள் தேவையில்லையென்றும் அவ்வாறான ஏற்பாடு எந்தப் பள்ளியிலும் இல்லையென்றும் சொல்லிவிட்டார். அப்துல் அலி எந்த வேலைக்கு மாற்றப்பட்டார் என்பது எனக்கோ என் நண்பர்களுக்கோ தெரியவில்லை. எப்போதாவது பார்க்கிறபோது அலியிடம் கேட்பதற்குத் தயக்கமாக இருந்தது. அவருடைய தோற்றத்தில் ஏற்பட்டிருந்த மாற்றம் காரணமாகத் தான் எனக்குக் கேட்கத் தயக்கம் வந்தது. அவருடைய முகம் வாடி வதங்கிப் போயிருந்தது. ஆடை உடுத்திக்கொள்வதிலும் முன்னால் இருந்த கவனத்தை அவர் இழந்துவிட்டதுபோல் பட்டது.

நான் பத்தாவது வகுப்புத் தோற்றதும் என் படிப்பு நின்றது. நான் வெளியூருக்குப் போனேன். பின்னால் இடைவிடாது நான் எதிர்கொண்டுவந்த மேடு பள்ளங்களில் என் வாழ்க்கை சீர் குலைந்து போய்விட்டது. நான் பிறந்த ஊரைப் பற்றிய

ஞாபகம் அநேகமாக எனக்கு இல்லாமல் ஆகிவிட்டது. என் மனதில் ஆழமாக இடம் பிடித்திருந்த பள்ளியும் என் மனதில் மங்கலாகிப் பின்னகர்ந்து போய்விட்டது. நண்பர்களைக்கூட மறந்தேன். முகம் நினைவிருந்த நண்பர்களின் பெயர்களை நினைவுபடுத்திக்கொள்ள முடியாதது சில சந்தர்ப்பத்தில் சங்கடத்தைத் தந்தது. பல வருடங்கள் நான் ஊருக்குப் போய்த் தங்கவே இல்லை. அப்படியே ஒரு குடும்ப அவசரத்தை முன் னிட்டோ, உறவினர்களின் திருமணத்தை முன்னிட்டோ ஊர் சென்றாலும் ஒன்றிரண்டு நாட்களுக்கு மேல் தங்கவே கூச்சமாக இருந்தது. உறவினர்களுடையவோ அக்கம்பக்கத்தில் வசிப்பவர் களுடையவோ முகங்களை ஏறிட்டுப் பார்க்கவே கூச்சமாக இருந்தது. அவர்கள் வேலை பற்றிக் கேட்பார்கள், என் வாழக்கை அந்தஸ்தைத் தெரிந்துகொள்ள நேரடியாகவோ மறைமுக மாகவோ கேள்விகள் எழுப்புவார்கள். என் வாழ்க்கை ஒரு முழுத் தோல்வி. என்னைப் போல் செக்குமாட்டின் வேலை பார்ப்பதைவிடவும் பிறக்காமல் இருப்பது எவ்வளவோ மேல். சோர்ந்து போன மனங்களை மிக நாசூக்காக மேலும் சோர்வை யடையச் செய்யும் ஆற்றல் சிலருக்கு இயற்கையாகவே கூடி வந்திருக்கிறது என்று சொல்ல வேண்டும். அவர்களைச் சந்திக்க நேர்ந்தால் தொய்ந்து போய்விடும் நம் மனம். கொஞ்சம் தெம்பு பெற்று மீண்டும் பிணம்போல் நாம் நடமாடவே பல நாட்கள் பிடித்துவிடலாம்

வெளியூரில் கடன் தொல்லை பொறுக்க முடியாமல் ஆன போது ஊருக்கு வந்தேன். சொந்த ஊரில் இன்னும் சிக்கன மாகக் குடியிருக்க முடியுமென்று பட்டது. மனசு சோர்ந்து போயிருந்த ஒரு சாயங்காலம் பள்ளிக்குள் நுழைந்தேன். பள்ளி தோற்றத்தை இழந்துவிட்டது. கேட்டில் நுழைந்ததுமே தெரிந்தது. இடிதாங்கியுடன் இருக்கும் உச்சிக் கோபுரம் வர்ணம் வெளிறிப் பல நூற்றாண்டுகளுக்கு முற்பட்டதாகக் காட்சி அளித்தது. கோபுரத்தின் மீது காற்றடிக்கும் திசைகளைக் காட்டும் அம்புக்குறியின் முன்பக்கத்தைக் காணவில்லை. பின் பக்கத்துப் பகுதி மொட்டையாகச் சுற்றிக்கொண்டிருந்தது. படிகள் பழுது பார்க்கப்பட வேண்டிய நிலையில் இருந்தன. நாங்கள் மரக்குரங்கு விளையாடிய பலா மரத்தையே காண வில்லை.

வராண்டாவில் உட்கார்ந்து படிக்கட்டுக்களில் காலை வைத்துக்கொண்டு உட்கார்ந்திருந்தேன். கதவைச் சாத்துவதும் பூட்டுவதுமான சத்தம் கேட்டது. திரும்பிப் பார்த்தேன். வராண்டா வில் வந்துகொண்டிருந்தவரின் முகச்சாடை மனதில் நிழலாடி யது. நீங்கள் அப்துல் அலிதானே என்றேன். ஆமாம் என்ற அர்த்தத்தில் தலையை அசைத்தார். அவர் முகத்தில் சிறிதும்

வியப்பு ஏற்படவில்லை. பழைய மாணவர்கள் இப்படி விசாரிப்பது அவருக்குப் பழக்கப்பட்டுப்போயிருக்க வேண்டும். நான் இந்தப் பள்ளியில் பழைய மாணவன். அப்போது நீங்கள்தான் பென்சில் சீவித் தருவீர்கள். நான் அதை மறக்கவே இல்லை. யாராவது தன்னுடைய பணியை நேர்த்தியாகச் செய்து முடிக்கும்போது எனக்கு உங்கள் நினைவு வரும் என்றேன். முகத்தில் அவரறி யாமலே தோன்றிய புன்னகைகூடப் பாதியில் சுருங்கிப்போய் விட்டது போலிருந்தது. அவருடன் பேசிப்பார்க்கலாமே என்று தோன்றியது. என்னைப் போலவே அவரும் மனச்சோர்வுக்கு ஆளாகியிருப்பதுபோல் பட்டது. என்னால் முடிந்த அளவுக்கு அவருக்கு நம்பிக்கையூட்டிப் பேச வேண்டும் என்று நினைத்துக் கொண்டேன். இவ்வாறு பேச நேர்ந்த சந்தர்ப்பங்களில் கேட்பவர் நம்பும்படி பல கற்பனைகளைச் சேர்த்துக்கொண்டு பேசுவேன். ஆனால் நான் பேசுவதைப் பொய் என்று முழுமையாகத் தள்ளிவிட முடியாது. மனிதனுடைய சங்கடத்தையும் ஒரு பொறியில் சிக்கிக்கொண்டு அவன் படும் அவஸ்தையையும் சற்று மிகைப்படுத்திச் சொல்லலாம். ஆனால் அந்த மிகை களையும் தாண்டித்தான் பலருடைய வாழ்க்கையும் அமைந் திருக்கிறது

என்னை அறியாமலே அலியின் பின்னால் நான் போய்க் கொண்டிருந்தேன். அவர் ஒவ்வொரு அறையாகப் போய்க்கொண் டிருந்தார். ஒவ்வொரு அறையிலும் ஆளுயரத்திற்கு இருந்த சன்னல்களில் கண்ணாடிக் கதவுகள் பொருத்தப்பட்டிருந்தன. அவை பெரும்பாலும் உடைந்திருந்தன. வேலைநிறுத்தம் என்று வந்துவிட்டால் பையன்கள் ஜன்னல் கண்ணாடிகளைத்தானே முதலில் உடைப்பார்கள். சுவரோடு கிடந்த டெஸ்கில் ஏறி ஜன்னல்களில் அடிச் சட்டத்தில் கால் வைத்தேறிக் கதவு களைச் சாத்த வேண்டும். அதன் பின் தாழ்களைப் போட வேண்டும். கீழே இருந்து தாழ்போட வசதியாக ஒவ்வொரு தாழும் மூன்றடி நான்கு அடி நீளமாக இருந்தது. சாத்திய கதவுகளின் தாழ்களை அடிச்சட்டத்திலிருந்த குழியில் இறக்குவது சிரமமாக இருந்தது. சிறிய இரும்புச் சுத்தியல் ஒன்றை வைத்து அதைத் தட்டினார். இறங்கவில்லை. பொடி மணல் அந்தத் துவாரங்களை அடைத்துக்கொண்டிருந்தது. மிகப் பெரிய செவித் தொரண்டி மாதிரி ஒரு ஆயுதம் வைத்துக்கொண்டிருந்தார் அவர். நீளமான கரண்டியுடையது போலிருந்தது அதன் பிடி. அதால் மண்ணைத் தோண்டியெடுத்தார். அவருடைய சாக்குப் பைக்குள் இன்னும் என்ன என்ன ஆயுதங்களை வைத்துக் கொண்டிருப்பாரோ தெரியவில்லை. கதவை இழுத்துச் சாத்தியதும் மறு கதவில் பூட்டியிருந்த பூட்டைத் திறந்து அதைத் தாழ்ப்பாளில் கோர்த்துப் பூட்டினார். பூட்டுக்கள் சிலபோது சண்டித்தனம்

செய்யத் தொடங்கிவிடும். 'கையில் ஒரு பாட்டிலில் எண்ணெய் வைத்துக்கொண்டிருக்கிறேன். இப்படி நிறைய பிரச்னைகள் இருக்கின்றன. நீங்கள் இந்தப் படியில் உட்கார்ந்துகொண் டிருங்கள். வேலை முடியலாகிவிட்டது. கொஞ்ச நேரத்தில் வருகிறேன்' என்றார். நான் படியில் உடகார்ந்துகொண்டேன். அரை மணி நேரம் ஆயிற்று. முக்கால் மணி நேரமும் ஆகி விட்டது. மாடியில் அறைகள் தாண்டி ஜன்னல்களைச் சாத்தும் சத்தமும் கதவுகளைப் பூட்டும் சத்தமும் கேட்டுக்கொண்டே போயின. அந்தச் சத்தங்கள் தேய்ந்துகொண்டே வந்ததிலிருந்து அவர் கிழக்குப் பக்கம் நோக்கி அறைகளை அடைத்துக்கொண்டே போகிறார் என்று தோன்றியது.

அலி வந்து உட்கார்ந்ததும் எனக்கு மிகுந்த சந்தோஷம் ஏற்பட்டது. பழைய நினைவுகள் சார்ந்த காட்சிகள் மனதில் துளிர்த்தது காரணமாக இருக்கலாம். எனக்குப் பென்சில் சீவித் தந்த காலத்திலிருந்து இன்றுவரையிலுமான அவருடைய கதையைக் கேட்க வேண்டும் என்று பேச்சைத் தொடங்கினேன்.

'உங்கள் வேலை மாற்றப்பட்டதே அன்றிலிருந்து இந்த வேலையைத்தான் பார்த்துக்கொண்டிருக்கிறீர்களா?' என்று கேட்டேன்.

'ஆமாம். அன்றிலிருந்து இந்த வேலைதான்.' திடீரென்று தனக்கு இந்த வேலையைக் கொடுத்த போது அலிக்கு மிகுந்த ஏமாற்றம் ஏற்பட்டதாம். அவர் சொல்லிக்கொண்டே வந்த போது காலம் அவரை எப்படி உழுது போட்டுவிட்டது என்பது தெரிந்தது.

'இப்போது நாற்பது வருடங்களாக இந்த வேலையைத் தான் பார்த்து வருகிறேன்' என்று சொன்ன அலி தனது இரண்டு உள்ளங்கைகளையும் காட்டினார். இரண்டும் கறுப்பு மணி காய்ந்துபோய்க் கிடந்தன. பார்க்கவே கஷ்டமாக இருந்தது.

அவருடைய வேலை நேரம் பற்றிக் கேட்டுக்கொண்டிருந் தேன். காலையில் தனக்குப் பத்து மணிக்குப் போகலாம் என்றும் இரவுக் காவலும் தனக்குத்தான் என்றும் சொன்னார்.

'எத்தனை அறைகள் இருக்கும்?'

'கீழே நாற்பது அறைகள் இருக்கிறது. மேலே நாற்பது அறைகள். அறைக்கு இரண்டு ஜன்னல்கள், ஒவ்வொரு வாசல். சாயங்காலம் பையன்கள் போய் முடிந்ததும் ஐந்து மணிக்குப் பூட்டத் தொடங்குவேன். பூட்டி முடிப்பதற்கு மூன்று மணி நேரத்திற்குமேல் ஆகும். சமீபத்தில் கட்டிடத்தைப் புதுப்பிக்கவே இல்லை. அப்படியே கிடக்கிறது. வெயில் என்றால் வெயில்.

மழை என்றால் மழை. கூரையில் சில இடங்களில் கசிவு இருக்கிறது. நாற்பது வருடமாக அப்படியே இருக்கிறது. ஒரு ஜன்னலைக்கூடச் சுலபமாகச் சாத்த முடியாது. கதவுகளையும் சாத்துவது கஷ்டம். காலையில் இவை பூராவற்றையும் திறந்து விட வேண்டும். சில பூட்டுக்கள் சிக்கத் தொடங்கிவிடும். ரொம்பவும் சங்கடப்பட வேண்டியிருக்கும். அதனால் காலையில் எழுந்திருந்ததுமே வேலையை ஆரம்பித்துவிட வேண்டும். சாவிகளைக் காப்பாற்றுவது மிகக் கஷ்டம். பூட்டி வைத்துக்கொள்ள ஒரு இடத்தைக் கேட்டுக்கொண்டிருக்கிறேன். கிடைக்கவே இல்லை. நான் என்ன வேலை செய்கிறேன், அதில் எனக்கு என்ன சிரமங்கள் இக்கின்றன என்பது தலைமையாசிரியருக்குத் தெரியாது. ஒரு ஜன்னலைத் திறக்க முடியவில்லை என்றாலோ, ஒரு கதவைத் திறக்க முடியாமல் போய்விட்டாலோ பள்ளிக்கூடம் கதிகலங்கிப் போகும். ஒவ்வொரு நாளும் இரண்டு தடவை இதையே செய்கிறேன். எனக்குச் சிறிது ஓய்வோ, மாற்றமோ இருக்கும் வேலை ஒன்றைத் தாருங்கள் என்று தலைமையாசிரியரிடம் பல தடவை மனுக் கொடுத்திருக்கிறேன். பிரயோசனமில்லை. வேறு பியூன்கள் யாரும் இந்த வேலையை ஏற்றுக்கொள்ள மாட்டேன் என்கிறார். நான் வேலைக்குச் சேர்ந்த பின் ஒரு சில ஆண்டுகள் குழந்தைகள் முகங்களைப் பார்த்துக்கொண்டிருந்தேன். அநேகமாக எல்லோருடைய பெயரும் எனக்குத் தெரியும். அவர்களுடன் எனக்கு மானசீகமான ஒரு தொடர்பு இருந்தது.

(முற்றுப்பெறவில்லை)

கதைக்காக சு.ரா. எழுதிய குறிப்புகள்:

அலி தன் அனுபவங்களை எப்படி வெளிப்படுத்துவது என்பது ஒரு பிரச்சனை. நான் வரவேண்டுமா? அலி கூறுவது சம்பாஷணை வழியாக வெளியாக வேண்டுமா? அல்லது அந்த அனுபவத்தை நான் கூற வேண்டுமா?

ooo

இரு நண்பர்கள்

நானும் முருகேசனும் மிக நெருக்கமான நண்பர்களாக இருந்தோம். இரண்டு வயதே வித்தியாசமிருந்த என் மூத்த சகோதரரிடமிருந்த நெருக்கத்தைவிட முருகேசன் மீதுதான் நான் அதிகமான நெருக்கத்தை உணர்ந்தேன். முருகேசனுடன் பகிர்ந்துகொள்ள முடிந்ததை என்னால் என் அண்ணனுடன் பகிர்ந்துகொள்ள முடியாது என்பது என் மனதிற்கு நிச்சயமாகத் தெரிந்தது. நாங்கள் எங்களைப் பற்றியும் திரைப்படங்களைப் பற்றியும் எங்களுக்குத் தெரிந்தவர்கள் பற்றியும் ஊரைப் பற்றியும் பேசிக்கொண்டிருப்போம். ஒவ்வொரு நாளும் மாலை சந்திப்பது வழக்கமாகியிருந்தது. என் நண்பன் ஒவ்வொரு நாளும் வீட்டுக்கு வருவது என் தந்தைக்குப் பிடிக்கவில்லை. அந்த விஷயத்தை எங்களிடம் அவர் நேராகச் சொல்லியிருந்தால்கூட என்னால் சகித்துக்கொள்ள முடிந்திருக்கும். அவர் மறைமுகமாக நுட்பமான பல வழிகளில் வெளிப்படுத்தினார். தனக்குப் பிடிக்காத காரியங்களை மற்றொருவர் செய்கிறபோதோ அல்லது இயற்கையின் விதியால் அவை நடைபெறுகிறபோதோ வார்த்தைகளோ, சத்தங்களோ இன்றி எப்படி மனதினால் தன் வெறுப்பை வெளிப்படுத்த முடிகிறது என்பது எனக்கு ஆச்சரியமாகவே இருந்தது. இதற்கு அவசியமான கற்பனைகளை எப்படி எங்கிருந்து நாம் கற்றுக்கொண்டு விடுகிறோம் என்று யோசித்துப் பார்த்தபோது எனக்கு விடையெதுவும் கிடைக்கவில்லை.

என் அண்ணனிடம் இருந்தும் ஒரு செய்தியை என் மனம் உணர்ந்து தெளிவு பெற்றிருந்தது. அவனுடைய உணர்வுகள் என் தந்தையை நோக்கிச் சாய்ந்துகொண்டிருந்தன. அவனால் என் மனதையும் என்னை ஒத்தவர்களின் மனங்களையும் காலத்திற்கேற்றாற்போல் புரிந்துகொள்ள முடியும் என்ற என் நம்பிக்கையில் யதார்த்தமில்லை

சுந்தர ராமசாமி

என்பதை உணர்ந்தேன். என் மீது அவன் கொண்டிருந்த இடைவெளியின் விளைவே இது என்றும் என் தந்தை மீது கொண்டிருந்த நெருக்கத்தின் விளைவு அல்ல என்றும் என் மனம் என்னிடம் சொல்லிற்று. அவனை நான் திடீரென்று வெறுப்பது என் மனதிற்குச் சம்மதமில்லாமல் இருந்தது. இருந்தாலும் அவன் எனக்கு எதிராக வெளிப்படுத்திய மனோ பாவத்தை என்னால் பொறுத்துக்கொள்ள முடியவில்லை. இந்தச் செய்கையை நான் வெறுக்கத் தொடங்கினேன். இந்த வெறுப்பானது அவனது இந்தக் குறிப்பிட்ட குணத்தோடு நிற்காமல் அவன் மீதே படரத் தொடங்கிவிடக் கூடாது என்று நினைத்தேன். ஆனால் என் மனம் என் சம்மதம் பெறாமலே அப்படிப் படரும்படி செய்யும் என்பது என் மனதிற்குத் தெரிந்தது. ஏற்கனவே என் மூத்த சகோதரியுடன் என் உறவு முறிந்துபோயிருந்தது. பேச்சுவார்த்தைகள்கூட இல்லை. அவள் தன் மூத்த குழந்தையைப் பெற்றபோது அந்தக் குழந்தையைக் கூட நான் போய்ப் பார்க்கவில்லை. என் தாய் எவ்வளவோ சொன்னாள். உனக்காக இல்லையென்றாலும் உலகத்திற்காக வேனும் ஒரு உறவை வைத்துக்கொள் என்று மன்றாடினாள். அவளுடைய பேச்சை நான் கேட்கவில்லை. கேட்க என்னால் முடியவில்லை.

எனக்கும் என் சகோதரிக்குமான உறவு முறிந்தது எனது பதினோராவது வயதில். அப்போது அவளுக்கு வயது பதினைந்து தான். இருவருக்குமே சிறு வயது. இருந்தும் இருவர் மனதிலும் ஆழ்ந்த வைராக்கியமிருந்தது. நாங்கள் ஒருவருக்கொருவர் பேசாமலும் பார்வைகளையும் பேச்சுக்களையும் தவிர்த்தும் ஒரே இடத்தில் இருக்கக்கூடிய சந்தர்ப்பங்கள் உருவாவதை அவை உருவாவதற்கு முன்னாடியே சூட்சுமமாகக் களைந்து கொண்டும் இருந்தோம். குழந்தைகள் ஒருவருக்கொருவர் சண்டை போட்டுக்கொள்வதும் பின் சமாதானமாவதும் இயற்கைதானே என்று எண்ணிக்கொண்டிருந்த தங்கள் எண்ணம் தவறாகப் போய்க்கொண்டிருப்பதை என் பெற்றோர் உணர்ந் தனர். அம்மா மன்றாடியதுபோல் அப்பாவால் மன்றாட முடியவில்லை. கிடைக்கும் சந்தர்ப்பங்களில் எல்லாம் அவர், பிற குடும்பங்களில் குழந்தைகள் எவ்வளவோ ஒற்றுமையாக இருப்பதை என் காது கேட்க என் அம்மாவிடம் சொல்லிக் கொண்டிருந்தார். இவ்வாறு என் தாயைப் பார்த்து என் தந்தை கூறும்போது என் தாய் தன் சகோதர சகோதரிகளுடன் மிக்க அன்பாகவும், அவர்களுடன் தன் உறவைப் பேணப் பிறருடைய பொறுமையைச் சோதிக்குமளவுக்கு விட்டுக் கொடுத்து வாழ்ந்துகொண்டிருப்பதும், தன் சகோதர சகோதரி களுடன் என் தந்தையின் உறவு பல சிடுக்குகளுடன் –

இடைவெளிகள், குற்றச்சாட்டுக்கள், முற்றாக உறவில்லாத நிலை, நீதிமன்றத்தில் வழக்கு என்று ஒவ்வொருவருடன் ஒவ்வொரு மாதிரியாகவும் – இருப்பது அவருடைய நினைவுக்கே வராமல் போவது எப்படி சாத்தியம் என்று எனக்குத் தோன்றிக் கொண்டிருந்தது.

இத்தனைக்கும் முருகேசன் சாந்தமானவன். சத்தம் போட்டுப் பேச மாட்டான். சிகரெட் குடிக்கக்கூடிய பழக்கம் அவனுக்கு இருந்தாலும் வெளித் திண்ணையில் உட்கார்ந்து நாங்கள் பேசிக்கொண்டிருந்த சமயங்களில் ஒரு தடவைகூட அவன் புகை பிடித்ததில்லை. என் தந்தை அவனைத் தாண்டிப் போகும்போது அவனறியாமலே அவன் உடல் எழுந்து நின்று அவர் போனதும் உட்கார்ந்துகொள்ளும். வீட்டுச் சூழலைத் தன் மனத்தால் சூட்சுமமாகவே அவன் கவனித்த வண்ணமிருப் பான். அவன் வந்த வேளையில் எங்கள் வீட்டுக்குள் ஏதோ அபஸ்வரம் இருப்பதாகத் தோன்றினாலும் சிறிது நேரம் பேசுவதுபோல் ஏதோ சில வார்த்தைகளைச் சொல்லிவிட்டுப் போய்விடுவான். பெண்கள் அவனைத் தாண்டிச் செல்லும் போது அவன் உடல் குறுக்கிக்கொள்ளும் ஆசையில் லேசாக அசைவதைக் கவனித்திருக்கிறேன். முற்றிலும் தொடர்பில்லாத இரண்டு மனிதர்கள் எப்படி ஒருவருக்கொருவர் தங்களைத் துன்பப்படுத்திக்கொள்ள முடியும் என்பது எனக்குக் கேள்வியாக இருந்தது. வேறு தொடர்புகள் இல்லையென்றாலும் பார்த்துக் கொள்ளுவதும் ஒரு தொடர்புதானே என்றான் முருகேசன். அப்படியென்றால் கண் பார்வையற்றவர்களிடையே இந்தப் பிரச்சனை இராதா என்று கேட்டேன். முகர்வு மூலம் இந்தப் பிரச்சனை அவர்களுக்கும் இருக்கக்கூடும்; கற்பனை செய்து தான் இதைச் சொல்கிறேன் என்றான். அவன் சொல்வதற்கும் ஒரு சாத்தியம் இருக்கிறது என்றுதான் நான் நினைத்தேன். கண்களுக்குத் தெரியாத சக்திகளும் காதால் கேட்க முடியாதவை யும் முகர்வால் அறிந்துகொள்ள முடியாதவையும் ஸ்பரிசத்தால் தெரிந்துகொள்ள முடியாதவையும் நம் மூளை விழித்துக் கொண்டிருக்கும்போதும் அது தூங்கிக்கொண்டிருக்கும்போதும் சதா விழிப்பு நிலையில் ஒரு கணத்தைக்கூட வீண் செய்யாமல் செயல்பட்டுக்கொண்டிருப்பதால் இந்த உலகம் நம் அனுமா னத்தில் சிக்காமல் நழுவி ஓடிக்கொண்டே இருக்கிறது என்று எங்கள் இருவருக்குமே தோன்றியது.

நாள் போகப் போக எனக்கும் முருகேசனுக்குமான உறவில் லௌகீக விஷயங்களைப் பற்றிப் பேசிக்கொள்ள வேண்டிய அவசியம் தேய்ந்துகொண்டேவந்தது. அவை உணர்வுக்கு ஓரளவு வசப்பட்டு அனுபவத்தில் சரியாகிக்கொண்டிருந்தன. இதில்

முதலிலிருந்த வியப்பும் மட்டுப்பட்டு இப்படித்தானே நடைபெறும் என்றாகியிருந்தது. உதாரணமாக, அநேக நாட்கள் மறுநாள் எங்கு சந்திப்பது என்பதைப் பற்றிப் பேசிக்கொள்ளாமலே இரவு – இரவென்றால் நடுநிசியை நோக்கி இருள் குவியும் நேரம் – பிரிந்து சென்றுவிடுவோம். ஒரே இடத்தில் சந்திப்பது அலுப்பை ஏற்படுத்தியதால் அந்த அலுப்பைப் பற்றிப் பேசிக் கொள்ளாமலே வெவ்வேறு இடங்களில் சந்திப்பது என்றாகி விட்டிருந்தது. பூங்காவில் நாங்கள் சந்தித்தது இயற்கையானது தான். பூங்காவின் ஒரு குறிப்பிட்ட பகுதியில் பிறருடைய பார்வைக்குப் படாத ஒரு பகுதியில் மரங்கள் சூழ்ந்து இருள் படர்ந்திருந்த பகுதியில் செடிகள் வேலியெழுப்பி மறைவு செய்த இடத்தைத்தான் நாங்கள் தேர்ந்தெடுத்தோம். அந்தத் தேர்வை எங்கள் மனங்கள் ஆமோதித்து சந்தோஷப்படுவதைப் பல சந்தர்ப்பங்களில் உணர்ந்திருக்கிறோம். இந்த மௌன பாஷை நாள்பட வளர்ந்துவந்ததில் லௌகீகத்திற்காகப் பரஸ் பரம் வீசிக்கொண்டிருக்கும் வார்த்தைகள் குறைந்து அதற்கு அனுசரணையாக எங்களுக்குள் அந்த அளவுக்கு இரைச்சலும் குறைந்துகொண்டுவந்தது.

ஆனால் துக்கங்களைப் பற்றி, குடும்பப் பிரச்சனைகளைப் பற்றி, பட்ட அவமானங்களைப் பற்றியும் ஏமாற்றங்கள் பற்றியும் நாங்கள் அதிகமாகவே பேசினோம். ஒரு குறிப்பிட்ட காலத் திற்கு எங்கள் பேச்சில் சுலபத்தில் அனுமானித்துக்கொள்ளக் கூடியவையும் சுயப் பிரதாபம் கருதி மொழி வடிவம் கொள் வதை உணர முடிந்தது. ஆனால் அந்தப் பேச்சுப் பழக்கத்தை அப்போது மாற்றிக்கொள்ள முடியவில்லை. அவசியமில்லை என்று தோன்றிய பின்பும் அவசியமில்லாதது ஒட்டிக்கொண்டே சந்தோஷத்தைத் தந்துகொண்டுதான் இருக்கிறது. எனக்குப் பிடிக்காமல் போனவையும் என் சபலத்திற்குப் பிடித்திருக்கின் றன. பின்னால் எங்கள் பேச்சு வளவளப்பாக மாறியபோது, வண்ணங்கள் கொண்ட பல விஷயங்களை நீட்டிக்கொண்டு போனதில் அவற்றின் நிறங்கள் வெளிறிப் போகத் தொடங்கிய போது அந்த வெளிறல்கள் எங்கள் மனங்களில் சுயவெறுப்பை உருவாக்கவே பேச்சு அதிர்ச்சியடைந்து பொருள் பொதிந்த சொற்களில் சுருங்கிற்று. படிகளில் ஏறிக்கொண்டு போனதாகவும் அந்தப் பகுதி ஒரே குன்றின் மேற்புறத்திற்கு அழைத்துச் சென்று அடிவானத்தை முழு வட்டத்திற்குக் காட்டியது போலவும் இருந்தது. அதன்பின் சேர்ந்து உட்கார்ந்துகொண்டிருப்பதில் முன்னைவிட அதிக சந்தோஷம் ஏற்பட்டது. மனங்களிலிருந்த களிப்புகள் ஒன்றில் மற்றொன்று புதைந்து புதிய களிப்புகளைச் சிருஷ்டிப்பது போலிருந்தது. நாங்கள் இருந்த இடத்தின் சூழலை அதிகம் கவனிக்க சாவகாசம் கிடைத்தது. சளசளப்பு

மறைந்துகொண்டிருந்த மண்ணின் நிறங்கள், பாழடைந்த கட்டிடங்களின் அழகுகள், எங்களூரின் தனிப்பெரும் சொத்தாக இருந்த கன்னங்கரிய குன்றுகள், குன்றுகளின் இடைவெளிகளில் தெரிந்த ஆகாயம், காற்று தன் குணத்தை மாற்றிக்கொண்டே இருக்கும் தன்மை, செடி கொடிகள், மரக்கிளைகளின் அசைவு களிலிருந்து மொழியற்ற பேரறிவைக் கற்றுக்கொண்டிருப்பதாகவும் தோன்றியது வெறும் கற்பனையென்று அறிவாளிகளான எங்கள் நண்பர்களுக்குத் தோன்றியது என்றாலும் எங்களுக்கு அப்படித் தோன்றவில்லை. நாங்கள் மலர்ந்துகொண்டுபோவதை எங்கள் மனங்கள் உணர்ந்து எங்களிடம் தெளிவாகச் சொல்லி வருவதை நாங்கள் உணர்ந்துகொண்டிருந்தோம். எங்கள் வாழ்வும், உறவும் இப்படியே நீடிக்க வேண்டும் என்று தோன்றியது. நான் முருகேசனிடம் கொண்டிருந்த உறவுக்கோ என்னோடு முருகேசன் கொண்டிருந்த உறவுக்கோ பதில் இல்லை என்பது மனதில் உறுதியாக இருந்தது. வேறு தொடர்புகளும் வேறு நட்புகளும் எங்களுக்குக் கூடிவரலாம். அவற்றைத் தடுக்கும் மனோபாவத்திற்கு நாங்கள் ஆட்படவே இல்லை. ஆனால் எல்லா உறவுகளையும் எங்களுடைய உறவோடு தொடர்பு கொண்ட, ஆனால் அதிலிருந்து வித்தியாசப்பட்ட உறவாகவோ எண்ணிக் களிக்கவும் பல உறவுகளை வறட்சியாகவும் உலர்ந்து போன சருகாகவும் எங்களால் பார்க்க முடிந்தது. உறவுகளை நிதானிக்க மட்டுமல்ல, பிறவற்றை நிதானிக்கவும் எங்கள் உறவு அடிப்படையான தேவையாக இருந்தது.

முருகேசன் பணிக்குப் போகவே இல்லை. அவன் பி.ஏ. சரித்திரம் படித்திருந்தான். அதன் பின் சுய முயற்சியால் ஆங்கிலத்தையும் தமிழையும் விருத்தி செய்துகொண்டான். இயற்பியலிலும் கணக்கிலும் அவனுக்கு மிகுந்த ஈடுபாடு இருந்தது. ஆனால் பிறர் உதவியின்றி சுயமாகக் கற்க அவன் திணறினான். அவன் கற்றறிய வேண்டிய புத்தகங்கள் தொப் தொப்பென்று அவன் முன்னால் வந்து விழுந்தன. ஆனால் அவனை அந்தப் புத்தகங்களுக்குள் அழைத்துச் செல்வதற்கான புத்தகங்கள் கிடைக்காமல் திணறினான். எதை வேண்டுமென்றாலும் எங்கிருந்து தொடங்கியும் கற்றுக்கொள்ள உபயோகப்படும் புத்தகங்கள் இருக்கின்றன. ஆனால் வாழும் பிரதேசங்களுக்கு அந்தப் புத்தகத்தின் தேவையில்லாமல் நமது துரதிருஷ்டம் என்று அவன் அடிக்கடி சொல்வான். மிகப் பெரிய அறிவாளி யான ஒரு பேராசிரியரின் அறிவை, ஒரு சில விஷயங்களில் மட்டும் தாண்டி, அவன் அறிவு இருந்தது. பல விஷயங்களின் அடிப்படையில் அவனுக்கிருந்த அறிவு தள்ளாடிக் கொண் டிருந்தது. நடனம் தெரிந்தவர்களுக்கு நடக்கத் தெரியாதது மாதிரி என்பான் அவன்.

பிழைப்பிற்கு ஈடுகொடுக்க முடியாமல் இறந்துபோய்விடக் கூடாது என்பதில் அவன் உறுதியாக இருந்தான். இந்த உறுதியைத் தனக்குத்தானே நாள்தோறும் அவன் பலமுறை கூறிக்கொள்வான் என்பது தெளிவுகள் எதுவுமின்றி நிச்சயமாக எனக்குத் தோன்றிக்கொண்டிருந்தது. மரணத்தை வெகு தொலைவிலிருத்துவதைப் பற்றியும் அவன் யோசித்துக்கொண் டிருந்தான். பிழைப்பு அவனைப் பயப்படுத்தவோ, கூச்சத்தை ஏற்படுத்தவோ, தயக்கத்தை உருவாக்கவோ செய்யவில்லை. குறைந்தபட்சப் பிழைப்பிற்கு உறுதி செய்துகொள்வதில் அவனுக்குக் கவனம் இருந்தது. இரண்டு பையன்களுக்கு வீட்டுப்பாடம் எடுத்தான். தன் வீடு மாணவர்கள் வரும்படி இல்லை என்ற எண்ணத்தில் – உண்மையில் அவ்வளவு மோசமான அறை அல்ல – அவர்கள் வீட்டுக்கே போய் வந்தான். அதில் ஒரு பையனின் தகப்பனார் காய்கறித் தோட்டம் போட்டு மலையாளத்திற்கு லாறி லாறியாகக் காய்கறிகள் அனுப்பிவந்தார். முருகேசனின் தேவைக்கு அதிகமான கறி காயை அவனுக்குத் தந்துகொண்டிருந்தார். அவர் சற்று அதிக மாக அனுப்பிவைக்கிறபோது ஒரு பகுதியை முருகேசன் எங்கள் வீட்டுக்குத் தருவான். கறிகாய் இலவசமாய்க் கிடைப்பதில் என் அம்மாவுக்கு என் எதிர்பார்ப்புக்கு மேலாக சந்தோஷம் இருந்தது. முருகேசன் ஒவ்வொரு தடவை வரும்போதும் அவன் கையில் பை இருக்கிறதா என்று அம்மா ஆராய்வது போல எனக்குத் தோன்றத் தொடங்கியிருந்ததால், வாயைத் திறந்து விடக் கூடாது அம்மா என்று நான் மூட்டிச் சொன்னதற்கு, நான் என்ன அவ்வளவு அற்பமா என்று அம்மா கேட்டாள்.

நகரசபை நூல் நிலையத்தில் வேலை கிடைக்க வேண்டு மென்று நான் ஆசைப்பட்டேன். அப்போது நூல் நிலையத்தில் புத்தகங்கள் எடுத்துத் தரப் பொறுப்பாக இருந்தவர் முனிசிப்பல் சேர்மனின் ப்யூனாக இருந்தவர். தான் பார்க்க வேண்டிய வேலை அவருக்குத் தெரியாததால் ஏற்பட்ட தாழ்வு மனப் பான்மை உருவாக்கும் எரிச்சலை வருகிறவர்கள் மீது அனா வசியமாகக் காட்டிக் கொண்டிருந்தார். அந்தப் பணி மட்டும் எனக்குக் கிடைத்தால் அவ்வளவு வாசகர்களும் போற்றும் பணியாளாக இருக்க முடியும் என்று எனக்கு நிச்சயமாகத் தெரிந்தது. அத்துடன் நாம் விரும்பும் புத்தகங்களை இலவசமாகப் படிக்கலாம். முருகேசன் படிக்க விரும்புகிறவற்றையும் நானே எடுத்துத் தரலாம்.

அப்பா முயற்சி எடுத்துக்கொள்ளாமலே வேலையைப் பெற வேண்டும் என்ற எண்ணம் எனக்கு இருந்தது. வேறு யாரும் சிபாரிசு செய்து வேலை பெறுவதிலும் எனக்கு ஆட்

சேபணை இருக்கவில்லை. தந்தை வழியாகப் பெறுவது தாங்க முடியாத அவமானத்தைத் தரும் என்று எண்ணினேன். அத்துடன் வேலையில் சேர்ந்த அன்றிலிருந்து அவருடன் சம்பளம் வாங்கிக்கொண்டு வேலை செய்யும் பணியாளராகத் தான் அவர் என்னைப் பார்ப்பார். அவருடைய பேச்சு ஒரு தினுசாக மாறிவிடும். அம்மாவிடம் அவர் அதுபற்றிப் பேசும் போது, கோதாவில் என்னை மண்ணைக் கவ்வ வைத்த பூரிப்போடு பேசுவார் என்று எனக்குத் தோன்றியது. ஆனால் கடைசியில் அவருடைய சிபாரிசு மூலம்தான் எனக்கு வேலை கிடைத்தது. அதற்காக அவர் என்ன செய்தார் என்பது யாருக்குமே தெரியாது. ஆனால் அவர் மிகவும் சிரமப்பட வேண்டியிருந்தது என்றும் மிகப் பெரிய இடங்களில் இருந்த பெரும்புள்ளிகளைத் தனக்குத் தெரிந்ததால்தான் அப்பணியைப் பெறுவது சாத்தியமாக இருந்தது என்றும் அவர் சொன்னார். வேலை கிடைத்தபின் என் மீதான அவர் கவனம் அதிகமாகிக் கொண்டே இருந்தது. தொடர்ந்து அவர் கண்காணித்துக் கொண்டே இருந்தார். அவருடன் நான் இருக்கும்போதும் இல்லாத நேரங்களிலும் அந்தக் கண்காணிப்புத் தொடர்ந்து கொண்டே இருந்தது. ஒரு நாள் நான் சற்றுப் பிந்திக் கிளம்பிய போது சற்று முன்பே கிளம்பியிருக்க வேண்டுமென்று அவர் சொன்னார். மறுநாள் சற்று முன்பே கிளம்பினேன். அப்போது அவர், குறிப்பிட்ட நேரத்திற்கு வேலையில் சேருவது விசேஷ மில்லையென்றும் கால் மணி நேரம் நான் என்னை ஆசுவாசப் படுத்திக்கொண்ட பின்னரே வேலை செய்யத் தொடங்க வேண்டும் என்றும் கூறினார். அத்துடன் நான் என் முழுமை யான சம்பளத்தையும் அவரிடம் தந்து அவ்வப்போது என் தேவைக்கு ஏற்ப வாங்கிக்கொள்ள வேண்டுமென்ற எதிர்பார்ப் பும் அவருக்கு இருந்தது. என் தேவைகளை மட்டுப்படுத்தவும் விமர்சிக்கவும் வெட்டிவிடவும் தனக்கு ஒரு சந்தர்ப்பம் இருக்க வேண்டுமென்று எண்ணினார். இதனால் நான் மிகவும் கஷ்டப்பட்டு அவரிடம் பொய் சொல்லத் தொடங்கி அதன் பின் நான் பொய் சொல்கிறேன் என்று எனக்கே தெரியாத நிலையில் பொய் சொல்லிக்கொண்டுவந்தேன். என் பொய்களை நிரூபிப்பதற்கான தடயம் அவரிடம் இல்லாமல் இருந்ததால் அவர் என்னைச் சந்தேகப்பட்டு எதுவும் சொல்ல முடியவில்லை. அம்மாவிடம் என்னைப் பற்றிய சந்தேகங்களை மிக நாசூக்காகச் சொல்லும்போது, என் பிள்ளை ஒரு நாளும் பொய் சொல்ல மாட்டான் என்று அம்மா சொன்னது பல முறை என் காதில் விழுந்தது.

முருகேசன் என்னைத் தேடிக்கொண்டு நூல் நிலையத் திற்கு வருவதைத் தவிர்த்துக்கொண்டே வந்தான். தான் போனால்

என் முழுக் கவனமும் அவன்மீது பதிந்து என் வேலையில் விடுதல் வருமென்று நினைத்தான். அது நியாயமான நினைப்பு என்றுதான் எனக்குப் பட்டது. அவனைச் சந்தித்ததுமே அவசியமில்லாத ஒரு பரபரப்பு என் மனதில் ஏற்பட்டுக் கொண்டிருந்தது. இரவு எட்டு மணி வாக்கில் நான் நூல் நிலையத்தைப் பூட்டிக்கொண்டு கிளம்புவேன். நான் ரோட்டில் இறங்கியதும் அவன் என்னுடன் இணைந்து கொள்வான். பேசுவதற்கு மனத்தளவில் நிறைய இருந்து கொண்டிருக்கும். தேர்வு செய்து பேசுவது முருகேசனின் சுபாவம். அவன் கேள்விகளை மிகவும் விரும்புகிறவன். கேள்விகள் அவனுக்கு எப்போதும் புத்துணர்ச்சியைத் தந்தன. விடை தெரிந்த கேள்வி, விடை தெரியாத கேள்வி என்று அவன் பாகுபாடு செய்துகொள்வதில்லை. அறிந்த பதிலைத் தர வசதியான கேள்வி எழுப்பப்படும்போது அப்போதுதான் அந்தக் கேள்வியை முதல் தடவையாகக் கேட்பதுபோல் அது பற்றிப் புதிதாகச் சிந்திக்கத் தொடங்குவான். விடை முழுமையடைந்துவிட்ட எந்தக் கேள்வியும் இல்லை என்று நம்பினான்.

ஒரு முறை நான் நோய்வாய்ப்பட்டு ஆஸ்பத்திரியில் அனுமதிக்கப்பட்டேன். அனாவசியமான கற்பனைகள் பிடுங்க அப்பா மிகுந்த பதற்றத்துடன் அங்கும் இங்கும் சென்றுகொண்டிருந்தார். அவர் உடல் அலட்டல் எதற்காக என்று அவருக்கே தெரியாமல் விழிப்பது போலிருந்தது. தான் விழிப்பது அவருக்கே தெரிய சற்றுப் பிந்திற்று. அப்போதுதான் அவர் ஒரு நாள், முருகேசனை ஏன் காண வில்லை என்று கேட்டார். அவருடைய வாய் முருகேசன் என்ற பெயரை உச்சரிக்கும் என்று நம்பியிருக்கவில்லை. அவருடைய தாடை அதற்காகச் செய்யப்பட்டதல்ல என்ற எண்ணம் எனக்கிருந்தது. ஆனால் அவர் தேசல் இல்லாமல் தெளிவாகச் சொன்னது எனக்கு ஒரு குரூரமான சந் தோஷத்தை ஏற்படுத்திற்று. எனக்குக் காய்ச்சல் வந்தது நல்லதாய்ப்போயிற்று என்று நினைத்தேன். முருகேசன் வெளியூர் போயிருப்பதாகத் தெரிந்தது. என்னால் இதை நம்ப முடியவில்லை. ஒரு புதிய உள்ளாடை ஒன்று வாங்கினால் தவறாமல் என்னிடம் சொல்லக்கூடியவன் பயணம் பற்றி என்னிடம் எதுவும் சொல்லவில்லையே என்று நினைத்தேன். அவன் என்னிடம் சில விஷயங்களை மறைக்கிறானோ என்ற சந்தேகம் ஏற்பட்டது. வீணான கற்பனைதான் என்று அதை உதற முயன்றேன். அது ஆதாரமில்லாத கற்பனை அல்ல என்று மனதிற்குத்

தோன்றியதால்தான் இந்த எண்ணம் ஏற்பட்டதும் அதை விரட்ட முயல்கிறேன் என்று தோன்றிற்று. எனக்கும் அவனுக்கும் நட்பு ஏற்பட்ட ஆரம்ப நாட்கள் என் நினைவில் வந்தன. அப்போதெல்லாம் அவன் என்னுடன் பழகும் முறை எனக்கு மிகவும் வித்தியாசமாகவும் சிறிது வியப்பை அளிக்கக்கூடிய தாகவும் இருந்தது. அவனிடம் பட்டவர்த்தனமான பேச்சு என்னைவிடவும் பல மடங்கு அதிகம் என்பதை உணரும்படி யான சந்தர்ப்பங்கள் அடிக்கடி ஏற்பட்டிருக்கின்றன. தன் தாய் ஒரு அனாதைக் குழந்தையாக ஒரு கிறிஸ்துவ ஆசிரமத்தில் வளர்ந்தவள் என்றும் அவனுடைய தாத்தா பாட்டி பற்றி அவனுக்கு எதுவும் தெரியாது என்றும் அவன் சொன்னான். இதைச் சொல்லும்போது அவன் முகம் ஒரு செய்தியைத் தெரிவிப்பதாகவே இருந்தது. அதற்கு மேல் அந்த முகத்தில் எனக்குத் தெரியவில்லை. அந்த ஆசிரமத்தில் அவனுடைய அப்பா மிகக் குறைந்த சம்பளத்தில் ஆசிரியராகப் பணியாற்றி னார் என்றும் தாயைவிடத் தன் தந்தை சுமார் இருபது வயது பெரியவர் என்றும் சொன்னான். மற்றொரு சந்தர்ப்பத்தில் தன் தாயுடன் தன் தந்தை பிணக்குக் கொண்டு மூன்று வருடங்கள் தள்ளிவைத்திருந்தார் என்றும் அந்தக் காலத்தில் தன் தாய் மிக மோசமானவரும் குணம் கெட்டவரும் தன் தாயைத் தாழ்வாகவும் கேவலமாகவும் பேசி ஒவ்வொரு நாளும் துன்பப்படுத்தும் ஒரு நோயாளியைப் பராமரிக்கும் வேலையில் ஈடுபட்டிருந்ததாகவும் சொன்னான். முருகேசனின் இளமைக் காலம் அந்த நோயாளிக் கிழவரின் வீட்டில்தான் கழிந்ததாம். நான் என் அம்மாவிடம் முருகேசன் கூறிய விஷயங்களைப் பற்றிச் சொல்லி, இதுபோன்ற விஷயங்களை நம் குடும்பத்தில் வேறு யாருடனாவது சொல்வார்களா என்று கேட்டேன். என்னுடைய உணர்வுகள் முருகேசனின் வெளிப்படையைத் தாழ்வாக மதிக்காமல் உயர்வாகவும் தனது குடும்பத்தினரின் போக்கு நேர்மாறாக இருப்பதில் குறை கொள்வதாகவும் தோன்றியதால் மனதுக்குத் தோன்று வதையெல்லாம் கண்டபடி உளறிக்கொண்டிருப்பது நல்லதா என்று கேட்டாள். என் தாய்க்கு அவளுடைய சிறு வயதில் குடைக் கம்பி குத்தி இடது கண் பொட்டையாகப் போய் விட்டது. என் தாத்தா முதலில் செய்த காரியம் உடனடியாக அவளை வெளியூர் அழைத்துச் சென்று ஒரு பெரிய கண் மருத்துவமனையில் சிகிச்சை அளித்ததுதான். அம்மாவின் பொட்டைக் கண்ணைச் சுரண்டிப் போட்டுவிட்டு அவளுக்கு ஒரு ஆட்டுக் கண் வைத்து அனுப்பினார் டாக்டர். அவளுடைய கண்போலவே அது இருந்ததாம். ஆனால் அதில் பார்வை இல்லை. என் தந்தைக்குத் தாயைத் திருமணம் செய்துகொடுத்த

போது என் தாத்தா தன் மகளின் பார்வைக்கு நேர்ந்த ஊனம் பற்றி எதுவுமே சொல்லாமல் திருமணம் செய்துவைத்தார் என்றும் பின்னால் பல வருடங்களுக்குப் பின் உறவில் ஒரு திருமணத்திற்குப் போய்விட்டு எங்கள் அப்பா காதில் யாரோ இந்த ரகசியத்தைப் போட்டதினால் அப்பா வீடு திரும்பியதும் என்ன காரணம் என்று சொல்லாமலே அவளைத் தாக்கத் தொடங்கினாராம். கையில் என்ன என்ன கிடைத்ததோ அதையெல்லாம் வைத்து அவளை அடித்தாராம். இதையும் பொட்டையாக்கிவிடுகிறேன் என்று இரும்புக் கம்பியைக் காய்ச்சிக்கொண்டு வந்தாராம். அம்மா தலைவிரி கோலமாகக் கோயிலைப் பார்க்க ஓடியிருக்கிறாள். மூக்கில் ரத்தம் வழி வதையும் கை கால்களில் காயங்களையும் பார்த்துக் கிராமமே கோயிலில் கூடிவிட்டது. கோயிலிலிருந்து என் அம்மாவைக் கறகறவென்று வீட்டிற்கு இழுத்துக்கொண்டு வந்த அப்பா, உன் கண் குருடு என்று யாரிடமேனும் சொன்னாய் என்றால் மாடு மேய்க்க வரும் வேலையாளுடன் நீ படுத்துக்கொண் டிருந்ததைக் கண்ணால் பார்த்துத்தான் நான் உன்னைத் தாக்கினேன் என்று சொல்லிவிடுவேன் என்று சொல்லியிருக் கிறார். உண்மையில் இந்தச் சம்பவங்கள் எல்லாம் அம்மா சொல்லி எனக்குத் தெரியும். வேறு யாருக்குமே தெரியாது

ஒவ்வொரு குடும்பத்தினருக்கும் தன்னை உலகத்திற்குக் காட்டிக்கொள்ளும் முறை வெவ்வேறாக அமையக் காரண மென்ன என்று நான் யோசித்துப் பார்த்தேன். எனக்குப் பதில் எதுவும் கிடைக்கவில்லை.

அவ்வளவு வெளிப்படையாக நிறையென்றோ குறை யென்றோ பார்க்காமல் என்னிடம் ஒன்று பாக்கி இல்லாமல் எல்லாவற்றையும் பகிர்ந்துகொள்ளும் முருகேசன் இப்போது தான் வெளியூர் சென்றதைப் பற்றி எதுவும் சொல்லாமல் போய்விட்டது எனக்குப் புதிராக இருந்தது. அவனிடம் அவன் அறிந்தோ அறியாமலோ சில ஒளிவுகள் தோன்றியிருக்கின் றனவோ என்று சந்தேகப்பட்டேன். இனிமேல் அவன் பேசும் போது அவன் முகத்தை, முக்கியமாகக் கண்களைக் கூர்ந்து கவனிக்க வேண்டும் என்று தீர்மானித்துக்கொண்டேன். ஒருவன் சொல்லாமல் விடுவதை வாசித்துக் கொண்டுபோக மார்க்கங்கள் நிச்சயமாக இருக்கத்தான் செய்யும்.

அன்று மாலை முருகேசன் வீட்டிற்கு வந்தான். அவனிடம் எதுவும் விசாரிக்கக் கூடாது என்றும் அவனாக ஏதாவது சொல்கிறானா என்பதைத் தான் பொறுத்துப் பார்க்க வேண்டும் என்றும் நினைத்துக்கொண்டேன். அவன் அந்த விஷயத்தைத் தொடர்ந்து மறைக்க வேண்டுமென்றும் அதை ஒரு காரணமாக

வைத்துக்கொண்டு என் மனம் நியாயமாகவே செயல்படுகிறது என்ற நிம்மதியுடன் உள்ளூர அவனிடம் மிகுந்த கோபம் கொள்ள வேண்டும் என்றும் எனக்குத் தோன்றியது. இப்படி யெல்லாம் நான் யோசிப்பது அவனுக்குத் தெரிந்தால் அவன் என்ன நினைப்பான்?

நோயாளிகளிடம் நல்ல முறையில் விசாரிக்கத் தெரிந்தவன் முருகேசன் (என் தந்தை இதற்கு நேர் மாறானவர்). பல கேள்விகளை அவன் கேட்பான். அவை மொட்டையானவை அல்ல என்றும் நுட்பமான யோசனைகளிலிருந்து பிறக்கக் கூடியவை என்றும் எனக்குத் தோன்றியது. நான் முழு விவரமும் சொன்னதும் சாதாரணக் காய்ச்சல் மாதிரி எனக்குத் தெரிய வில்லை; டைபாயிடு காய்ச்சலாகக்கூட இருக்கலாம். ஆஸ்பத் திரியில் அட்மிட் செய்துவிடுவது நல்லது என்று நினைத்தான். அந்த யோசனை என் தந்தைக்குப் பிடித்திருந்தது. என் நோய் சிக்கலாகிவிடக் கூடாது என்ற கவலை அவருக்கு இருந்தது. தனக்குச் சிகிச்சை செய்யவும் தெரியாது; தன்னால் பிறர் சிகிச்சை செய்ய வழிகாட்டவும் முடியாது என்பது அவருக்குத் தெரிந்திருந்தது. அத்துடன் தன்னால் என் சிகிச்சையின் முழுப் பொறுப்பையும் வைத்துக்கொள்ள முடியாது என்றும் அவர் நினைத்தார். ஆஸ்பத்திரியில் சேர்த்துவிட்டால் டாக்டர் களை அனுசரித்துக்கொண்டிருந்தால் மட்டுமே போதுமானது. முடிவெடுக்க வேண்டியதில்லை. முடிவெடுப்பது தரும் துன்பத் திற்கு ஆஸ்பத்திரியில் சேர்ப்பதனால் ஏற்படும் செலவு பரவா யில்லை என்று அவருக்குத் தோன்றியது.

அன்றிலிருந்து என் சிகிச்சையின் முழுப் பொறுப்பையும் முருகேசனே ஏற்றுக்கொள்ளும்படி ஆயிற்று. அவன்தான் எங்கள் ஊரில் நல்ல பெயர் வாங்கியிருந்த ஆஸ்பத்திரியில் என்னைச் சேர்த்தான். அவனுக்கு டாக்டர்களிடம் பேசுவதில் எந்தத் தயக்கமும் இருக்கவில்லை. அத்துடன் டாக்டர்கள் சற்றுச் சிக்கலாகக் கூறும் விஷயத்தை அவன் எளிமைப்படுத்தி சாராம்சமாக என் தந்தைக்குத் தெரிய வேண்டிய விஷயங்களை மட்டும் சொன்னான். என் தந்தையும் தாயும் ஆஸ்பத்திரிக்கும் வீட்டுக்குமாக அலைய வேண்டியதில்லை என்றும் எங்கள் வீட்டிலிருந்து எனக்குப் பத்தியமான உணவை வாங்கிக்கொண்டு வந்து எனக்குத் தரும் பொறுப்பைத் தானே வைத்துக்கொள்ள முடியும் என்றும் முருகேசன் சொன்னான். என் தந்தைக்கு, தான் ஏற்றுக்கொள்ளும் பொறுப்பை மிகச் சிறப்பாக முருகேசன் செய்வான் என்பதில் நல்ல நம்பிக்கை இருந்தது அப்போது வெளிப்பட்டது. என் முன்னால் அவனைப் பாராட்ட அவர் தயங்கினார். ஆனால் அவர் மனம் அவனுடைய

செய்கைகளால் மிகவும் இதம்கொள்ளும் நேரத்தில் சில வார்த்தைகளைச் சொல்வதை அவரால் கட்டுப்படுத்த முடிய வில்லை. அதுபோன்ற சந்தர்ப்பங்களில் நான் அர்த்த புஷ்டியுடன் அப்பாவின் முகத்தை முறைத்துவிட்டு முருகேசன் முகத்தைப் பார்த்தேன். அவனிடம் எந்த முகபாவமும் வெளியாகவில்லை. எந்த முகபாவத்தையும் வெளிப்படுத்தாமல் தன்னை இறுக்கமாக வைத்துக்கொள்ள அவன் விரும்புகிறானோ என்று எண்ணி னேன். பிறருக்கு உதவுவது எனக்கு சகஜமான காரியமே தவிர அபூர்வமான ஒரு பணியல்ல என்பதை என் தந்தைக்கு உணர்த்த விரும்புகிறான் என்று தோன்றியது.

எனக்குக் காய்ச்சல் குறைந்துகொண்டேவந்தது. மருந்து களையும் டாக்டர் குறைத்துக்கொண்டேவந்தார். மருந்துகளை நானே எடுத்துக்கொள்ளத் தொடங்கினேன். படுக்கையில் எழுந்து உட்காரவும் தினசரிகளைப் பார்க்கவும் எனக்கு முடிந்தது. எதிரே முக்காலியில் உட்கார்ந்து கொண்டிருந்த முருகேசனைப் பார்த்துக்கொண்டே இருந்தேன். அவன் தொய்வின்றி இறுக்கமாக இருப்பதுபோல் பட்டது. கன்னத்துச் சதைகள் உலோகத் தன்மை கொண்டிருந்தன. கழுத்து குழை வின்றி இருந்தது. முன்னால் நான் அவனைப் பார்க்கும்போது அவனது தோற்றம் எப்படியிருக்கும் என்று யோசித்துப் பார்த்தேன். துல்லியமாக நினைவுபடுத்திக்கொள்ள முடிய வில்லை. கண்களை மூடியபடி, அவனுடைய பல் வரிசை எப்படி இருக்குமென்று யோசித்தேன். சரிவர நினைவுபடுத்திக் கொள்ள முடியவில்லை. பல வருடங்களாக நெருங்கிப் பழகி வருகிறவனின் பல் வரிசை நம் மனதில் பதிந்து நினைவுபடுத்திக் கொள்ள முடியவில்லை. தன் பார்வை அவனை அடையாளம் கண்டுகொள்ளும் அளவுக்கு அவன்மேல் பதிந்து அடையாளம் கண்டதும் வழிந்து போய்க்கொண்டிருந்ததா என்று யோசித்த போது ஆத்மார்த்தம் இல்லாமல்தான் அவனுடன் பழகிக் கொண்டுவருகிறோமோ என்ற சந்தேகம் வந்தது. ஆனால் என்மீது எந்த அளவுக்குப் பழியைப் போட்டுக்கொண்டு யோசித்தாலும் அவனுடைய முகமும் உடலும் இந்த அளவுக்கு இறுக்கமாக இருந்து பார்த்ததில்லை என்றே தோன்றியது. உடல் கஷ்டங்கள் இருந்தாலும் மனதில் நண்பனுக்கு உதவும் சந்தோஷத்துடன்தான் அவன் பணிவிடை செய்துவந்தானா என்று யோசித்தேன். திருப்தியில்லாமல் அல்லது அதிருப்தி யுடன் தன்னை வருத்திக்கொள்கிறானோ என்ற சந்தேகம் வந்தது. நான் மனத்தளவில் திருப்தி தராத பல காரியங்களையும் உலகத்தைக் கருதியோ, சந்தர்ப்பத்தின் நிர்ப்பந்தத்தை ஏற்றோ, பெற்றோரின் வற்புறுத்தலுக்காகவோ உள்ளூர எரிச்சலுடன் செய்யக்கூடியவன். இதே போன்ற நிலையைப் பல்லைக்

கடித்துக்கொண்டு பொறுத்துக்கொண்டோ அல்லது இழுத் தடித்துக்கொண்டோபோகும் குணம் முருகேசனுக்குக் கிடையாது என்பதுதான் முருகேசனைப் பற்றிய என் மதிப்பீடாக இருந்தது. ஆனால் பொறுப்புணர்ச்சி கொண்ட மனிதன் என்ற தீர்மானம் தன்னைப் பற்றி அவனுக்கிருந்ததால் என்னை வீட்டுக்குக் கொண்டுபோய்ச் சேர்ப்பது வரையிலும் தன் கடமையை எந்தவிதமான குறையும் இல்லாமல் செய்ய வேண்டும் என்றும் அதன்பின் பட்டவர்த்தமாகச் சில விஷயங்களை என்னிடம் சொல்ல மனத் தயாரிப்புக் கொள்கிறான் என்றும் அதற்காகப் பிசிறற்ற, தன் உணர்வுகளைச் சிறிதும் மாறுபடாமல் காட்டக்கூடிய சொற்களைத் தேர்ந்தெடுத்து மனதிற்குள் கோர்த்துக்கொண்டு வருகிறான் என்றும் எனக்குத் தோன்றியது. முருகேசனின் அந்தர மனவோட்டங்களை நான் முன்கூட்டிக் கண்டுபிடிக்கிறேனா அல்லது வீணான கற்பனைகளில் மூழ்குகிறேனா என்பது என்னால் நிச்சயப்படுத்திக் கொள்ளமுடியவில்லை.

நான் வீட்டுக்குச் சென்று என் உடல்நிலை சகஜ நிலையை அடைந்ததும் திடீரென்று அப்பாவும் அம்மாவும் பேசி வைத்துக் கொண்டதுபோல் என் திருமணத்தைப் பற்றிப் பேசத் தொடங்கினார்கள். பெண்களுடன் உடல் உறவு கொள்வதில் மட்டற்ற ஆசை என் மனதில் அலைமோதிக் கொண்டிருந்த காலம் அது. இருந்தாலும் எடுத்த எடுப்பில் நான் வேண்டாம் என்று சொல்லத் தொடங்கினேன். எந்தப் பெண்ணை மனத்தில் வைத்து இந்தப் பேச்சைத் தூக்கிப் போட்டிருக்கிறார்கள் என்பதை என் பெற்றோர் என்னிடம் சொல்வதற்கு முன்பே, சொல்ல அவசியம் எதுவும் இல்லாதவாறு, என்னால் அனுமானிக்க முடிந்தது என்பதோடு என் அனுமானம் ஒரு நாளும் தவற முடியாது என்ற மனவுறுதியும் எனக்கிருந்தது. என் அத்தைப் பெண்தான் அவள். அவளுடைய பெயர் என்னவாக இருந்தால்தான் என்ன? நான் வளர்ந்துவந்த பின்னணியிலேயே இந்தத் திருமணத்தையும் என் குடும்பத்தார்கள் வளர்த்திக் கொண்டு வந்தார்கள். முதன்முதலாவதாக இந்த விதை எப்போது என் மனதில் ஊன்றப்பட்டது என்பதையும் என்னால் தெளிவாகச் சொல்ல முடியும். அது எண்ணமாக இல்லாமல் காட்சி வடிவமாக இருந்தது. அப்போது எனக்கு நாலைந்து வயதிருக்கும். அம்மா என்னைக் கிணற்றடியில் குளிப்பாட்டிக்கொண் டிருந்தாள். என் அடிவயிற்றையும் என் ஆண்குறியையும் சேர்த்து அவள் தேய்த்துக்கொண்டிருந்தபோது ஒருவன் என் அம்மாவின் பின்னால் முளைத்து என் அத்தைக்குப் பெண் குழந்தை பிறந்திருப்பதைச் சொன்னான். அப்படியா என்று வியப்புடனும் சந்தோஷத்துடனும் கேட்ட அம்மா என் கன்னத்தை இரு

விரல்களால் அழுத்தி, உனக்குப் பெண்டாட்டி பிறந்துவிட்டாள் என்று சொன்னது, அப்போது அவளுடைய குரல் வெளிப்பட்ட தன்மை, குரலில் குமிழியிட்ட உற்சாகம் எல்லாம் எனக்கு நன்றாக நினைவிருக்கிறது. காட்சி ரூபமாக இது அடிக்கடி நினைவுக்கு வரும். இந்தக் காட்சி நினைவு வருவதற்கு எந்த முகாந்திரமும் இல்லாத இடத்திலும் காலத்திலும் சூழலிலும் நான் இருக்கும்போது இந்தக் காட்சி ஏற்றி அணைக்கப்படும் ஒரு சுடர் போல் என் மனதில் ஏன் மின்னலிட்டு மறைகிறது என்று நான் பலமுறை கேட்டுக்கொண்டிருக்கிறேன்.

நான் இளைஞனாக ஆன பின்னால் அம்மாவின் அன்றைய தீர்மானம் எப்படி அன்று வெளிப்பட்டது என்று பல தடவை யோசித்திருக்கிறேன். அவ்வாறு யோசிக்கும்போது கணப்பொழு தில் கிளை ஒன்றில் ஒரு புதிய இலை ஒட்டிக் கொண்டதுபோல் என் மனதிலும் சில பொறிகள் தெறித்து என் மனதில் ஒட்டிக் கொள்ளும். இவற்றை நான் ஒரு ஒழுங்கற்ற முறையில் ஏக தேசமாய் என் மனதில் வரிசைப்படுத்திக்கொண்டு வந்தேன்.

என் தந்தையும் தன் சகோதரியின் முதல் குழந்தை பெண் ணாகப் பிறக்க வேண்டும் என்று யோசித்திருக்க வேண்டும்.

அம்மாவும் அப்பாவும் இதுபற்றி வெளிப்படையாகப் பேசிக்கொள்ளவில்லை. என்றாலும் ஒருவர் மனதில் இருப்பதை மற்றவர் ஏற்கனவே தெரிந்துகொண்டிருக்க வேண்டும்.

அப்பாவுக்கு ஒரே ஒரு சகோதரி என்றால் அம்மாவுக்குப் பல சகோதரர்கள். இரு சகோதரர்களுக்கேனும் எனக்கு மணம் செய்து வைக்கும் நிலையில் பெண் குழந்தைகள் இருந்தார்கள். அம்மா முந்திக்கொள்ளாமல் அப்பா எப்படி முந்திக்கொள்ள முடிந்தது? அம்மாவுக்குத் தன் சகோதரரின் குழந்தைகள் சார்ந்து யோசனைகள் இல்லை என்பது அப்பாவுக்கு எப்படி முன்கூட்டித் தெரிந்தது?

மொழி மூலம் பரிவர்த்தனையாகும் விஷயங்களை விடவும் மொழியின்றித் தொற்றிக்கொண்டு ஏறிவிடும் எண்ணங்கள்தான் வலுவானவையா? மொழி எண்ணங்களை மழுங்கடித்து வெளி யேற்றும் ஒரு வாகனம்தானா?

என் தாய்க்கும் அவளுடைய சகோதரர்களுக்கும் சண்டை என்பது மட்டுமல்ல முக தரிசனம்கூட இல்லாமல் ஆகியிருந்தது. அவர்கள் யதேச்சையாய் ஒருவரையொருவர் சந்திக்கும் சந்தர்ப் பத்தைக்கூடத் தவிர்த்துவந்தார்கள். உதாரணமாக, ஒரு கல்யா ணத்திற்குப் போக வேண்டிய அவசியம் ஏற்பட்டால் அவ ளுடைய முதல் சிந்தனை அங்கு தன் சகோதரர்கள் யாரேனும்

கண்ணில் பட வாய்ப்புண்டா என்பதுதான். அவள் அங்கு போவதும் போகாததும் இந்த விஷயம் சார்ந்து அவள் வரும் முடிவை ஒட்டியேதான் இருக்கும்.

தன் சகோதரர்கள் ஒருவருக்கொருவர் பேசிவைத்துக் கொண்டு குடும்பத்திலிருந்து தனக்கு வந்து சேர வேண்டிய சொத்தைக் கபளீகரம் செய்துகொண்டு விட்டார்கள் என்ற எண்ணம் என் அம்மாவுக்கு இருந்தது. தனக்குச் சொத்து வந்து சேர, சட்டத்திற்கு வலுச் சேர்க்கும் தஸ்தாவேஜுகளையோ, தடயங்களையோ அம்மாவால் சொல்ல முடியவில்லை. மாமாக்களின் வக்கீல் மொழி சார்ந்த சட்டக் கருத்துக்களுக்குப் பதிலாகத் தான் திரும்ப எய்யும் மொழி பலவீனப்பட்டு நடுவழியில் திரும்பி தன்னையே வந்து தாக்குவதாக அம்மா வுக்குத் தோன்றியதால் ஆதாரமில்லாமல், உண்மையாக நடந்த விஷயங்களுடன் ஆதாரமில்லாத கற்பனையான விஷயங்களை அவ்வப்போது தோன்றுகிற கற்பனைக்கு ஏற்றவாறு புனைந்து கொண்டிருந்தாள். என் அம்மாவின் ஓட்டை என் அப்பாவுக்கு எரிச்சலைத் தந்தது. 'பாய்ண்டு' இல்லாமல் உளறாதே கழுதே என்பார். வீட்டில் இந்தப் பேச்சு வந்துவிட்டால் 'பாயிண்டு' என்ற சொல்லை இனிப்பை வாயில் கிள்ளிப்போட்டுக்கொள்ளும் சந்தோஷத்துடன் அப்பா சொல்லத் தொடங்குவார்.

அப்பாவுக்கு ஒரே சகோதரி. ஒருவருக்கொருவர் மனஸ் தாபங்கள் இருந்தன. அந்த மனஸ்தாபங்களை அப்பாவிடம் வெளிப்படுத்த அத்தைக்குப் பயம். அத்தையைவிடப் பல மடங்கு பணக்காரர். அவர் பத்திரங்கள் பதிவு செய்யும் அலுவலகத்தில் பிரதம அதிகாரியாகப் பணியாற்றியதால் நாள்தோறும் அவருக்கு லஞ்சம் கிடைத்து வந்தது. பேச்சுக்கு இடமில்லாமல், பேரத்திற்கு இடமில்லாமல் லஞ்சத்தைத் தரப்படுத்திவைத்துக்கொண்டதில் அப்பா அரசாங்கத்தின் அந்தப் பிராந்திய அலுவலகங்களில் ஒரு முன்னுதாரணமாகத் திகழ்ந்தார். இது அவருக்குப் பயன்பட்டது மட்டுமல்ல அவருக்குப் பின்னால், அவர் ஓய்வுபெற்ற பின் வந்த அதிகாரிகள் அனைவருக்கும், அந்தப் பிராந்தியத்தைச் சேர்ந்த சகல அலுவலக அதிகாரிகளுக்கும் களைப்பை ஏற்படுத்தாத வருமானத்தை உருவாக்கித் தந்தது.

வசதியான அண்ணாவுடன் அத்தைக்கு நிறைய மனஸ் தாபங்கள் இருந்தாலும், ஒவ்வொரு முறை நான் அத்தை வீட்டுக்குப் போகும்போதும் என்னிடம் மறைமுகமாக – நான் என் தந்தையிடம் முறையிட முடியாத புகை மூட்டத் துடன் – அத்தை சொல்வாள். அந்தப் பேச்சு எப்போதும் அவள் கண்ணீர் வடிப்பதில் முடியும். தன் அண்ணா சுத்தாத்மா

என்ற குறிப்பும் என் அம்மாதான் அவர் மனதில் விஷ விதைகளை அவருக்குத் தெரியாமலேயே விதைத்து அப்பாவின் உதவிகள் எதுவும் தனக்கு வராமல் பார்த்துக்கொண்டாள் என்பதையும் பலமுறை அத்தை என்னிடம் கசியவிட்டிருக் கிறாள்.

அப்பாவிடம் நீங்கள் இதுபற்றிப் பேசலாமே என்று அத்தையிடம் பலமுறை நான் யோசனை கூறியிருக்கிறேன். என் அப்பாவுக்கு நான் ஒரே குழந்தை. என்னைவிடப் பெரியவ ளான ஒரு சகோதரி இருந்து சிறு வயதில் கக்குவான் இருமலில் அவள் காலமாகிவிட்டிருந்தாள். அந்த அக்காவுடைய பெண் உடைகளை அம்மா எனக்குப் போடுவதும் என் நினைவில் இருந்தது. என் அப்பாவின் சொத்துக் குறைந்தால் அது எனக்குத் தான் குறையும் என்பது என் மனதில் ஆழமாக இருந்தது. பணம் கிடைப்பதற்கும் சாமர்த்தியத்திற்கும் சம்பந்தமில்லை என்று என்னால் நினைக்க முடியவில்லை. சாமர்த்தியம் எதுவுமற்ற என் தந்தைக்குத் திட்டவட்டமான அறுவடை கிடைத்ததற்குக் காரணம் அவர், அவருடைய பொறுப்போ, திறமையோ இல்லாமல் பணி மூப்புக் காரணமாகப் பெற்ற பதவி அவருக்கு நல்ல விளைநிலமாக இருந்துவிட்டது. எனக்கோ சாமர்த்தியமும் இல்லை, அறுவடை செய்வதற்கான நிலமும் இல்லை. அதற்கான சந்தர்ப்பம் எனக்கு ஒருபோதும் கிடைக்கப் போவதில்லை என்பதும் எனக்குத் தெரிந்தது. ஆக என் தந்தையின் சொத்தைப் பராமரித்து முடிந்தளவு விருத்திசெய்து, நம் சொத்தை நமக்குத் தெரியாமல் அபகரிக்க நம்மைச் சுற்றிச் சுற்றி வரும் கழுகுகளிடம் சிறிது விட்டுக் கொடுத்துப் பழகி னாலும் அவர்கள் சிறுகச் சிறுக நெருங்கி வந்து வலை விரிக்கும் போது நம் கால் அதில் சிக்கிக்கொள்ளாமல் பறந்து சென்று நண்பர்களை ஏமாற்ற வேண்டும் என்றும் அவர்கள் ஏமாற்றத்தை வெளியே சொல்ல முகாந்திரமோ, மொழியோ இல்லாமல் அவர்களை ஆக்கிவிட வேண்டும் என்றும் நான் நினைத்துக் கொண்டிருந்தேன். இப்படிப்பட்ட எண்ணங்கள் எல்லாம் என் மனதில் ஓடிக்கொண்டிருந்ததால் அத்தையிடம் நான் தந்திரமாகத்தான் பேசினேன். அத்தைக்கும் ஏதும் தரக்கூடிய சந்தர்ப்பம் உருவாகக் கூடாது என்றும் அதே நேரத்தில் அத்தைக்கு அப்பா உதவுவதைப் பற்றி எனக்கு ஆட்சேபணை எதுவுமில்லையென்றும் வேடம் போட்டுக்கொண்டிருந்தேன். அத்தை எதை நம்பினாள் என்பது எனக்குத் தெரியாது. நான் என் தந்தையின் உணர்வுகளைப் பகிர்ந்துகொள்ளக்கூடியவ னாகத்தான் இருப்பேன் என்று கருதும் அளவுக்கு அத்தைக்கு லௌகீக அனுபவம் உண்டு என்பதுதான் என் எண்ணம்.

இவ்வளவு பேச்சுக்களும் பின்னணிகளும் என் திருமணம் சார்ந்து திடத்தன்மை பெறாமல் உருவாகிக்கொண்டிருந்தாலும் நான் இந்தக் காரண காரியங்களை அறிந்திருந்த நிலையிலும் அதைப் பற்றிக் கவலைகொள்ளாமல் திருமணம் எனக்குத் தரவிருக்கும் உடலுறவைப் பற்றியே கற்பனை செய்துகொண் டிருந்தேன். இதைப் பற்றி எங்களுக்குப் பேச்சு வந்தபோது முதன்முதலாவதாக எனக்கும் முருகேசனுக்கும் இடையே ஒரு இடைவெளி ஏற்பட்டது என்று கருதுகிறேன்.

என் அத்தைப் பெண்ணை நான் மணந்துகொள்ள விரும்ப வில்லை என்று சுருக்கமாக எடுத்தயெடுப்பிலேயே நான் முருகேசனிடம் சொல்லிவிட்டேன். அவன் அதற்கான காரணம் என்ன என்று உடனடியாகக் கேட்பான் என்று எதிர்பார்த்தாலும் அவன் கேட்கவில்லை. எதிர்பார்ப்புக்கு மாறாக நடந்துகொள் வதில் பலருக்கும் இருக்கும் சந்தோஷம் அவனுக்கும் இருப்பது இயற்கைதானே? ஆனால் அவ்வப்போது சந்தித்துப் பேசும்போது பேசும் விஷயம் உறவுகள், திருமணம் அல்லது ஆண் –பெண் கவர்ச்சி போன்ற விஷயங்களை உரசிக்கொண்டு போகும்போது அவை இயற்கையான சந்தர்ப்பங்கள் என்று கருதி என் திருமணம் சார்ந்த கேள்விகளைச் சிறிது மறைவுடன் முருகேசன் கேட்டுவந்தான்.

அத்தைப் பெண்ணின் உடலழகு, படிப்பு, சிரிப்பு, குறும்பு, ஈடுபாடுகள், வீட்டுக் காரியம் பார்ப்பதிலுள்ள திறன், செட்டில் நம்பிக்கை அல்லது நம்பிக்கையின்மை, பேச்சுத் திறன், கல கலப்பு அல்லது மந்தம், நண்பர்களிடம் அறிமுகப்படுத்தும்போது அவர்களுடைய பாராட்டுக்களைப் பெறும் விதத்தில் நடந்து கொள்ளும் முறை, புதிதாகப் பார்ப்பவர்கள் மனதில் பதியும் தன்மை அல்லது விரைவில் அவர்களின் மனங்களிலிருந்து உதிர்ந்துவிடும் தன்மை பற்றியெல்லாம் பல வேறு சந்தர்ப்பங் களில் விசாரித்து அச்செய்திகளைத் தன் மனத்தில் திரட்டிக் கொண்டிருந்தான். அத்தைப் பெண்ணின் உடலழகைப் பற்றி அவன் தெரிந்துகொள்ள ஆசைப்படுகிறான் என்பது எனக்குத் தெரிந்தது. கலவிக்கான பேராசையைத் தீ மூட்டக்கூடியவளாக வும் உறவில் கற்பனைகள் அலைமோத புதிய இன்பங்களைச் சரமாரியாகச் கிளறக்கூடியவளாகவும் மீண்டும் மீண்டும் உடலுறவு கொள்ளத் தூண்டக்கூடியவளாகவும் அவள் இருக் கிறாளா என்ற கேள்வியின் பதில்தான் என்னிடமிருந்து முருகேசனுக்குத் தேவைப்பட்டது. என்னுடைய ஆதங்கத்தை ஒட்டிய கேள்விகள்தான் அவன் மனத்திலும் இருக்கும் என்று நான் அனுமானிக்கலாம்; தீர்மானிக்கலாமா என்று நான் யோசித்தேன். மனிதர்களின் அடி மனங்கள் ஏதோ ஒரு சுழிப்பில்

✡ 62 ✡ சுந்தர ராமசாமி

கரைகின்றன என்பதுபோலவே அடி மன அலைகளின் எழுச்சியும் முன்விரைவும் பின்னகர்வும் ஏதோ விதத்தில் மாறுபட்டிருக்கின்றன. மனிதர்களைப் பற்றிப் பொதுவாக எவ்வளவோ சொல்லலாம். அவர்களின் மாறுபாடுகளைப் பற்றியும் எவ்வளவோ சொல்லலாம். இந்த ஞானம் எந்தத் தனி மனிதனையும் அளவிட நமக்கு உதவாது என்று முருகேசன் ஒருமுறை சொன்னான்.

விடைகள் தேவையாக இருந்த நிலையிலும் கேள்விகளை எழுப்ப முடியாமலிருக்கும் அவஸ்தையிலிருந்து முருகேசனை மீட்டு எடுப்பதற்காகவும், எனக்கு நானே உறுதி செய்து கொள்வதற்காகவும் பேசத் தொடங்கினேன். சற்று விரிவாகவே பேசினேன் என்று ஞாபகம். என் பேச்சின் சாராம்சம் முருகேச னின் மனத்தில் மிகுந்த மோகத்தை உருவாக்கியிருப்பதும் அவன் முகச் சிவப்பு வழியாக என் மனத்தில் கசிந்தது. நீ சொல்வது போன்ற பெண்களை நான் பார்த்ததே இல்லை என்றான் முருகேசன். நீ எவ்வளவுதான் கற்பனை செய்துகொண் டாலும் அதையும் தாண்டித்தான் அவள் தோற்றம் இருக்கும் என்று முருகேசனிடம் சொன்னேன். அவளிடமிருந்து தெறிக்கும் உடலுறவு அழைப்பு கட்டுக்கடங்காதது. முருகேசனுக்குக் குழப்பம் ஏற்பட்டதைக் கவனித்தபோது மேலும் அவனைக் குழப்பமடையச் செய்ய வேண்டும் என்று எனக்குத் தோன்றியது. மிகப் பெரிய சொத்து, விலை மதிக்க முடியாத சொத்து ஒன்று என் தழுவலுக்குக் காத்துக்கொண்டு என் பக்கத்தில் நிற்கிறபோது அதை அலட்சியம் செய்வது புரியாத புதிராக இருந்ததாலோ என்னவோ முருகேசனுக்கு என் மேல் கோபம் வந்தது. ஒரு தினுசாக என் முகத்தைப் பார்த்தான். விட்டுப் பேசினால் முருகேசனின் புதிர் அவிழ்ந்து அவனுக்கு நிம்மதி ஏற்பட்டுவிடும் என்பதற்காக நான் என் எண்ணங்களைப் புகை மூட்டத்திற்குள் தள்ளுகிறேன் என்பதை அவன் உணரத் தொடங்கிவிட்டதாகத் தோன்றியது. இதைத் தொடர்ந்து நான் சொன்ன விஷயங்கள் அவனைச் சிறிது ஆசுவாசப்படுத்தி யிருக்கும் என்று நினைக்கிறேன். என் அத்தைப் பெண்ணை ஆள எனக்கு மனத்தடை இருந்தது. சிறு வயதிலிருந்தே அவளுடன் நெருங்கிப் பழகி, ஒன்றாக விளையாடி, சண்டை சச்சரவுகள் போட்டுப் பிணக்கும் பின் வந்த சமாதானமாகவும் இருந்ததில் அவளுடைய தோற்றம், அங்கங்கள், நடையுடை பாவனைகள், குத்திட்டுப் பாயும் மார்பும் அடி முதுகின் வளைவை எடுப்பாகத் தூக்கிக்காட்டும் பின்னலும், உடலுறவின் விதானங்களை விதவிதமாகக் கற்பனை செய்யவைக்கும் காந்த சக்தியும் நம் சூழலிலும் நம் பேச்சிலும் நம் மனம் படியாமல், நம் பேச்சு சுய உணர்வற்ற புலம்பல்போல நமக்குத் தோன்று

வதும் என்றெல்லாம் வாய்க்கு வந்தபடி சொல்லிக்கொண்டு போய் என்னால் அவளுடன் உடல் பிணைப்புக்கொள்ள முடியாது என்று சொன்னேன். முருகேசனுக்கு மனத் தத் தளிப்பு ஏற்படுவதை என்னால் உணர முடிந்தது. நான் வேண்டாம் என்று சொல்வதை எனக்கு வேண்டும் என்று சொல்ல முடியாத நிலையிலிருப்பது என்மீது கோபத்தை உருவாக்கிவிட்டது. திடீரென்று லட்சியபூர்வமான பேச்சால், உன்னதமாகத் தன்னைப் பற்றிக் கற்பனை செய்துகொண்டு பேச ஆரம்பித்தான்.

ஒரு பெண்ணை உடலுறவுக்கு ஏற்ற பண்டமாகப் பார்ப் பது உனக்கு வெட்கத்தைத் தரவில்லையா என்று கேட்டான். அந்தக் கேள்வியிலிருந்த வெறுப்பும் கோபமும் தன்னை மேல்நிலையில் திடீரென்று எடுத்துக்கொண்டு போனதை இயற்கையாக நான் கருத வேண்டும் என்ற எதிர்பார்ப்பும் என் மனதில் சீற்றத்தை ஏற்படுத்தின. அவன் வெளியே காட்டிக்கொண்ட நிலைக்கு நேர்மாறாக என்னைக் காட்டிக் கொள்வதின் மூலமே அவனுடைய வேஷத்தைக் கலைக்க முடியும் என்று தோன்றியது. என்னிடம் குறைந்தபட்சமாக இருந்த, பெண்ணை ஒரு ஜீவனாகவும் பார்க்கும் தன்மையைத் திட்டமிட்டுக் கொன்றுவிட்டு உடலின் கவர்ச்சிக்கு முக்கியம் தந்து பேசத் தொடங்கினேன். உடல் கவர்ச்சிதான் முக்கிய மானது என்றும் ஆண் – பெண் உறவை அதுதான் தீர்மானிக் கிறது என்றும் உடல் கவர்ச்சியைப் பற்றிய எண்ணங்களும் கற்பனைகளும் ஆளுக்கு ஆள் வேறுபடுவதால்தான் வெவ் வேறு விதமாகத் தோற்றம் தரும் பெண்களும் முடிவில் தன்னை அணைத்துக்கொள்ள இரு கரங்களைக் கண்டடைய முடிகிறது என்றும் உடையற்ற நிலைக்குப் போவதுதான் பெண்ணுக்கு முக்கியம் என்றும் யாருக்காக உடையை இழக்கிறோம் என்பது சார்ந்துதான் பெண்களுக்குப் பல தத்தளிப்புகளும் சங்கடங் களும் இருக்கிறதென்றும் சொன்னேன். உடையற்ற உடலை அடைவதும் துக்கம் மனதில் தேங்கிக் கண்ணீர் விடுவதும் பெண்ணுக்கு ஒன்றுக்கொன்று முரண்பட்ட காரியங்கள் அல்ல என்றும் சொல்லத் தொடங்கினேன். நான் உண்மையைப் பேசவில்லை என்று எனக்குத் தோன்றவில்லை. உண்மையைக் குரூரமாக்கும் வகையில் அதில் கவிதைக்குரிய தெளிவின்மையைப் புகுத்தினேன் என்று தோன்றியது. தன்னை அம்பலப்படுத்துவது தான் என் நோக்கம் என்பதை முருகேசன் உணர்ந்துகொண் டான். அவன் தனக்குத் தெரியாத என் அத்தைப் பெண்ணைத் தனது ரத்த மணத்திற்கு ஏற்றவாறு மனதில் வனைந்துகொண் டிருக்கிறான். கற்பனைப் பெண்ணுடன் உடலுறவுகொள்வது நிதர்சனமான பெண்ணுடன் உடலுறவு கொள்வதைவிடவும்

அதிக ஆவேசத்தைத் தரக்கூடியதாகவே இருக்கிறது. இந்த எண்ணங்களில் எனக்கும் முருகேசனுக்கும் பெரிய மாறுபாடு இருப்பதாக எனக்குத் தோன்றவில்லை. எனக்குச் சொந்தமான கவர்ச்சியின் சுழிப்பு தன்னைக் கவர்ந்திழுப்பது பற்றிச் சொல்ல முருகேசனின் ஒழுக்கம் இடந்தரவில்லை என்று நினைத்தேன். நினைப்புக்கும் வெளிப்பாட்டுக்கும் இடையிலான முரண் அவனை அவன் மனம் சாராத லடசியத்தின் தண்டவாளத் திற்கு இழுத்துச் செல்வது மட்டற்ற வெறுப்பை எனக்கு ஏற் படுத்திற்று. இந்தச் சந்தர்ப்பத்தில் பெண் உனக்கு ஒரு பண்டமா? அவளுக்கும் உணர்ச்சிகள் இல்லையா? தன்னை அடைய விரும்புகிறவனைத் தான் அடைய விரும்புகிறோமா என்ற கேள்வி அவள் மனதில் இல்லையா? என்றெல்லாம் தொடர்ந்து கேள்விகளை எழுப்பிக்கொண்டே போனான். தன்னுணர்வு பெற அவனுக்குச் சவுக்கடி தேவைப்படுகிறது என்று எனக்குத் தோன்றியது.

மனதிற்குள் ஒரு சுளீர் சவுக்கைக் கண்டெடுப்பதில் பர பரப்புக்கொண்டேன். கடுமையாகத் தாக்கப்படுவது மூலம் அவன் தன்னை, தன்னைப் பற்றிய மயக்கத்திலிருந்து விழித்துப் பார்க்கத் தொடங்குவான் என்று தோன்றியது. உன்னுடைய கற்பனைகள் உயர்வு என்று கருதத் தக்கவை, என்னுடையவை தாழ்வு எனக் கூறப்படுபவை. இந்தப் பாகுபாட்டை வைத்து எது உண்மை எது பொய், எது இயற்கை எது செயற்கை என்பதைத் தீர்மானிக்க முடியுமா என்றுதான் சொல்லவந்தது. சவுக்கு என் மனதில் உருவாகிவரவில்லை. நாங்கள் அன்று விடைபெற்றுக்கொண்டு பிரியும் போது, நான் நினைத்த அளவு உனக்குத் தன்னம்பிக்கை இல்லை என்பது தெரிகிறது என்றான். கோபமடைந்த தாய் ஒரு குழந்தையைப் பலாத்காரமாக ஒக்கலி லிருந்து மண்ணுக்கு நழுவ விட்டுவிட்டு விறுவிறுவென்று நடந்து செல்வதுபோலிருந்தது. என்னைக் கைகழுவிச் செல்வது போன்ற பாவனையை என்னைத் துன்பப்படுத்துவதற்காகவே முருகேசன் வெளிப்படுத்துவதாக நினைத்தேன். விடைபெற்றுப் பிரிவது அடக்க முடியாத உள் மோதலுடன் நிகழ்ந்து முடிந்தது போலிருந்தது.

மறுநாள் நான் அத்தையைப் பார்க்கச் சென்றேன். அப்படித் தான் என் மனதிடம் நான் சொல்லிக்கொண்டு போனேன். என் நோக்கம் மீண்டும் அத்தைப் பெண்ணை ஒரு முறை சந்தித்து முருகேசன் கற்பனை செய்வது போல் அவள் சுண்டி இழுத்து வசப்படுத்தும் சக்தியை எந்த அளவு கொண்டிருக் கிறாள் என்பதை என் மனதில் அளவிட்டு முடிவு செய்யச் சென்றேன். அவள் என்னுடன் பேசிக்கொண்டிருந்த விதத்தி லிருந்து ஒன்று எனக்குத் தெரிந்தது. பால்யகாலப் பழக்கம்,

உடலுறவுக்கு அப்பாலாக அவள் உறவு இருந்ததான எண்ணம் அவளுக்கில்லை. என்னுடைய பலமும் பலவீனங்களும் அவளுக்குத் தெரியும். அதில் அவளுக்கு ஒரு நிம்மதியும் பாதுகாப்பும் இருந்திருக்கலாம். வாழ்க்கையில் எப்போதும் எதிர்பார்க்க வேண்டியதும் எப்போது என்று முன்கூட்டி அனுமானிக்க முடியாததுமான சண்டை சச்சரவுகள் ஏற்பட்டாலும் பிணக்குகளுக்குள் சிக்கிக்கொண்டாலும் அது தான் வகைப்படுத்தும் வழியாக இருக்குமென்றும் அதைத் தன் உள்ளத்தாலும் அதற்கும் மேலாகத் தன் உடலாலும் கட்டிப்போடுவது சாத்தியமான ஒரு பரீட்சையாகவே இருக்கும் என்று அவள் அளவிட்டிருப்பதுபோல் பட்டது. அவளிடம் எந்தத் தயக்கமும் இல்லை. அவள் என்னைத் தனக்குத் தெரிந்த ஆணாக மட்டுமே பார்க்கிறாள். என் தந்தைக்கு நான் ஒரே மகன் என்றிருப்பதும் என் தந்தை வெளிக்குக் காட்டிக்கொள்ளாமல் பணம் நிறையச் சேர்த்து வைத்துக்கொண்டிருப்பதாலும், திருமணத்திற்குப் பின் உள்ளூரிலிருக்கும் தாயைச் சந்தித்து உறவாடத் தனக்கு ஒரு சந்தர்ப்பம் கிடைக்கும் என்று அவள் நினைக்கலாம் என்று எனக்குத் தோன்றியது. ஒரு முறை அவளைப் பார்த்து அர்த்த பாவத்துடன் பார்த்து அவன் புன்னகை பூத்தபோது என்ன விஷயம் என்று அவள் கேட்டாள். அவள் கேட்ட நேரத்தில் அவன் தன் மனதில் உன்னை வந்தடைவதில் என்ன புதுமை இருக்கிறது என்று மனதிற்குள் கேட்டுக்கொண்டிருந்தான். ஆனால் உன்னைப் பார்க்கிறபோது சந்தோஷம் ஏற்படுவதில் என்ன ஆச்சரியம் இருக்கிறது என்று கேட்டான்.

அவன் விடைபெற்றுக்கொண்டு படியிறங்கி முன் வாசலில் கோலத்தில் கால் மிதிபடாமல் நின்றுகொண்டிருந்த போது, அத்தை அப்போதுதான் நினைவு வரவே, அவசரமாகவும் உயர்ந்த குரலிலும், உன்னுடன் சதா சுற்றுவானே அவன் நேற்று இங்கு வந்திருந்தானே என்றாள். என் முகத்தில் ஏற்பட்ட ஆச்சரியத்தைப் பார்த்துவிட்டு அத்தை சொன்னாள், இந்த இடத்தில் குடியிருக்கும் ஒருவருடைய வீடு எங்கிருக்கிறது என்று கேட்டான். எங்களுக்குத் தெரியவில்லை. சரி என்று போய்விட்டான். அத்தை அவனை எதிர்கொண்டாளா அல்லது மகளா என்ற கேள்வி என் மனதில் வந்தது. உங்களுக்குத் தெரியாவிட்டாலும் இவளுக்குத் தெரிந்திருக்குமே என்று நான் சொன்னதற்கு அத்தை, அந்தப் பிள்ளையைப் பார்த்துப் பேசியதே இவள்தானே என்றாள்.

வீடு வந்து சேருவது வரையிலும் என் மனம் குறுகுறுத்தது. என் திருமணத்தைப் பற்றி நான் முருகேசனுடன் விசாரித்தது என்னுடைய விஷயம் என்று நான் நினைத்துக்கொண்டிருக்க, அது தன்னுடைய விஷயமாக மாறிவிட்டது என்றுதான்

முருகேசன் நினைக்கிறான் என்பது தெரிந்தது. அவன் தீர்க்க மான சிந்தனையில் இருக்கிறான் என்பதும் தெரிந்தது. அவன் மனதில் முகிழும் எண்ணங்கள் நாகரிகமற்றவையாக எனக்குத் தோன்றத் தொடங்கின. அவனை நேரில் சந்திக்கும்போது அத்தை வீட்டுக்கு அவன் போனதை விசாரிக்கக் கூடாது என்பதோடு இனிமேல் என் திருமணத்தைப் பற்றிய பேச்சையே அவனிடம் எடுக்க வேண்டாம் என்று தோன்றியது. அவன் மனதிலிருக்கும் குறுகுறுப்புகளை அவ்வப்போது அனுமானித்து அவற்றிற்குச் சம்பந்தமில்லாமல் இருக்கும் விஷயங்களைப் பற்றியே தொடர்ந்து பேசுவது மூலம் அவனுடைய குறு குறுப்பைப் பதற்றமாக மாற்ற முடியும். அந்த முயற்சியில் நான் எதிர்பாராத பலனாக அவனுடைய கவன வட்டங் களும் எனக்குத் தெரியப்போகின்றன என்றால் நல்லதுதானே என்ற எண்ணம் ஏற்பட்டது. என் திருமணம் சார்ந்து அவன் கொள்ளும் அக்கறை நான் என் வாழ்வில் நிறைவு காண வேண்டும் என்ற முனைப்பா அல்லது பெண்ணுறவு கொள் வதற்கான கற்பனையிலேனும் மூழ்கத் தனக்கு ஒரு சந்தர்ப் பத்தை யதார்த்தத்தின் மேல் கட்டி எழுப்பவா? என்மீது அவனுக்கு அக்கறையில்லை என்று எண்ணுவது எனக்குச் சிறிதும் சம்மதமில்லாத விஷயமாகவே இருந்தது. அது நுட்பங் களை அகற்றி மொட்டையிடும் சிந்தனை. ஆனால் அந்த அக்கறை அவனுடைய தேவை சார்ந்த சுயநல உந்துதலைக் கணக்கில் எடுத்துக்கொள்ளும்போது மங்கிப்போகக்கூடியது தான். என்மீது அவன் வைத்திருக்கும் அவன் கவனத்தை நான் மிகையாக எடுத்துக்கொண்டிருக்கிறேனோ? அல்லது அவன் மிகையாகக் காட்டிக்கொண்டு வந்திருக்கிறானா? என் மனதில் அவன் அக்கறை பதிந்திருக்கும் ஆழத்தை நான் நினைவுபடுத்திப் பார்த்து அதில் அவனுக்கு ஒரு முக்கியப் பங்கு இருக்கிறதென்றும் அது இருப்பதைக் கூடுதலாகக் காட்டியதன் மூலம் ஏற்பட்டதுதான் என்றும் எண்ணத் தொடங்கி னேன். அப்படியென்றால் ஏன் மனிதன் பிறர் மீதான தன் அன்பை மிக அதிகமாவோ அல்லது மிகக் குறைத்தோ ஏன் காட்டுகிறான். அன்பு ஆராய்வுக்கு அப்பாற்பட்ட உணர்வுகள் சார்ந்தது என்பதைவிட ஆராய்வுக்கு உட்பட்டதுதான் என்று தான் கருத வேண்டும். அன்பு எந்த மளிகைப் பண்டத்தை விடவும் கலப்படச் சாத்தியம் அதிகம் கொண்டது.

முருகேசன் சதைத் தாகத்தால் துடித்துக்கொண்டிருப்ப தாக நினைக்கத் தொடங்கினேன். அது அவனுடைய வயதை யும் மன, உடல் ஆரோக்கியத்தையும், தனது முயற்சி சார்ந்தே தனக்குப் பெண்ணுறவு ஏற்பட முடியும் என்ற நிலையையும், தனக்காக அதை அமைத்துத்தர எவருமில்லை என்ற நிலையை

யும் காட்டுகிறது. அவன் முனைந்து முயற்சிகளில் ஈடுபடுவது நல்லதுதான்.

ஒரு நாள் நானும் முருகேசனும் வழக்கம்போலவோ, அல்லது வழக்கங்களில் ஒன்று போலவோ பூங்காவில் எங்களுக்குரித்தான மூலையில் உட்கார்ந்து கொண்டிருந்தோம். அந்தக் காலத்தில் பூட்டிப் போட்டுவிட்டதினாலேயே பாழடையத் தொடங்கிய ஒற்றை அறை கொண்டதோ அல்லது இரண்டு சிறிய அறைகள் கொண்டதோ ஆன கட்டிடம் இருந்தது. பிறக்கும் குழந்தைகளுக்குக் கணக்கு வைத்துக்கொள்ளும் அலுவலகம் அது. ஓடுவேய்ந்த கட்டிடம். சுற்றிவர ஓடு. உட்கார்ந்தால் கால் முட்டுக்கள் நாடியைத் தொடும் திண்ணை இருந்தது. அதில்தான் நானும் முருகேசனும் சந்தித்துப் பேசிக்கொண்டிருப்போம். எதிரே பெரிய கிணற்றின் சுற்றுக்கட்டு. சிதிலமடைந்துவிட்ட மர ராட்டு. கயிற்றை இழந்து எத்தனையோ வருடங்கள் ஆகிவிட்டிருக்க வேண்டும். அதன் மூளித்தன்மை அந்த அளவுக்கு உறுதிப்பட்டிருந்தது. அந்த இடத்தின் ஒதுக்குப்புறத் தன்மைதான் முதல் நாள் என்னையும் முருகேசனையும் கவர்ந்திருக்க வேண்டும். போகப்போக அந்த இடத்தின் தனிப்பெரும் விசேஷம் கூடிக்கொண்டேபோயிற்று. அங்கு உட்கார்ந்தால் பூங்காவின் பல பகுதிகள் கண்களில் படும். அங்கு இருப்பவர்கள் எவருக்குமே நாங்கள் இருப்பது கண்களில் படாது. தாண்டிச் செல்லும் ஒருவரின் பார்வை எங்கள் மீது படர்ந்து எங்கள் இருப்பையே தாண்டிச் செல்வதுபோல் எங்களுக்குத் தோன்றும்போதுகூட நாங்கள் இருந்த திசைமீது அவர்கள் பார்வை படுகிறதே தவிர எங்கள்மீது படுவதில்லை.

பூங்காவின் நடுவில் மிகுந்த பரபரப்புக் கொண்ட பாதை ஒன்று போயிற்று. பாதசாரிகளை மட்டுமே வடிகட்டி ஏற்றுக்கொள்ளும் ஒரு பாதை. அதனால் அசைவுகள்ஆழ்ந்து பார்க்கக் கிடைத்தன. பூங்காவின் மேற்கில் சென்ற பாதையை அதன் தெற்கில் செல்லும் பாதையோடு சுருக்காகவும் போக்குவரத்துகளின் குறுக்கீடோ பயமுறுத்தலோ இல்லாமல் போவதற்கும் அந்தப் பாதை பலருக்கும் வசதியாக இருந்தது. ஆண்களிலும் பெண்களிலும் அலுவலகத்தில் பணியாற்றுபவர்கள், மாணவ மாணவிகளும் எந்தச் சந்தர்ப்பத்திலும் இந்தக் குறுக்குப் பாதையை விட்டுவிட்டுப் போக்குவரத்துகள் மிகுந்த சிமிண்டு ரோட்டைத் தேர்ந்தெடுக்க மாட்டார்கள். அன்றாடம் அந்தப் பாதையில் போகிறவர்களின் முகங்கள், நடையுடை பாவனைகள் எங்களுக்குப் பழக்கமாகியிருந்தன. இவர்களுடைய தாண்டல ஒரு ஊர்வலத்தை நினைவுபடுத்தக்கூடியதுதான். அவர்களுடையவை நடை சார்ந்த அசைவுகள் அல்ல. முடுக்கிக்கொண்டு விரையும் அசைவுகள். இடைவெளி விடாமல் முன்னால் செல்பவரைப்

பின்தொடர்ந்து பாய்ந்து கொண்டிருக்கும் அசைவுகள். ஊர்வலத்தில் முன்னால் போகிறவர்களை முன்னகரவிட்டுப் பின்தங்கி இடைவெளி ஏற்படுத்துவது பின்தங்கியவர்களுக்கு அவமானத்தையும் கூச்சத்தையும் ஏற்படுத்தக் கூடியது. ஊர்வலத்தை இடைவெளிகள் சக்தியிழக்கச் செய்துவிடுகின்றன. விரைந்தும், பாய்ந்தும் செல்கிறவர்களுக்கும் காலத்தின் நகர்வுக்கும் நெருக்கமான உறவு இருந்தது. வரிசையில் தங்களுக்கென்று விதிக்கப்பட்ட இடங்களில்தான் அவர்கள் எப்போதும் வருகிறார்கள். அலுவலகங்கள், பள்ளிகள், கல்லூரிகள், தட்டச்சு நிலையங்கள் ஆகியவை காலம் சார்ந்து இயங்குபவைதானே. அவற்றில் அடைபட்டிருப்பவர்கள் வெளியேறும் நிமிடம் பிற பணிகள் சார்ந்த நிமிடங்களை விடக் கண்டிப்பானவை. இவர்களில் எங்களுக்குத் தெரிந்தவர்களும், அன்றாடம் பார்த்து எங்களுக்குப் பரிசயமான முகங்களைத் தூக்கிக்கொண்டு வருபவர்களும் நிறையவே இருந்தார்கள். எங்கள் மனதைக் கவர்ந்த பெண்கள் வர வேண்டிய நேரம் பிந்துகிறபோதோ அல்லது காத்திருந்தும் அவர்கள் வராமல் போய்விடுகிற நாட்களோ பார்க்க முடியாமல் போனவர்கள் எங்கள் மூளையிலேயே தங்கியிருக்கும்படி ஆகிவிடுகிறது. மூளையால் அவர்களைத் தொடர்ந்து பார்க்கத் தொடங்கிவிடுகிறோம்.

ஒரு நாள் குறுக்குப் பாதையில் தாண்டிச் சென்ற பெண் அர்த்தபுஷ்டியுடன் நாங்கள் இருந்த திசையைப் பார்ப்பதை நான் கவனித்தேன். அவள் என்னைப் பார்ப்பதாக எனக்குத் தோன்றவே எனக்கு ஆச்சரியம் குதூகலமாக வெளிப்பட்டது. ஏதோ சந்தேகம் வர முருகேசனின் முகத்தைப் பார்த்தேன். அவன் முகம் எந்த பாவத்தையும் காட்டாமல் இருந்தது. நான் பார்ப்பதற்கு முந்திய நொடியில் அவன் முகம் கொண்டிருந்த மலர்ச்சியின் நிழல் அவன் முகத்தில் சிறிது மிஞ்சியிருந்தது. மீண்டும் அவன் முகத்தைப் பார்த்தேன். தொலைவில் தெரிந்த மலைகளையோ அல்லது மலைகளுக்கும் வானத்திற்குமான இடைவெளியையோ அவன் ஆராய்ந்துகொண்டிருப்பதுபோல் இருந்தது. அந்த ஆராய்ச்சியில் ஒரு செயற்கையான தன்மையும் மறைவும் இருப்பதை நான் உணர முடிந்தது. தன் மனதில் ஓடிக்கொண்டிருப்பதை எனக்குத் தெரிவதற்கான வாய்ப்பில்லாமல் இருக்கும் இயற்கையின் வரையறை அவனுக்கு ஆசுவாசமான சந்தோஷத்தை உருவாக்கிக்கொண்டிருக்கிறதோ என்று கற்பனை செய்து கொண்டபோது எனக்கு அவன்மீது ஒரு பொறுமையின்மை ஏற்பட்டது. மனத்தின் தவிர்க்க இயலாத கசிவை, பாதையின்றி மறு மனம் தாண்டும் கசிவை, அவன் கணக்கிலெடுத்துக்கொள்ளாமல் தன்னைத்தானே ஏமாற்றிக்கொள்கிறான் என்று கருதினேன். அவளுக்கும் என்

நண்பனுக்குமான மின்னதிர்வு என் மனதில் சில சலனங்களை உருவாக்கிற்று. ஒருவிதமான கிளர்ச்சிக்கு ஆளானேன். அவளுடைய தோற்றத்தை நினைவில் அலசிக்கொண்டே போயிருப்பதை அலசல் முறிந்த நேரத்தில் உணர்ந்தேன். காதலிகள் எழுப்பும் கற்பனையைவிட அவள் அதிக சதையுடன் இருந்தாள். அளவான சதை அளவான சதைகளாலும் அளவற்ற சதை அளவற்ற சதை என்பதாலும் மனக் கிளர்ச்சியைத் தூண்டுகிறது. உடலாசைபோல் தாக்கமற்றதும் குதர்க்கமானதும் கோணல் நிறைந்ததாகவும் ஆன உணர்வுகள் வேறு எதுவும் இருக்க முடியாது. கருமையின் சாயல் அவளுடைய உடல் மீது படர்ந்திருந்தது பாலுணர்வைத் தூண்டக்கூடியதாகவே இருந்தது. அவளுடைய நடை பெண்களுடைய பார்வையில் ஆபாசமானதாகவே காட்சி அளிக்க முடியும். தொடை இடுக்குப் புண்ணை உரசவிடாமல் நடந்து போவது போல் இருந்தது. நடையின் பின்பக்கக் காட்சியையே என்னால் பார்க்க முடிந்தது. எங்களூரில் நான் இனங்கண்டு வைத்திருந்த தெரு வேசிகளில் அநேகருக்கு அந்த நடை இருப்பது நினைவுக்கு வந்தது. அது இயற்கையான நடையா அல்லது நோயுற்ற நடையா என்பதை என்னால் தீர்மானிக்க முடியவில்லை. எங்களூரிலேயே ஆகப் பொறுக்கி என்று பொறுக்கிகளால் கருதப்படுகிற தெரு வேசி மீது நான் சிறு வயதிலிருந்தே கட்டுக் கடங்காத ஆசை வைத்திருந்தேன். நான் அவளிடம் சென்று உன் மீது கட்டுக்கடங்காத மோகம் கொண்டிருக்கிறேன் என்று சொன்னால், கேலி செய்யாதீர்கள் என்று கண்ணியமாகச் சொல்லிவிட்டோ அல்லது மிதமிஞ்சிய கோபம் அவளிடம் தெறிக்க வைக்கும் வசையை வீசிவிட்டோ அவள் செல்லலாம். இது அபத்தமான கற்பனையாகவும் எனக்குத் தோன்றியது. மனதில் பொங்கும் உடலுறவு உணர்வுகளுக்குப் பார்வை கிடையாது; பார்வை இல்லாததால் விவஸ்தை கிடையாது என்பது அவளுக்கு அனுபவ வாயிலாகவே தெரிந்திருக்கும். அவளுடைய மனத்தில் அனுபவம் அளித்த மொழியே இல்லாத உண்மைகளைத்தான் மகான்கள் வளைத்து வளைத்துச் சொல்லிக் காலம் காலமாக அலுப்பு ஏற்படும்படி புலம்பிக் கொண்டிருக்கிறார்கள் என்று பட்டது. அந்தப் புலம்பலைத் தன் காலால் மிதித்துக்கொண்டு போகும் வேசிகளின் தலைவியான அவள்மீது எனக்குச் சிறிது மதிப்பும் இருந்தது.

முருகேசன் ஒரு வார்த்தைகூடச் சொல்லாமல மௌனமாகவே இருக்கிறான். நான் உணராத விஷயத்தைப் பற்றி என்னிடம் ஏன் சொல்ல வேண்டும் என்ற எண்ணத்தில் என்னைச் சந்தோஷமாகப் புறக்கணித்துக்கொண்டிருக்கிறான். என்னை மடையனாக நினைக்கும் அவன் எவ்வளவு பெரிய மடையன்.

அவள் அநேகமாக ஏதேனும் ஒரு அலுவலகத்தில் கீழ் நிலைப் பணியாளராகவே இருக்க வேண்டும். சிலந்தி வலையைக் கட்டிடம் எழுப்பிய பின் அடிக்கப்படாத எத்தனையோ அலுவலகங்கள் இருக்கின்றன. எந்தச் சிலந்தி வலை அலுவலகம் அது என்பது தெரியவில்லை. அவள் தமிழ்த் தட்டெழுத்துப் பொறியாளராக இருக்கலாம். அவளுடைய தட்டெழுத்துப் பொறியில் சில எழுத்துக்களேனும் கம்பிகளின் நுனியிலிருந்து உதிர்ந்து போன பின்பு அந்த எழுத்துக்களை ஒட்டவைக்க வேண்டியதில்லை என முடிவெடுக்காவிட்டாலும் படிப்பதி லுள்ள – அசௌகரியத்தை ஆனந்தமாக மாற்றிக்கொண்டுள்ள மேலாளர் அவளுக்கு இருக்கலாம். மனித எழுத்தின் விடுதல் களை எழுத்துப் பிழை என்று சொல்லலாம். ஆனால் இயந் திரத்தின் விடுதல்களை எழுத்துப் பிழை என்று யாரும் கருத முடியாது என்று பலமுறை பெரிய கண்டுபிடிப்பாக நினைத்து அந்த மேலாளர் சதை வளம் கொண்ட அந்தப் பெண்ணிடம் சொல்லியிருக்கலாம்.

நாளைக்கும் இங்கேயே சந்திக்கலாமா என்று நான் கேட் டேன். முருகேசன் என்னைப் பார்த்த பார்வையில் விழிகளில் அர்த்தத்தின் நிழல் படருவது போலிருந்தது. அவன் உணர்வு பூர்வமாக விழித்துக்கொண்ட நிலையில், உன் இஷ்டம் என்று நிர்விசாரமாகச் சொன்னான். அவனிடம் மூளையின் கூர்மை திடீரென்று பளிச்சிட்டிருக்கிறது.

நான் சற்று எதிர்பாராத விதமாக, ரங்கா உனக்குத் தத்துவத்தில் ஈடுபாடு உண்டா என்று கேட்டான் முருகேசன். காலம் பிந்தி அறிந்த நிலையிலும் மற்றொரு நோக்கம் கருதி அனாவசியமாகக் கேட்கும் கேள்விபோல் எனக்கு அது பட்டது. சரியான பதிலை என் மனம் சொல்லிற்று. அது மிக எளிமை யான, சிடுக்கில்லாத பதில். அதைத் தவிர்த்து அவனிடம் சொல்ல வேண்டிய பதிலைப் பற்றி யோசித்தபோது என்னிடம் வெளிப்பட்ட வார்த்தைகள், தத்துவம் என்பது எனக்குப் புத்தகங்களை நினைவுபடுத்துகிறது. எனக்கு அவற்றுடன் ஏது உறவு. என்ன சிறிய மூளையால் யோசிப்பதில் ஆசை வைத் திருக்கிறேன். முருகேசனின் புத்தகங்கள் படிக்கும் ஆசையை யும் தன்னுடையது கூர்மையான மூளை என்பதில் அவனுக் கிருந்த முனைப்பையும் தாக்க வேண்டும் என்று எனக்குத் தோன்றியது. அன்று அதற்கு மேல் அவன் பேசவில்லை. சுமார் பத்து வருடங்களாக நாங்கள் கொண்டிருந்த மாயப் பிரியம் என் மனதில் பல காட்சிகளிலும் பேச்சுக்களிலும் துளிர்த்துக்கொண்டிருக்க, வெகுவாகப் பிந்தி வீடுபோய்ச் சேர்ந்தேன்.

நூல் நிலையம் பூங்காவினுள் இருக்கிறது. மாலை 5 மணிக்கு நூல் நிலையத்தை மூடிவிடலாம். அந்த வேலையை ஏற்றுக் கொண்டதிலிருந்து ஒரு நிமிஷம்கூட வீணாகாமல் சரியாக நூல் நிலையத்தின் கதவை இழுத்துச் சாத்துவது பற்றி ஆராய்ச்சி செய்துகொண்டிருந்தேன். நான் நல்ல வாசகன் அல்லதான். பொதுவாக நூல்நிலையத்தில் பணியாற்றுகிறவர்கள் புத்தக நேசிகளாக இருக்கமாட்டார்கள் என்பது பலரும் என்னிடம் சொல்லியிருக்கும் ஒரு அபிப்பிராயம். பூங்கா நூல்நிலையத்திற்கு வருகிறவர்கள் அநேகமாகப் புத்தக நேசிகள் அல்ல என்பதோடு அச்சேற்றிய எந்தக் காகிதத்தின் மீதும் ஜென்ம விரோதம் கொண்டவர்கள் என்று எனக்குத் தோன்றும். அங்கு வரும் வாசகர்கள் பெரும்பாலும் நூல்நிலையத்திற்குள்ளே இருந்த வாசிப்புச் சாலைக்கு வந்துவிட்டுப் போகிறவர்கள். அவர்கள் முரட்டுத்தனமான உடம்புடன் கைகளில் கரடி மயிருடன் வளைந்த முதுகும் பெரிய புட்டிகளும் செம்மண் தரை போட்ட புழுதி பார்டர் கொண்ட வேட்டியுடன் வருகிறார்கள். அவர்கள் முகத்தில் வெளிப்படும், சண்டை என்றால் ஒரு கை பார்ப் போம் என்ற முகபாவம், அஞ்ஞானத்திலிருந்தும் தாழ்வு மனப் பான்மையிலிருந்தும் வருவது என்பது என் தாழ்மையான அபிப்பிராயம். மனித ஜீவன்களை நேசிப்பதைத் தவிர வேறு வழியில்லை என்று சொல்பவர்கள் இருக்கிறார்கள். இவர் களுக்கு எதிராக அவர்களை வெறுப்பது தவிர வேறு வேலை இல்லையென்று வீம்புக்கு நான் சொல்ல விரும்பமாட்டேன். ஆனால் வெறுக்கப்பட வேண்டிய மனிதர்கள் கணிசமாக இருக்கிறார்கள். மனிதர்களை வெறுப்பதற்குத் திறமை கொண் டவர்களுக்குத்தான் அவர்களுக்கு மாறாக இருப்பவர்களை மதிப்பிட்டு நேசிக்கவும் முடிகிறது. எல்லா மனிதர்களையும் நேசிப்பவர்களாகக் கூறுகிறவர்கள் வாயில் அள்ளிப்போட்டுப் பல்லால் அரைக்க முடிந்த எல்லாப் பொருள்களுமே உணவு தான் என்று கூறி அதை அப்படியே பின்பற்றிவருகிறவர்கள். எனக்கு நூல்நிலையம் புத்தகங்களின் காட்சி வரிசை தந்த உணர்வுகளைவிட மனிதர்களின் பிரவேசம் தந்த உணர்வுகள் மிக அதிகமானவை. வாசிப்புச் சாலை என்று நான் சொல்லும் பகுதியில் சஞ்சிகைகளும் தினசரிகளுமே வரும். தினசரிகள் படிக்க வருகிறவர்கள்தான் அதிகம். எந்த அருவருப்பான நாளிதழும் மடிப்புடன் மனித விரல்கள் அளையாத கோலத் துடன் இருக்கும்போதுதான், அழகற்ற பெண்களும் பருவத்தில் அழகின் பூச்சைக் கொள்வது போல், நேர்த்தியாக இருக்கிறது. அந்த நேர்த்தியான வாழ்வுக்காக அவற்றுக்கு விதிக்கப்பட்ட நேரம் மிகக் குறைவுதான்.

நூல் நிலையத்தின் பக்கத்தில் மராமத்து அலுவலகம், பத்திரப் பதிவு ஆபீஸ், ஆதாரமெழுத்து ஆபீஸ் போன்றவை

இருந்தன. மனிதர்களில் ஒரு தினுசானவர்கள் ஒரே இடத்தில் கூடி ஊரின் பிற பகுதிகளை வெளிச்சம் கொண்டதாகச் செய்யட்டும் என்று படைத்தவன் கருதுவதாகத் தோன்றும் ஒரே மணம் கொண்ட ஆபீஸ்கள் ஒன்றுக்கொன்று கூடிக் குலாவுவதைப் பார்த்தால். அங்கு வருகிறவர்களுக்குப் பொது வான குணங்கள் பல. அவர்கள் சிகரெட் பிடிப்பதை எவ்வளவு அதிகப்பிரசங்கித்தனமாகக் கருதுகிறார்களோ அந்த அளவு புகையிலையுடன் வெற்றிலை போடுவதை வசதியான கன வான்களுக்குரிய பழக்கமாகக் கருதுகிறார்கள். பொதுவாக அவர்கள் வாயில் கொழகொழக்கும் வெற்றிலைக் குழம்பு நல்ல 'திக்கா'னவை. அவர்களுடைய வாயில் ஊறும் எச்சில் ஒரேவிதமான போஷாக்குகளையும் வைட்டமின்களையும் கொண்டதாக இருக்க வேண்டும். அவர்கள் ஒதுக்கிக்கொள்ளும் புகையிலையின் அளவு அதிகம். அவர்களைப பொறுத்தவரை யில் அவர்கள் ஒதுக்கிக்கொள்ள விரும்பும் அளவைவிட அவர் களின் வாய்களின் உள்ளடக்க வெளி குறைவாக இருப்பதற்கு மன எதிர்ப்புத் தெரிவித்துக்கொண்டே இருப்பவர்கள். எச் சிலைத் தொலை தூரம் சென்று படியும்படி அவர்களால் துப்ப முடிகிறது. பால்ராஜ் அலுவலகத்தில் ஒருவர் பெஞ்சியில் உள்ளே உட்கார்ந்துகொண்டிருந்தவர் வெள்ளைச் சட்டையுட னும் சலவை செய்த வேட்டியுடனும் அலுவலகத் திண்ணை யில் நின்று சாதாரண விஷயமொன்றைக் காரசாரத்திற்கு உயர்த்திப் பேசிக்கொண்டிருந்த மூன்று பேர்களின் இடைவழி யாகத் துப்பும்போது காலை மணி ஒன்பதரை பத்து இருக்கும். வெயில் காயத் தொடங்கிவிட்டது. எச்சில் தன் அந்தரப் பயணத் தில் ஒருவர் மீது உராயப் போனபோது அது தன்னையே வளைத்துக்கொண்டு முன்னேறிச் சென்று படியில் விழுந்ததை நான் கவனித்தேன். நான் பணியாற்றிய நூல் நிலையத்தைவிட பால்ராஜ் பத்திரமெழுத்து ஆபீஸ் மனித அனுபவத்திற்கு நம் வாழ்வுக்கேற்ற போஷாக்குகளை மிக அதிகமாகத் தரக்கூடியது என்பது என் அபிப்பிராயம். அங்கு நாலைந்து மணிநேரம் உட்கார வாய்ப்புப் பெறுபவர்கள் அரை மணி நேரமோ அல்லது மேலும் கால் மணி நேரமோ வாசிப்பதில் எந்தத் தவறுமில்லை.

ஆமைவடை வக்கீல்கள், பத்திரமெழுத்து ஆபீஸ்கள், பத்திரப் பதிவு ஆபீஸ்கள், மராமத்து ஆபீஸ், மரப்பொடி விற்கும் ஓலைக் குடிசைகள், விறகுக்கடைகள், ஸ்டாக்கிஸ்டுகள், காலாணி எடுக்கும் வைத்தியர் (காதில் குறும்பையும் எடுக்கத் தெரிந்தவர் வைத்தியர்), நாலைந்து முறுக்கான் (வெற்றிலை பாக்கு) கடைகள், முட்டைத் தோசையும் புட்டும் பயறும் அப்பளமும், கடுங்காப்பியும் கிடைக்கும் கடைகள் ஆகியவை

தொடர்ந்து இருந்தன. இங்கு வருகிறவர்களுக்கு இருந்த மற்றொரு பொதுவான குணம் இன்ன நேரத்திற்குத்தான் தம் வேலை முடிய இங்கு வந்துசேர வேண்டுமென்று தெரிந்தவர்களும் மிக முன்கூட்டி இங்கு வருவதை ஒரு பழக்கமாகக் கொண்டிருந்தார்கள் என்பதோடு அந்தப் பழக்கத்தைச் சில காலத்தைச் சேமிக்கும் வகையில் மாற்றிக்கொள்ள முடியாமலும் இருந்தார்கள். உதாரணமாக மராமத்து ஆபீஸ், பத்திரமெழுத்து ஆபீஸ் ஆகியவை பத்து மணிக்குத் திறக்க வேண்டியவை என்றாலும் சரியாகப் பத்தரை மணிக்குத் திறக்கக்கூடியவை. இந்த ஆபீஸ்களுக்கு வெளித் திண்ணைகள் இருந்ததோடு உட்கார வசதியான அரைச் சுவர்களும் இருந்தன. வெளித் திண்ணையும் அரைச் சுவரும். புதிய தலைமுறையினரும் இவற்றின் இருப்பு பற்றிய மதிப்பறியாதவர்கள். காத்துக்கொண்டிருக்க வேண்டிய நிலை இருந்தாலும் இவர்கள் நின்றுகொண்டிருப்பார்கள். இடம் தேடி உட்காருவது இவர்களுடைய அசாதாரணத்திற்குப் பொருந்தி வராதவை. அவர்களுக்குக் கால் முட்டுகள் மடக்க முடியாதவை என்று எண்ணுவதைவிட அவர்களுடைய சலவை செய்து முறுக்குடன் மடிப்புகள் கொண்ட பாண்டுகள் விறைப்புக் காரணமாக மடக்க முடியாமல் போனவை என்று கருதவே நான் விரும்புகிறேன். பால்ராஜ் பத்திரமெழுத்து அலுவலகத்தை வெள்ளையடிக்க வேண்டிய செலவு பால்ராஜுக்கு அங்கு ஆபீஸ் திறந்தபின் ஏற்படவில்லை. வெற்றிலை போடுகிறவர்கள் சுவரில் போடும் திலகங்களின் நெருக்கமே அந்தப் பரப்பை முழுமையாகக் கவனித்துக்கொள்பவையாக இருந்தன. பால்ராஜின் மேஜையின் மீது பத்திரங்களும் குடியிருப்புச் சட்டம், வயல் பாட்டத்தை மாற்றுதல், உயிலெழுத்து, ரெஜிஸ்தர் விவாகம் முதலியவை சம்பந்தப்பட்ட சட்டப் புத்தகங்களும் துண்டுத் தாள்களும் முனை ஒடிந்த குட்டிப் பென்சில்களும் தாள்களைச் சேர்த்துத் தைக்க சாக்கூசியும் ட்வெயினும் மைக்குப்பியும் முக்கி எழுதும் பேனாக்களும் ரூல்தடியும், ரப்பர் துண்டுகளும் ரப்பர் ஸ்டாம்புகளும் (ரப்பர் ஸ்டாம்பைக் குத்துவதில் பால்ராஜ் மிகுந்த ஆசை கொண்டவன்) கிடந்தன. மேஜையின் மேல்பரப்பு, சிந்தப்பட்ட மைத்துளிகளால் மறைவுற்று மரத்தின் நிறத்தையே பார்க்க முடியாது என்பது அங்கு வருகிறவர்கள் யாருக்குமே தெரியாது.

நான் முதலாவதாக அங்கு போனபோது அவருடைய கால்களை செங்கல்களால் எழுப்பி மேஜை காரையால் எழுப்பப்பட்டது என்று நினைத்தேன். அதன் கால்களும் கால்கள் இணைக்கப்பட்டிருந்த மேல் சட்டமும் சுண்ணாம்பால் மறைக்கப்பட்டிருந்தது. சுண்ணாம்பைத் தேய்ப்பவர்களை இங்கிதம் அற்றவர்கள் என்றும் தடித்தனம் கொண்டவர்கள் என்றும்

சீமான்கள் நினைக்கலாம். அது முழுமையாகச் சரியல்ல. சுண்ணாம்பைத் தேய்க்க அவர்களுடைய விரல்கள் துடித்து, பரபரத்து இடம் தேடித் துடிக்கும் கணங்களில்கூடக் குறிகள் மீது குறிகள் போடுவது அநாகரியம் என்ற உணர்வு அவர் களுக்கு இருப்பதால்தான் குறிகளால் அடைபடாத வெற்றிடத்தை அவர்களுடைய தவிக்கும் விரல்கள் ஒரு நொடியில் கண்டு பிடிக்கின்றன.

ஆபீஸ்கள் திறக்கப்படுவதற்கு முன் வரும் பழக்கம் கொண்ட இவர்களில் ஒரு சிலர்தான் காத்திருந்து அலுக்கும்போது வாசிப்புச் சாலைக்கும் வருகிறார்கள்.

மழைப் பூச்சிபோல் குறைந்த நேரத்திற்கு மட்டுமே நலுங் காமல் வாழ விதிக்கப்பட்டுள்ள தினசரி மடிப்புகளை இவர்கள் குறைந்தபட்ச நேரத்தில் குலைத்து, பக்கங்களை மாற்றி ஒன் றிரண்டு பக்கங்களைத் தலைகீழாக அடுக்கி, ஒன்றிரண்டைத் தரையில் பறக்கவிட்டு, காற்று அவர்களை நேர்த்தியாக மடிக்க விடாத கோபத்தைக் காற்றிடம் காட்ட முடியாததால் காகி தங்கள் மீது அவற்றைக் கசக்கி வெளிப்படுத்திக் கக்குவான் இருமல் கொண்ட குழந்தைகள் வாந்தியெடுத்ததுபோல் தினசரி களை மேஜைமீது இறைந்துவிட்டுப் போகிறார்கள். இவர்களை என்னால நேசிக்க முடியவில்லை என்பதை நான் வெளிப் படையாக வைத்துக்கொள்ள விரும்புகிறேன். இவர்கள் வீடு களுக்குப் போய் ஆராய்ந்தறிய எனக்குச் சந்தர்ப்பம் இல்லை யென்றாலும் இவர்கள் காலைத் தினசரிகளைக் கையாளும் பக்குவத்துடனேயே தங்கள் மனைவியர்களையும் குழந்தைகளை யும் கையாளுவார்கள் என்றே என்னால் கருத முடிகிறது. இவர்கள் கூடுமானவரையிலும் தங்கள் வீட்டின் காரைக் கட்டுச் சுவர்களின் கனத்தைச் சிறுகச் சிறுகக் கூட்டிக்கொண்டுபோய் அவற்றுக்கு உறுதியளித்துவருவதைப் பாராட்ட எனக்கு எந்தத் தயக்கமும் இல்லை.

நூல் நிலையத்தில் பகல் பூராவும் புத்தக விரோதிகளைப் பார்த்துப் பார்த்துக் கொதித்துப்போகிறவன் நான். புத்தக வாசிப்பில்லாத எனக்கு இப்படியெல்லாம் எண்ணங்கள் கொள்ளத் தகுதியுண்டா என்ற கேள்வியை நானே எழுப்பிக் கொள்ளும் போது, புத்தகங்களைப் படிக்காதவன் நான் என்றால் தெருக் களையும் தெருக்களில் நடமாடும் மனித முகங்களையும், பொறுக்கி களையும், பொறுக்கி வேசிகளைப் பற்றியும் எவ்வளவோ தெரிந் தவன் நான். இவர்களைப் பற்றிய என் உணர்வுகளும் எண்ணங் களும் அறிவுக் கீற்றுகளும் செழுமைப்பட்டேவருகின்றன. இந்தக் குணம் வாசிப்பை விட அதிக பலனைத் தரக்கூடியது என்று வாதாட வரவில்லை. புத்தகங்கள் உருவாக்கும் மூலஸ்தானங்

களுடன் ஆசை மிகுந்த, அலுப்புத் தராத, ஆனந்தத்தைக் குமிழியிடச் செய்கிற மனச்சாய்வை நான் தொடர்ந்து கொண்டு வருகிறேன்.

பகலில் புத்தகத் துரோகிகளைத் தொடர்ந்து பார்த்துக் கொண்டிருக்கும் அநேக நாட்களில் மாலை கதவைச் சாத்தும் நேரத்தில் புத்தகப் பிரேமிகளைப் பார்க்கக் கிடைப்பது ஒரு விதத்தில் என் துரதிருஷ்டம் என்றுதான் சொல்ல வேண்டும். அவர்களுக்காக நான் சிறிது பொறுக்க வேண்டியிருக்கிறது. இல்லாதவரையும் என்னையும் என் மனது புத்தகத் துரோகி களின் பட்டியலில் சேர்த்துவிடும். அவர்களை நான் வரவேற்று உட்கார வைத்து புத்தகப் பட்டியலைக் காட்டும்போது ஐந்து மணியோடு என் வேலை முடிந்துவிட்டது என்று முதலில் நான் சொன்னது அவர்களுக்குச் சுத்தமாக மறந்துபோய்விடு கிறது. புத்தகப் பிரேமிகளுக்குப் புத்தகங்களை அளைந்துகொண் டிருக்கக் கிடைத்தால் அவர்களுக்கு அதற்குப் பின் காலம் தெரிவதில்லை. தன்னிருப்பை அவர்கள் மறக்கிறார்கள். நான் பேசுவதற்கு அவர்கள் உம் கொட்டினாலும் நான் பேசியது அவர்களுடைய மண்டையில் ஏறுவதில்லை. சிலருக்குப் புதிய பெண்ணொருத்தியின் அருகாமை அளித்த உஷ்ணம் ஏறி அவர்கள் முகத்தில் ரத்தம் ஏறிச் சிவப்பதையும் பார்த்திருக் கிறேன்.

முருகேசன் எங்கள் மூலைக்கு ஐந்தரை மணிக்கு வருவ தாகச் சொல்லியிருந்தான். இந்தத் தகவலை என் மனத்தில் அன்று பகல் நேரத்தில் எத்தனை தடவை நினைத்துக்கொண் டேன் என்பதைக் கணக்கிட்டே சொல்ல முடியாது. அவனோடு நான் கொண்டிருக்கும் உறவில் ஏன் பரபரப்பும் கட்டுக்கடங் காத ஆசையும் கொண்டிருக்கிறேன் என்று யோசித்தேன். ஏன் அவனுடன் இத்தனை வருடங்கள், மிக நீண்ட நேரங்கள் பேசிய பின்பும் அந்த ஆசை அலையின் வேகம் சற்றும் மட்டுப்படாமல் இருக்கிறது? ஆண் ஆணோடு கொள்ளும் உறவுக்கும் ஆண் பெண்ணோடு கொள்ளும் உறவுக்கும் உள் ளார்ந்த சாராம்சம் இருப்பதாக எனக்குத் தோன்றியது. பல வருடங்களுக்கு முன் – அப்போது எங்களுக்கு வயதும் குறைவு – ஒரு நாள் என்னிடம், நீ பெண்ணாகப் பிறந்திருந்தால் உன்னையே கட்டிக்கொண்டிருப்பேன் என்று சொன்னான். அப்படியே நடந்திருந்தால் நாம் ஒற்றுமையாகக் குடும்பம் நடத்துவோமா அல்லது சண்டை சச்சரவுடன் வாழ்ந்துகொண் டிருப்போமா என்று அவன் சொல்ல, சதா சண்டை போட்டுக் கொண்டிருப்போம் என்று நான் சொன்னேன். இப்போது நாம் மிகுந்த 'காதலுடன்' ஏன் இருக்கிறோம் என்று அவன் கேட்டான். அதற்கான பதில் என் மனதில் தெளிவாகத்

தெரியவில்லை என்றாலும் மணம் செய்ய முடியாத இயற்கை அமைப்பு ஒரு இடைவெளியை எங்களுக்குத் தந்து சற்று விலகி நின்று விஷயங்களைப் பார்க்க நமக்கு வாய்ப்புத் தருவ தோடு மிகுந்த நெருக்கடியில் நாம் ஒருவரை ஒருவர் பிரிந்து போவதற்கான வாய்ப்பு உறவை ஒன்றாக வைத்துக்கொள் கிறது என்று சொன்னேன். அதற்கு அவன் ஒன்றும் சொல்ல வில்லை.

முருகேசன் எல்லோரையும் சமமாகப் பார்க்க வேண்டும் என்ற மூளை முடிவு கொண்டவன்தான். அதில் எனக்குச் சந்தேகம் இல்லை. மூளை முடிவு என்று கேலியாகவோ, விமர்சனமாகவோ நான் சொல்லவில்லை. மூளை முடிவுகள் தான் நாள்பட ரத்தத்தில் கலக்கின்றன. மூளை முடிவுகள் எவையும் ரத்தத்தில் முழுமையாகக் கலக்காத இடைக்காலத்தில் வாழ்ந்துகொண்டிருக்கிறோம். முருகேசனும் என்னைப் போலவே இந்தக் காலத்தில் வாழ்ந்து கொண்டிருப்பவன்தானே. என்னை அவன் சமமாக நடத்துவதில் தென்றலை இன்றுவரையும் நான் அனுபவித்துக்கொண்டிருக்கிறேன். அனுபவித்துக் கொண் டிருக்கும்போதே அனுபவத்தை மறுப்பது பொதுப் புத்திக்கு மட்டுமல்ல, அறிவியலுக்கும் எதிரானது என்று நம்புகிறேன்.

இந்தச் சந்தர்ப்பத்தில் என்னைப் பற்றியும் முருகேசனைப் பற்றியும் யோசித்துப் பார்க்க வேண்டும். எங்களுடைய பொது வான நண்பர்கள்பற்றியும் பொது நண்பர்கள் அல்லாத நண்பர்கள் பற்றியும் யோசித்துப் பார்க்க வேண்டிய அவசியம் எனக்கு ஏற்படுகிறது. அவ்வளவு விரிவாக யோசிக்க இப்போது சந்தர்ப்பம் அமையுமா என்பது தெரியவில்லை. எனினும் இப்போதைய சிந்தனைக்கு அவசர அவசியமாக இருக்கும் எங்கள் இருவரைப் பற்றியேனும் யோசித்துப் பார்க்க வேண்டி யிருக்கிறது.

வெளிப்படையாகச் சொன்னால் எனக்கும் முருகேசனுக் கும் மிகுந்த வேற்றுமை இருக்கிறது. வேற்றுமை இல்லாத சமப்பரப்பான நிலத்தில்தான் நாங்கள் நடக்கிறோம் அல்லது உலாவி வருகிறோம் என்று நம்பவே நாங்கள் ஆசைப்பட்டு வந்திருக்கிறோம். இந்த முடிவே யதார்த்தமானது என்று சந்தேகமின்றி நம்பவும் தலைப்பட்டுவிட்டோம். இதையெல் லாம் எனக்குத் தெள்ளத் தெளிவாகத் தெரியும் விஷயங்கள் என்று சொல்லலாம். ஆனால் கூர்ந்து பார்க்கிறபோதுதான் – கூர்ந்து பார்க்கும் அளவுக்கு – வேற்றுமைகள் தட்டுப்படத் தொடங்குகின்றன. முருகேசன் ஆங்கிலத்தில் எம்.ஏ. பட்டம் பெற்றதோடு அந்தப் பட்டத்தை அவனோ அவனுடைய நண்பர் களோ ஒரு பொருட்டாகக் கருதாத அளவுக்குப் படித்தவன்.

பள்ளியில் ஒரு நாய்க்குட்டி

அவன் ஈடுபாடு கொண்ட விஷயங்கள் பலவாகவும் ஈடுபாடு கொள்ளாத விஷயங்கள் சொற்பமாகவும் இருந்தன. அவனுடைய ஈடுபாடுகளை அவன் எல்லை கட்டி வைத்துக்கொள்ளாமல் புதிய விஷயங்களையும் புதிய ருசிகளையும் அவன் அபிவிருத்தி செய்துவந்ததையும் இங்கு விசேஷமாகக் குறிப்பிட வேண்டும். சில அபூர்வமான விஷயங்களைத் தனது மனதுக்கு இயற்கையாகவே ஒத்துவராதவை என்று அவன் ஒதுக்கி வைத்திருக்கிறான். அவை நீங்கலாக எல்லா விஷயங்களையும் தீவிரமாக எடுத்துக்கொள்ளவும் அவனுக்கு ஒரு முனைப்பிருந்தது. அவனுடைய ஆடைகள் எளிமையானவை என்றாலும் சுத்தமானவை. ஆடைகளின் வெண்மை பளிச்சிட்ட பின்புதான் அல்லது அதோடு இணைந்தே நாம் அவனை யோசித்துப் பார்க்க முடியும். அவனிடம் சளசளப்பே இல்லை. ஆசையை முன்னிட்டுக் குரல்வளையைக் கட்டவிழ்த்துவிடாமல் மூளையால் சொற்களைத் தேர்ந்தெடுத்துப் பேசும் பழக்கம் கொண்டிருந்தான். அவன் நிறைய இங்கிதங்கள் கொண்டிருந்தான். அவற்றை அவசரம் காரணமாக மீறுவதைத் தன் பழக்கமாக ஏற்றுக்கொள்ள அவன் பிடிவாதமாக மறுத்து வந்தான். அவனுக்குத் தேவையான ஆயுதங்கள் துருப்பிடிக்காமல் புதுமைத் தோற்றம் குலையாமல் இருந்தன. அவன் தேடக் கூடாது என்ற தீர்மானத்தை லட்சத்தியோரு தடவை எடுத்து, அன்றாடம் தேடி அலுப்பும் சுய வெறுப்பும் கொள்ள வேண்டிய நிலையை முற்றாகவே ஒழித்துக்கட்டியிருந்தான். தபாலில் வரும் கடிதங்களின் வாயைச் சிறிய, கூர்மையான கத்தரியால் வெட்டி அவன் கடிதத்தை எடுப்பது மனதைக் கவர்வதாக இருக்கும். படக்கென்று கிழித்து ஒரு நொடியில் கவர்களை அசிங்கப்படுத்துவது எனக்கு வெறுப்பைத் தந்தது. ஆனால் என்னால் அவனைப் பின்பற்ற முடியவில்லை. அவன் இசையில் ஈடுபாடு கொண்டவன். இசையில் ஈடுபாடு கொண்டவன் அதைப் பற்றிப் பேசுவதை மிகக் குறைவாகவும் இசையைக் கேட்பதைச் சுய வியப்பில்லாத பழக்கமாகவும் வைத்துக்கொண்டிருந்தான். அந்தக் காலத்தில் அதிசய அபூர்வப் பொருளாக இருந்த இசைத்தட்டுக் கருவியை நம் மனதை அதிரச் செய்யும் விலை தந்து சென்னையிலிருந்து அவன் வாங்கி வைத்துக்கொண்டிருந்தான். இசையை மதிப்பிட்டுப் பேசாத அவனுடைய இசை ஈடுபாடுகளை மீண்டும் மீண்டும் அவன் பொறுக்கியெடுக்கும் இசைத் தட்டுகளை வைத்தே நான் அறிந்திருந்தேன். இசைத் தட்டுகள் ஊசிமீது சுழன்றுகொண்டிருக்கும்போது எந்த அவசரம் கருதியும் அதைப் பாதியில் ஊசியின் கொண்டையைப் பிடுங்கி இசையை அவன் முறித்ததில்லை.

வசதியை எடுத்துக்கொண்டால் சொத்து, சேமிப்பு விபரங்கள் சார்ந்து அவன் குடும்பத்தை எங்களை விடவும் வசதி சற்றுக்

குறைந்த குடும்பம் என்றுதான் சொல்ல வேண்டும். இருந்தாலும் எப்போதும் அவனிடம் சிறிது பணமிருக்கும். நண்பர்கள் காப்பி குடிக்க ஓட்டலுக்குப் போகலாம் என்று கூறுகிறபோது அவன் கலவரப்பட்டதோ அதை ஆமோதிக்கத் தவறியதோ இல்லை. யோசனை சொன்னவன்தான் காசு தர வேண்டும் என்ற நியதியையும் அவன் அவ்வளவாக நம்பியவனும் அல்ல. ஆனால் இதுபோன்ற எளிய சந்தர்ப்பங்கள்கூட என் மனதில் உளைச்சலையும் உளைச்சல்களின் முன்அனுபவங்களை நினைவுபடுத்தியும் பின் என்னை நோக்கி வந்துவிடுமோ என்ற பயத்தில் செத்தும் வெட்கப்பட்டு மீண்டும் மீண்டும் சாப்பிட்டுவருவதற்கான கெட்ட, சுரணையற்ற பழக்கத்தில் சுயவெறுப்புக் கொண்டும் நான் கூசிக் குறுகிக்கொண்டிருந்தேன். உண்மையில் என் தந்தை, முருகேசனின் தந்தையைவிட வசதியானவர். என்றாலும் எங்கள் வீட்டுப் பழக்கவழக்கங்கள் முற்றிலும் வேறு விதமாக இருந்தன. செட்டு, இயற்கையாகவே எங்கள் வீட்டில் கரிய இருள் போல இருந்தது. செலவு, சேமிப்பைக் குறைத்துவிடும் என்று நினைப்பதிலிருந்து ஒரு நிமிடம்கூட என் தந்தையால் விடுதலை பெற்று நிற்க முடியவில்லை. அத்துடன் சேமிப்பு குட்டிபோடும் வருமானத்தின் மீதுதான் அவர் முழுக்கவும் நம்பிக்கை கொண்டிருந்தார். எந்தச் செலவையும் அதன் அவசியத்தையோ அவசியமற்ற நிலையையோ என்று யோசிக்காமல் எடுத்த எடுப்பில் அதை வெட்டி விடவே அவர் முயன்றார். மனிதனின் முக்கியத் தேவைகளான பிராண வாயுவும், தண்ணீரும் இயற்கையாகவே இலவசமாகக் கிடைக்கின்றன. உயிர் வாழ உணவு அவசியம். அதற்கான குறைந்த பட்சச் செலவைச் செய்யும்படியான ஒரு நிலையை, காசு பற்றிக் கவலையோ, சம்பாத்தியமோ, சேமிப்போ இல்லாத நிலையைக் கடவுள் உண்டாக்கி வைத்திருக்கிறார்.

என் தந்தைக்கு ஆங்கில நாளிதழ் படிப்பதில் மிகுந்த நம்பிக்கை இருந்தது. எங்கிருந்து அந்த வளத்தைப் பெற்றார் என்று கண்டுபிடிக்க முடியாத வகையில் அவர் ஆங்கில ஞானமும் பெற்றிருந்தார். இங்கிலீஷ் அறியாதவர்களிடம் மட்டுமே அவர் தமிழில் பேசிவந்தார். என் அப்பாவின் வாயும் தாடைகளும் ஆங்கிலம் பேசுவதற்காகவே உருவாக்கப்பட்டவை என்று என் நண்பன் முருகேசன் ஒரு முறை சொன்னதை அதன் பொருத்தம் காரணமாகவே என்னால் மறக்க முடியவில்லை. பக்கத்து வீட்டுக்காரர் நீதிபதியாக இருந்து ஓய்வுபெற்றவர். வேலை பார்க்கும் காலத்தில் கைநிறைய வாங்கியவர் என்ற புகழ் அவருக்கு இருந்தது. அவரும் ஆங்கில நாளிதழ் நம்பிக்கை கொண்டவர்தான். ஆனால் அப்பாவைப் போலவே அவருக்கும் நாளிதழ் படிப்பதால் ஏற்படும் செலவு தவிர்க்க முடியாத

பள்ளியில் ஒரு நாய்க்குட்டி ✤ 79 ✤

தல்ல என்ற எண்ணம் இருந்ததாலேயே சிறிது அனாவசிய மான செலவு என்ற எண்ணம் இருந்தது. என் தந்தையைவிடப் பெரிய உத்தியோகஸ்தர் என்ற ஹோதாவில் ஆங்கில நாளிதழுக்கு அவர் முக்கால் பங்கும் என் தந்தை கால் பங்கும் செலவு செய்து இருவருமாக நாளிதழை வரவழைத்தார்கள். அவர் முக்கியமான புள்ளி என்பதாலும் முக்கால் பங்குச் செலவை ஏற்றுக்கொள்பவர் என்பதாலும் அவர் வீட்டுக்குத்தான் ஆங்கில நாளிதழ் முதலில் வரும். மாலை நான்கு மணிக்கு என் தந்தை அவர் வீட்டுக்குச் சென்று – அதிக தூரமில்லை – நாளிதழை வாங்கிக்கொண்டு வருவார். சில சமயம் வாங்கிக்கொண்டு வர என்னை விரட்டுவார். கசங்கிப்போயிருந்த அந்தக் காகிதத்தை வாங்கிக்கொண்டு வரும்போது என் மனம் மிகவும் வருந்த, உடலும் முக்கியமாக விரலும் மிகவும் கூசும். இதைப் பற்றி யெல்லாம் எனக்கு இருந்த ஆதங்கத்தை நான் என் அம்மாவிடம் சொன்னபோது, அவர் போகிற போதுதான் அவரைவிட்டு தரித்திரப் புத்தியும் போகும் என்று சொன்னாள். இதுபற்றி என் அம்மா என் அப்பாவிடம் பேச்சையெடுத்தபோது பழைய நாளிதழ்களைத் தான்தான் விற்பதாகவும் அந்த விலையில் கால்பங்கைத்தான் ஓய்வுபெற்ற மேல் நீதிமன்ற நீதிபதிக்குத் தருவதாகவும் சொல்லி அவரைத் தான் ஏமாற்றிவருவதை எண்ணிச் சிரித்தாராம். வயிறு எரிந்தது என்றாள் அம்மா. தமிழ் இதழ் என்றாலும் அதைச் சுதந்திர பாத்தியதையோடு முருகேசனின் தந்தை வரவழைத்துக்கொண்டிருந்தார். அனாவசிய மான செலவுகளிலோ, ஆடம்பரத்திலோ அவர் நம்பிக்கை கொண்டவர் அல்ல. இருந்தாலும் பணத்திற்கு நம்மை வாழ வைக்கும் பொறுப்பும் உண்டு என்பதில் சிறிது நம்பிக்கை கொண்டவராக இருந்தார்.

எந்தக் காரணத்தை அலசி ஆராய்ந்து பார்த்தாலும் தன்னை என்னைவிட மேலாக நினைத்துக்கொள்ளக் காரணங் கள் அவனுக்கு இருக்கின்றன என்றுதான் எனக்குப் பட்டது. நான் எஸ்.எஸ்.எல்.சி. வரையில் மட்டுமே படித்திருந்தேன். அதிலும் எஸ்.எஸ்.எல்.சி. முதல் வருஷம் முட்டை போட்டு விட்டு மறு வருஷம்தான் என்னால் தேற முடிந்தது. முட்டை போட்ட விஷயத்தை நான் முருகேசனிடமோ அன்றைய என் பிற நண்பர்களிடமோ சொன்னவன் அல்ல. இருபது வயது வாக்கில் என் பள்ளித் தோழர்களை எல்லாம் விட்டு விலகி வந்து அதன் பின் என் பால்ய காலத்தையோ, என் குடும்பத்தையோ, அதிலும் முக்கியமாக என் தந்தையைப் பற்றி அறியாதவருடனோ நான் நட்பை வளர்த்துக்கொண்டு வந்தேன். பல சந்தர்ப்பங்களில் நான் என் நண்பர்களுடன் பஜாரில் போகும்போது, மடித்துக் கட்டிய சலவை செய்யாத

வேஷ்டியுடனும் தோளில் தரித்திரத் துண்டுடனும் வெற்றிலை முழுக்கத் துப்பிய பின் துப்ப இன்னும் மிச்சம் இருப்பதுபோல் தாடையைக் கோணல் கோணலாகச் சற்றுப் பெருமையுடன் அசைத்துக்கொண்டு எங்களை அவர் தாண்டிப் போகும்போது அவரை இன்னார் என்று நான் என் நண்பர்களுக்குத் தெரிவித்த தில்லை. அத்துடன் அவர் எதிர்ப்பட்டு என்னைத் தாண்டிச் சென்றுவிட்ட நிம்மதி எனக்கு ஏற்படுவது வரையிலும் எனக்கு வாயைக் கட்டிவிடும். பேச முடியாது என்பது மட்டுமல்ல சுயப் பிரக்ஞையிலிருந்தே நான் நழுவியிருப்பேன். என் நண்பர் களால் பொது இடங்களில் அவர்தம் தந்தைமாரைச் சந்திக்க நேருகிறபோது என்னை அழைத்துச் சென்று – பலமுறை நிர்ப்பந்தமாக – அவருக்கு என்னை அறிமுகப்படுத்த முடிவது எனக்கு வியப்பாகவே இருந்திருக்கிறது. அப்போது அந்த அப்பாமார்களும் பெரிய விவேகத்துடனோ உளவியலைக் கணக்கிலெடுத்துக்கொண்டோ பொதுவாகப் பேசியதில்லை என்றாலும் என்னை உறுத்தாமலும் என் மனதைக் கசக்கிப் பார்க்காமலும் பேசியிருக்கிறார்கள். இந்த வரிசையில் என்னால் என் அப்பாவைச் சேர்த்துக்கொள்ள முடியவில்லை. முடிந்ததே இல்லை. அவர் எடுத்தயெடுப்பில் இங்கிதமற்ற, என் மனம் கூசுகிற கேள்வியைத்தான் கேட்பார் என்ற எண்ணம் என் மனதில் உறுதியாகவும் பரிசிலனை செய்து பார்க்க அவசியமில் லாமலும் இருந்தது. இத்தனைக்கும் எந்தச் சந்தர்ப்பத்திலும் அவர் என் நண்பர்கள் மனதில் குளிரூட்டும்படி பேசியதில்லை என்றாலும் லௌகீகமான அக்கறையுடன் அவர்கள் மனங் கோணாதபடிதான் பேசியிருக்கிறார். தெருவில் என் நண்பர் களுடன் நான் போகிற எதிரே அப்பா வந்தால் என்னைப் பார்த்துப் பேசக் கூடாதவராகவும் சிரிக்கக்கூடாதவராகவும் தெரிந்த பாவத்தை நரைத்த புருவங்களுக்குக் கீழ் தெரியும் கண்களிலோ சர்வ சாதாரணமான தனது சதுர முகத்தில் காட்டாமலும் நகர்ந்து போக நான் அவரைப் பழக்கிவைத்தேன். நான் எவ்வளவு உறுதியாக அந்தத் தடையை என் இளம் பிராயத்திலேயே அமல் படுத்தியிருக்கிறேன் என்பது எனக்குத் தெரிகிறதே ஒழிய என்னுடைய எந்தச் செயல்பாடுகளாலும் வெளிப்பாடுகளாலும் அதைச் சாதித்து அசைக்க முடியாத பெரும் தூண்போல் நிறுவினேன் என்பதை என்னால் சொல்ல முடியவில்லை. என் தந்தை எப்போதும் பிரித்த குடையுடன் நடப்பது எங்களூரில் அவர் நடந்து போகாத தெருவிலும் பலருக்குத் தோன்றும் காட்சியாகவே இருக்க முடியும் என்று நான் நினைத்தேன். அவரை என் நண்பர்கள் நெருங்குகிறபோது அவர் உடம்பிலிருந்து அந்த நேரத்தில் வீசும் காற்று வியர்வை நாற்றத்தை ஒன்று திரட்டி என் நண்பர்கள் மூக்குகளில்

கொண்டு வந்து சேர்க்கும் என்றும் எனக்கு இருந்தது. இது முற்றிலும் கற்பனையான ஒரு முடிவுதான். அவருடைய வியர்வை வியர்வை நாற்றம் கொண்டதே தவிர துர்நாற்றம் கொண்டதல்ல. அசுத்தத்தால் அவர் குளிப்பவரும் அல்ல. அவரால் முடிந்த மட்டும் சுத்தமாகவே இருந்தார். சிறிது அழுக்காக இருந்தாலும் கூட.

இவ்வாறு எனக்குள்ளே என் யோசனையில் ஒரு முக்கியப் பகுதியாக முருகேசனும் முருகேசனின் தந்தையும் அவன் வீட்டாரும் அவனுடைய குடும்ப அமைப்புமே என்னைவிட விசேஷமானது என்றும் அந்த விசேஷத்தை எங்கள் குடும்பத் திற்குள் வரவழைக்கவோ திணிக்கவோ என் பெற்றோருடன் சொல்லிப் புரிய வைக்கவோ முடியாது என்றும் எனக்குள் ஒரு மதிப்பீடு இருந்தது. ஆகவே ஒருவிதத்தில் எங்கள் உறவை உளவியல் பாங்கில் அவனை மேலானவனாகவும் என்னைக் கீழானவனாகவும்தான் கற்பனை செய்துகொண்டிருந்தேன். என் கற்பனைதான் உண்மை என்று எனக்குத் தோன்றியது. இந்தக் கற்பனையின் அடிப்படையில் அவனிடமிருந்து நிறை யவே கற்றுக்கொள்ள வேண்டும் என்றும் எனக்குத் தோன்றியது. இப்போது சற்றுத் தாழ்வாக இருப்பதல்ல, அவ னுடைய பாதிப்பைப் பெற்று புத்திசாலித்தனத்தையும் சிந்தனை யையும் படைப்பு மனத்தையும் கொள்ள வேண்டும் என்று எனக்கு ஆசையாக இருந்தது. எந்தப் பேச்சு வந்தாலும் அதுபற்றி முருகேசன் முற்றிலும் ஒரு வித்தியாசமான கோணத்தில் பேசுவது எனக்கு வியப்பைத் தந்தது. ஆரம்ப வருடங்களில் அந்த உள் வியப்பு மிகுந்த பரபரப்பைத் தரக்கூடியதாகவும் நிம்மதியாக எனக்குள் வைத்துக்கொள்ள முடியாததாகவும் இருந்தது. அப்போதெல்லாம் அநேக மாலைகளில் எனக்கும் முருகேசனுக்கும் நடக்கும் பேச்சை அம்மாவிடம் இரவு சொல்வேன். அம்மாவுக்கு அநேக விஷயங்கள் புரியவில்லை யென்பது என் வியப்பை ஏற்று முருகேசனின் சிந்தனையைச் சுய சிந்தனையில்லாத மழுங்கலுடன் அவள் ஆமோதித்துப் பேசுவதிலிருந்தே வெளிப்படும். எங்களுடைய உணர்வுகளில் சார்ந்து நின்று எங்களுடைய விவரிப்புகளைப் பாராட்டுணர் வோடு பார்க்கிற மனதை – அதிலும் அவள் என் அம்மா வெளிக்குத் தெரியாத ஏமாற்றத்துடனும் கோபத்துடனும் நான் அவளுடனான பேச்சை முடித்துவிட்டு எழுந்துவரும் தோரணையிலேயே வெளிப்பட்டுவிடும். இதனால் மீண்டும் அம்மாவிடம் சென்று பேசுவதை – எனக்குச் சவடால் என்று தோன்றும் வகையில் – என்னால் நிறுத்த முடிந்ததில்லை. புதிதாக வேறு நண்பர்கள் கிடைக்கிறபோது அவர்களுக்கு லௌகீகத்தைத் தாண்டிச் சிந்தனைகளிலோ, கலைகளிலோ

இசையிலோ செடிகொடிகளிலோ, தேனீ வளர்ப்பிலோ அல்லது இதழ்களோ நூல்களோ படிக்கும் பழக்கம் கொண்டிருந்தாலோ அவர்களை முருகேசனிடம் நான் அழைத்துச் செல்வது வழக்கமாக இருந்தது. புத்தாசாலிகளைச் சந்திப்பதில் பலருக்கும் ஆவல் இருக்கும் என்பது அதற்கு முன் எனக்குத் தெரியாது. நகை நட்டுகள், பவழங்கள், கோமேதகங்கள், தங்கக் கட்டிகள், ஆயிரம் ரூபாய் நோட்டுகள் போன்றவை சிதறிக் கிடக்கும் ஒரு அறையைக் கண்ணாடி ஜன்னல் வழியாகப் பார்த்துவிட்டுப் போக மனிதர்களுக்கு ஆவல் இருக்கும் என்ற என் அனுமானத் துடன்தான் நான் இந்த இயல்புகளைப் பார்த்தேன். புதிதாக யாரை அழைத்துக்கொண்டு போனாலும் சரி, அவர்கள் பொருளாதாரத்திலோ, பதவி பவிஷுகளிலோ, பட்டங்களிலோ தன்னைவிட மேலானவர்களைச் சந்திக்கும்போதும் முருகேச னின் மனம் அவனுடைய வழக்கமான சாந்தியுடன்தான் இருந்தது. அவர்களுடைய மனங்களில் பதிவதற்காகவோ, அல்லது குறைந்த நேரத்தில் தன் மேதாவிலாசத்தைக் காட்டி அவர்களை வியப்படையச் செய்வதற்காகவோ அவன் எந்த முயற்சியும் செய்ததில்லை.

எனக்கும் இந்த சுபாவம் உண்டென்றாலும் என்னிலும் உயர்வானவர்கள் அல்லது அந்தஸ்துள்ளவர்களைப் பார்க்கும் போது என் மனம் பதைபதைப்படையும். இவ்வாறான பதைபதைப்பும் படபடப்பும் எங்கள் வீட்டின் ஏழ்மை வேஷம் சார்ந்தது என்ற எண்ணம் ஏற்படும்போது எனக்கு என்மீதும் எங்கள் குடும்ப அமைப்பின் மீதும் அந்த அமைப்பை இவ்வளவு அருவருப்பாக உருவாக்கி வைத்திருக்கும் அப்பாவின் மீதும் கோபம் ஏற்படும். சுய வெறுப்பும் ஏற்படும். இந்தச் சுய வெறுப்பு என் அகந்தையை மிக மோசமாகத் தீண்டுவதால் தான் இருக்க வேண்டும் என்று நினைக்கிறேன். நான் பவ்விய மாகப் பழக வேண்டியவர்களை நான் துச்சமாக மதிக்கத் தொடங்கி அவர்களை மடக்குகிற விதமான கேள்விகளைக் கேட்டு அவர்கள் வாழ்க்கையில் ஏதும் அவமானங்கள் அடைந் திருந்து அதுபற்றிய செய்தியும் எனக்குத் தெரிந்திருந்தால் அவற்றை மறைமுகமாகப் பேசி அவர்களுக்கு நினைவு வரச் செய்து அவர்களை மனச் சோர்வுக்கு ஆட்படுத்துவதில் எனக்கு உள்ளூர சந்தோஷம் ஏற்படும். இதுபோன்ற மனச் சேஷ்டைகள் எதுவுமே முருகேசனுக்குத் தேவையாக இருக்க வில்லை. ஒவ்வொரு விஷயத்தையும் எதிர்கொள்கிறபோது அவனது மனச் சலனங்கள் என்ன என்று யோசித்தேன். அவற்றை என்னால் உணர முடியவில்லை. மந்திரக்கோலுக்குக் கட்டுப்பட்டு முற்றிலும் சலனமற்ற தடாகம்போல் எந்த மனமும் இருக்க முடியாது என்றுதான் கருதினேன். தென்றல் எழுப்பும்

பள்ளியில் ஒரு நாய்க்குட்டி

கண்ணுக்குத் தெரியும் சிற்றலைகள்கூட இல்லாமல் உறைந்து கிடக்க முடியுமா ஒரு தடாகம். முருகேசன் அந்தத் தோற்றத்தை – செயற்கையாக உருவாக்கியது என்று நான் சொல்லவில்லை – கொண்டிருந்தான். அவன் மனத்தில் சிற்றலைகளேனும் இருக்கக்கூடும். மனம் என்பதே அசைவுதானே. அர்த்தங்கள் அல்லது பொருள்கள் தரும் அசைவுகள்தானே. அந்த அசைவுகள்தானே மனதின் இருப்பை நமக்குக் காட்டுகிறது. மனம் செத்த நிலை என்று ஒன்றில்லை. இவ்வாறெல்லாம் முருகேசனை நிதானித்து வைத்துக்கொள்ளும் முறையில் யோசித்துக்கொண்டிருந்தேன்.

முருகேசன் என்னைத் தனக்குச் சமதையாக நடத்துகிறான் என்ற உணர்வு ஏற்பட்டது எனக்கு அவனை அங்கீகரித்துக் கொள்ள ஒரு காரணமாக இருந்தது.

அன்று புத்தகப் பிரேமிகளுக்கு, அவர்களுக்குத் திருப்தி ஏற்படும் வரையில் சேவை செய்து உள்ளூரப் பொறுமையின்மையுடனும் நிதானமில்லாமலும் கதவைச் சாத்திப் பூட்டிவிட்டு வெளியே வந்தேன். அப்போது என் மனதில் ஒரு காட்சி வந்துபோயிற்று. அந்தக் காட்சியை மீண்டும் என் மனதில் வரும்படி செய்தது எதிரே தெரிந்த சிறிய செடி. பூங்காவிலுள்ள பல மரங்களுக்கும் பல செடிகளுக்கும் எனக்குப் பெயர் தெரியாதது போலவே அந்தச் சிறிய குள்ளமாகத் தோற்றம் தரும், பூரிப்பான உடம்பு கொண்ட பருவ வயது மதர்ப்புக் கொண்டிருக்கும் செடியின் பெயரும் எனக்குத் தெரியாது. அந்தச் செடி நான் நூல் நிலையத்தில் புத்தகப் பிரேமிகளுடன் இன்று பேசிக்கொண்டிருக்கும்போது ஜன்னல் வழியாக என் பார்வையில் விழுந்தது. அவ்வாறு விழக் காரணம் அதை மறைத்துக்கொண்டு சென்ற ஒரு சேலையின் தலைப்பு என்பது இப்போது என் மனசில் பட்டது. அந்த ஆடைக்கு மேலாகத் தெரிந்த பெண் முகம் அவள்தானோ என்ற எண்ணத்தைப் பளிச்சிட வைத்தது. அன்றாடம் போகும் அவளை அன்றாடம் போகிற ஒரு முகமாகக்கூட நான் கவனித்ததில்லை. வேறு பல முகங்கள் அன்றாடம் தோன்றி மறையும் முகம் என்பதால் என் மனதில் நின்றாலும் இந்த முகம் நிற்கவில்லை. அன்று முருகேசன் அர்த்தத்துடன் பார்த்த முகம் என்று எனக்குத் தெரிந்த பின்புதான் அந்த முகத்தின்மீது எனக்குக் கவனம் வந்து அதன் தோற்றமும் மனத்தின் பின் சுவரில் வண்ணங்களில் சிலர் ஓவியங்களின் வாடையில்லாமல் வரையப்பட்டதுபோல் ஆகியிருந்தது. தாண்டிச்சென்ற முகத்தை என் மனதில் நிதானமாகப் போட்டுக்கொள்ள முடியாதபடி புத்தகப் பிரேமி ஏதோ குறுக்கிட்டுக் கேட்டிருக்கிறார். அது நடந்து போகும் முகம் என்பதால் ஒரு நொடியில் நடந்தும் போய்விட்டது.

சுந்தர ராமசாமி

மற்றொரு காட்சி இப்போது மனதிற்குள் வந்தது. நாங்கள் தினமும் உட்காரும் மூலையில் முருகேசனும் அந்தப் பெண் முகமும் உட்கார்ந்து அழியும் பொழுது அழிவது தெரியாமல் கரைந்துகொண்டிருப்பார்கள் என்று தோன்றியது. அப்படி யென்றால் அது பெரிய சாகசம்தான். முருகேசனின் இடது கையின் சுண்டுவிரல் அந்தப் பெண்ணின் வலது கைக் கட்டை விரல் ஓரத்தில் தொட்டுக்கொண்டிருக்கிறதோ என்ற சந்தேகமும் வந்தது. அவர்கள் பேசிக்கொண்டிருக்கும் இடத்தில் போவதற்குத் தயக்கமாக இருந்தது. என்னை அந்த இடத்தில் எதிர்பார்த்துக் கொண்டிருப்பேன் என்று முருகேசன் என்னிடம் சொன்ன நிலையில் அவன் அந்தப் பெண்ணை அங்கு சந்திப்பதற்கான வாய்ப்பே இல்லை என்று நினைத்தேன். என்னுடைய பைத்தியக் காரத்தனமான கற்பனை எனக்குப் புலப்படத் தொடங்கிற்று. நேற்று அந்தப் பெண் பூங்காவின் பாதையில் மறுவாசலுக்குப் போகும்போது அவனைப் பார்த்தாள். அந்தப் பார்வையும் பொருளற்ற தலையசைப்பினால் ஏற்பட்ட குறிப்பற்ற பார்வை அல்ல என்பதுதான் என் மனதில் என் கற்பனையை நியாயப் படுத்தும் ஒரே காரணமாக இருந்தது. முருகேசன் புன்னகை பூத்திருப்பான் என்பதற்குக் காட்சி ரூபமாக என் மனதில் எந்தத் தடயமும் இருக்கவில்லை.

பூங்காவின் தெற்குப் பாதை வழியாக யந்திரச் சங்கு, காந்தி நினைவுச் சின்னம் ஆகியவற்றைத் தாண்டிச் சென்றேன். அந்தப் பாதையில் போவதால் முருகேசன் பார்வையில் நான் விழுவதற்கு முன்னாலேயே அவன் என் பார்வையில் விழ முடியும். என் வருகையை மணந்தறிந்துகூட ஏதும் சுதாரித்துக் கொள்ள அவனுக்கு அவகாசம் இராது. அவன் பார்க்கும்போது அவனைக் கை நீட்டித் தொட்டுவிடும் அளவிற்கு அவன் முன்னால் நிற்பேன்.

நான் அங்கு போனபோது அவன் மட்டுமே திண்ணையில் உட்கார்ந்துகொண்டிருந்தான். அடிக்கடி சந்திப்பதாலோ அல்லது எங்கள் குண விசேஷத்தாலோ அல்லது நெருக்கம் உருவாகும்போது முகமன் வணக்கம், சிரிப்பு அல்லது புன்னகை, உதட்டுக் கோணல், உடல் அசைவு ஆசியவை மறைந்துபோகு மென்று நினைத்திருந்தோம் போலிருக்கிறது. முருகேசனும் எதுவும் பேசவில்லை. எதிரேயிருந்த கிணற்றையும் தண்ணீர் வாசனை மறைந்து போயிருந்த நீர்த் தொட்டியையும் பார்த்துக் கொண்டிருந்தான். அவனுக்குக் குத்திட்டுப் பார்ப்பது பிடிக்கும். எப்போதும் தன் பார்வை உறைந்த நிலையில் படிந்து கிடந்த அந்தக் கிணற்றையும் சுற்றுப்புறத்தையும் அவன் பார்த்துக் கொண்டிருப்பான்.

அன்று அவன் அவளைச் சந்தித்தானா? சந்தித்தான் என்றால் அவர்களுக்குள் என்ன பரிமாற்றம் நடந்தது? பார்வை யைப் பாமாறிக்கொண்டதா? பரஸ்பரம் புன்னகையா? சிரிப்பா அல்லது பேச்சா? பூங்கா என்பதால் நிச்சயமாக முத்தமிட்டுக் கொள்ளத் துணிந்திருக்க மாட்டார்கள்.

இவ்வாறு எதுவுமே நடந்திருக்க வேண்டாம் என்று எனக்குத் தோன்றியது. முருகேசன் எதையாவது பேசுவான் என்று நான் நினைத்தேன். ஆனால் முருகேசன் ஒன்றும் சொல்லவில்லை. அவன் ஒன்றும் பேசாமல் இருப்பது சாதாரண மாகப் பேசாமல் இருப்பது அல்ல என்றும் ஏதோ ஒன்றை மனதில் வைத்துக்கொண்டு பேசாமல் அதை மறைப்பதுபோல் பட்டது. ரொம்ப நேரமாகக் காத்துக்கொண்டிருக்கிறாயா என்று கேட்டேன். ஒன்றுமில்லை. தெரிந்த ஒருவர் வந்திருந்தார். சிறிது பேசிக்கொண்டிருந்தேன் என்றான். ஒருவர் சொன்னார். ஒருவரைப் பார்த்தேன். ஓரிடத்திற்குப் போக வேண்டியிருந்தது. ஒரு வேலை இருந்தது என்றெல்லாம் முருகேசன் என்னிடம் பேசியதில்லை. அது ஒரு ஒற்றைச் சொல்தான். ஒவ்வொரு மனிதனுக்கும் அச் சொல்லைப் பயன்படுத்த உரிமையுண்டு. மனிதன் எல்லாவற்றையும் பகிரங்கமாக வைத்துக்கொள்ளக் கூடியவன் அல்ல. அது அவனுக்கோ பிறருக்கோ நல்லதும் அல்ல. நான் என் தந்தையிடமே அவ்வார்த்தைகளைப் போட்டுப் பேசியிருக்கிறேன். அவருடைய மனதில் அந்தச் சொல் அவரைத் திட்டமிட்டுத் தாழ்த்தும் என்பது எனக்குத் தெரியும். தாழ்த்த வேண்டும் என்ற நினைப்பிலேயே அந்தச் சொல்லைப் பயன் படுத்தி இருக்கிறேன். அவருடைய பிடியில் அடக்க முடியாதபடி எனக்கு உடலும் வயதும் அனுபவமும் ஏறிவிட்டது என்பது அவருக்கு உறுத்த வேண்டும் என்பதற்காகவே அவர் அறிந்து கொள்வதில் எனக்கு எந்த அசௌகரியமுமில்லாத சந்தர்ப்பங் களில்கூட அச்சொற்களைப் பயன்படுத்தியிருக்கிறேன்.

ஆனால் முருகேசன் அவ்வாறு பேசியது எனக்கு நினைவே இல்லை. அவன் என்னை நெஞ்சில் பிடித்துத் தள்ளியது போலவே இருந்தது. புழுதி கிளம்பும் வண்ணம் செம்மண் தரையில் விழுந்தது போலவும் இருந்தது. நான் முருகேசனின் முகத்தின் பக்கவாட்டைப் பார்த்துக்கொண்டிருந்தேன். அவ்வாறு சொல்ல நேர்ந்தது ஒரு இக்கட்டைச் சார்ந்தது என்ற எண்ணத்தை என் மனதில் கொண்டுவர வேண்டும் என்ற எண்ணம் முருகேசனுக்குத் துளியேனும் இருந்தால் அவனால் தன் பார்வையால் விளக்கம் தர முடியாவிட்டாலும் ஆசுவாசம் தரவேனும் முடிந்திருக்கும். என்னைத் தைத்த சொல்லிலேயே தன் சிந்தனை இல்லை என்பது போலவும்

இந்தப் புழுதிக்குச் சம்பந்தமில்லாத மற்றொரு மேல்தளத்தில் தன் எண்ணங்கள் சஞ்சரித்துக்கொண்டிருப்பதான பாவனை யிலும் அவன் யானை மலையைப் பார்த்துக்கொண்டிருந்தான். அன்றுதான் முருகேசன் ஒரு தந்திரசாலியோ என்ற எண்ணம் எனக்கு ஏற்பட்டது. அதாவது அவனுடைய ரகசிய அறைகளில் பதுங்கியிருக்கும் தந்திரங்களை என்னிடம் காட்ட சாத்தியப்படு மளவுக்கு என்னை விலக்கிவைத்துப் பார்க்கிறானோ என்ற சந்தேகம் ஏற்பட்டது. 'அடப்பாவி' என்று என் மனம் என் சம்மதம் பெறாமலே அவனைத் திட்டியது. ஒன்றும் பேசாமல் அப்படியே எழுந்திருந்து படபடவென்று நடந்து போய்விடுவது என் எதிர்ப்புணர்வை வன்மையாகக் காட்டுவதாக இருக்கு மென்று நினைத்தேன். அப்படி எழுந்து செல்வது வார்த்தைகள் இன்றி உறவை முறித்துக்கொள்வதாக இருக்கும். வார்த்தைகளை முற்றாகத் தவிர்த்துச் சில செயல்பாடுகளைச் செய்யும்போது அது விஷ அம்புபோல் எதிராளியின் உள்ளத்தில் பாய்வதற்கு என் அனுபவத்திலிருந்தே ஒரு சம்பவத்தைக் கூற முடியும்.

ஒரு நாள் காலை உணவு – என்றும் இட்லி, அபூர்வமாக இடையிடையே போனஸ் போல் தோசை – முடித்ததும் தெருவை ஆராயும் செலவற்ற பொழுதுபோக்கில் ஈடுபடும் பொருட்டு என் தந்தை அவருடைய அழுக்குப் பிரம்பு நாற்காலியில் வந்து அமர்ந்தார். அப்போது நான் என் குட்டி அறையில் உட்கார்ந்துகொண்டிருந்தேன். பிச்சைக்காரர்கள் மீது என் அப்பாவுக்கு மானசீகமாகப் பெரிய விரோதம் இருந்தது (இதுபற்றி இப்போது விரிவாகச் சொல்லச் சந்தர்ப்பமில்லை. இன்னோரு சந்தர்ப்பத்தில் சொல்ல முயல்வேன்.) அந்த நேரத் தில் ஒரு பிச்சைக்காரர் என் வீட்டைக் குறிவைத்து அவசரமாக வந்தார். கத்தி வரவழைக்க அவசியமில்லாதபடி என் அப்பா அவருடைய சிம்மாசனத்தில் இருந்ததை முதியவரான பிச்சைக் காரர் சாதகமாக எடுத்துக்கொண்டது தொழிலைச் சிரத்தை யுடன் பார்ப்பதன் முனைப்பே அன்றி வேறு எதுவுமல்ல. அவர் எங்கள் வீட்டுக் கோலத்தின் முன் வந்ததும் அப்பா காத்துக்கொண்டிருந்த தருணம் வாய்த்துவிட்டது என்ற பேரா னந்தத்தில் கத்தத் தொடங்கினார். வழக்கம்போல் வேலை செய்து பிழைக்கக் கூடாதா என்ற அடிப்படையான கேள்வியை இயன்றமட்டும் உரக்கக் கேட்டார். அந்தக் கத்தல் வெளிப்பட் டதுமே அது நீண்ட நேரம் கத்தித் தன் மீது உஷ்ணம் ஏற்றிக் கொள்ளவும் தன் இருப்பு முக்கியமானது என்று தனக்குள் ஸ்தாபித்துக்கொள்வதற்குமான ஆயத்தம் என்பது விளங்கிற்று. நான் உள்ளே சென்று கைப்பிடியில் அரிசியை அள்ளாமல் ஒரு லோட்டாவில் அரிசியை எடுத்து வாசலுக்கு வந்து என் தந்தையின் முகத்தைப் பார்க்காமலே வாசல் படிகளில் நிதான

மாக இறங்கியதும் அந்த முதியவர் தன் தோள்மீது கிடந்த வஸ்திரத்தைப் பிரித்துக் காட்டவும் அரிசியின் அளவைக் கூட்டிக் காட்டும் நோக்கம் எதுவுமில்லாமலே லோட்டவை அதிகமாக மேலே தூக்கி அரிசியைத் தூறல்போல் சரித்ததும் கருணையுள்ளம் கொண்ட அந்த முதியவர் தன் வலது கையைத் தூக்கி, 'சின்ன ராசாவே நீ பெரும் வாழ்வு வாழணும்' என்று வாழ்த்திவிட்டுப் போனார். நான் வீட்டிற்குள் போகும்போது என் தந்தையின் முகத்தை ஓரக் கண்ணால் கவனித்தபோது அவர் வைக்கோல் போர் மாதிரி எரிந்துகொண்டிருந்ததைப் பார்த்தேன். அதன்பின் அவர் என்னிடம் ஒரு மாதம் வரை யிலும் பேசவில்லை என்பது மட்டுமல்ல; என் முகத்தை ஏறிட்டுக்கூடப் பார்க்கவில்லை. அத்துடன் என் நடவடிக்கை பற்றி என் தாயிடம் புகார் கூற முடியாத இக்கட்டுத்தான் அவரைத் திட்டமிட்டு ஏமாற்றிய கடுப்பைத் தந்தது. அந்த நாட்களில் நான் சிறிது சந்தோஷத்துடனேயே வாழ்ந்து வந்தேன்.

அப்போது என் தந்தையை அவ்வாறு அவமதிப்புக்கு உள்ளாக்கியது நினைவுக்கு வந்தது. அவரிடம் அவ்வாறு நடந்து கொண்டதாலேயே அவ்வாறு என் நன்பனிடம் – அதிலும் முருகேசனிடம் – நடந்துகொள்ளக் கூடாது என்று தோன்றியது. ஆனால் வந்தவர் யார் என்று மட்டும் உயிர்போனாலும் கேட்கக் கூடாது என்று தீர்மானித்துக்கொண்டிருந்தேன். ஒருவன் ஒருவன் ஒருவன் . . . என் மனம் தன் பற்களை நெரித்தவாறு கோபத்தில் திளைத்தது.

அன்று முருகேசனுடன் எனக்குப் பேச்சு ஓடவில்லை. அதை அவனும் நான் எதிர்பார்த்த நேரத்திற்கு முன்னாலேயே என் மௌனத்தின் பொருளைப் புரிந்துகொண்டிருந்தான். அவனும் மௌனமாக இருந்தது எனக்கு மிகுந்த சீற்றத்தை ஏற்படுத்திற்று. நான் ஒரு அற்பன், தவறுகள் செய்யலாம், குறுகிய புத்தியைக் கொண்ட பதர் ஈனத்தனமாக நடந்துகொள் கிறது என்று எண்ணி அதை அலட்சியம் செய்து ஏன் அந்த மௌனத்தை முறிக்கக் கூடாது. அந்த மௌனத்தைத் தன் விரலால், தான் ஒரு சுண்டு சுண்டினால் அதே மௌனத்தை பூட்சுக் காலால் மிதித்துத் தரையோடு தரையாக அரைக்க நான் காத்துக்கொண்டிருப்பதை அவனால் உணர முடிய வில்லையா? உணர்ந்த நிலையில்தான் மௌனம் சாதிக்கிறான் என்றால் சந்தேகமில்லை ஒரு அற்ப ஜென்மம்தான் அவன். பழிக்குப் பழி கீழ்நிலைப் புத்திதான் அவனை அடக்கி ஆண்டு கொண்டிருக்கிறது. அவனுடைய சுண்டு விரல் தற்செயலாக அந்தத் திண்ணையில் படிந்திருந்ததா அல்லது அந்தச் சுண்டு விரலின் நுனிக்கு வெறிபிடித்த முனைப்பிருந்ததா என்று

யோசித்தபோது, மூர்க்கத்தனமான முனைப்பிலிருந்தது என்று தான் எனக்குத் தோன்றிற்று. அப்படித் தன் விரல் மற்றொரு விரலைத் தொட்டபோது முருகேசனின் சிந்தனை, உணர்வுகள், மனநிலை எப்படி இருந்திருக்கலாம். அந்த அம்மையாரின் மனநிலை எப்படி இருந்திருக்கலாம். இதற்கெல்லாம் பாஷை யில்லை. பாஷையில்லை என்பதால்தான் அவை அற்புதமாக இருக்கின்றன. பரவசத்திற்கு எந்தக் காலத்திலும் பாஷை இருந்ததில்லை. களங்கமற்ற பரவசத்தைத்தான் மனங்கள் பெரும் விழைவுகள் கொண்டு வானவெளியில் பறந்து திரி கின்றன.

காலம் எனக்கும் முருகேசனுக்கும் இடையில் துடித்துக் கொண்டிருக்கிறது. அதை ஒரு வழிக்குக் கொண்டுவந்து தரை தட்ட வைத்தால்தான் சிறிது நிம்மதியாக இருக்க முடியும். விரைவில் பிரிந்து போய்விடுவதுதான் இந்த அவஸ்தையிலிருந்து தப்பிக்க வழி என்று தோன்றியது. அவ்வாறு தப்பித்துக்கொண்டு போவதை எவ்வளவு புத்திசாலித்தனமாகச் செய்தாலும், நாசூக்காகவோ, இங்கிதமாகவோ, சிறிய விதை கொண்ட பஞ்சு விதையை ஊதிக் கீழே விழாமல் பறக்க வைத்துக்கொண் டிருப்பதுபோல் செய்தாலும் வாலறுந்த பட்டம் போல் தலை குத்தித்தான் சரியும். மனதால் ஆளும் உத்திகள் பலவும் மூளைக்குப் பிடிப்பதில்லை.

இருட்டிவிட்டது. குறுக்குப் பாதையில் கூட்டமும் குறைந்து விட்டது. அநேகமாக எல்லா ஆபீஸ்களும் மூடப்பட்டிருக்கும். விரைந்து சென்ற பெண்கள் இதற்குள் அவசரமாகச் சிறுநீர் கழித்து உடல் உபாதை நீங்கி வேர்வை ஆற்றி வயிற்றுக்கும் குளுமையூட்டிக்கொண்டு வாயைக் காட்டத் தொடங்கியிருப் பார்கள். பெண்களில் ஸ்திரீ ரத்தினங்கள் குழந்தைகளுக்கு வீட்டுப் பாடச் சுமைக்குத் தோள் கொடுத்துக்கொண்டிருப் பார்கள். வேலைக்குச் செல்லும் குற்றம் தணியும் பொருட்டு புருஷனுக்கு அதிக சந்தோஷத்தைத் தர தங்கள் பேச்சுக்களாலும் கற்பனைகளாலும் உடம்பாலும் கொஞ்சல்களாலும் முயன்று கொண்டிருப்பார்கள். மனித ஜென்மங்கள் நின்று தரிக்க எவ்வளவோ லீலா வினோதங்களில் ஈடுபட வேண்டியுள்ளது.

முருகேசனின் காதலி – இப்படிச் சொல்வது அதிகப் பிரசங்கம்தான் – அவள் வீட்டில் எந்த அறையில் உடைமாற்று வாள் என்பது தெரியவில்லை. அவ்வாறு அந்த அம்மையார் உடைமாற்றும்போது அவருக்குத் தெரியாதபடி அவரை ஒரு மின்னல் கணம் எனக்குப் பார்க்க முடிந்தால் என் மனம் எவ்வளவோ சந்தோஷப்படும். பெண்களுக்குத் தெரியாமல் ஆடை குலைந்த அவர்கள் உடல்களை அரையிருளில்

பார்ப்பதால் அவர்களுக்கு எதுவும் ஆகிவிடப் போவதில்லை. முருகேசனுடன் பிணைப்புக்கொள்ளும் நேரம் வரையிலும் எந்தப் பெண்ணும் முருகேசனுக்குச் சொந்தமானவளும் அல்ல. கீற்று நிலாபோல் அவள். தலையை உயர்த்திப் பார்த்தால் எல்லோருடைய கண்களுக்கும் அது தென்படத்தான் செய்யும்.

இப்படியே நடந்துபோகலாமா என்று கேட்டேன். ரொம்பவும் இருட்டிவிட்டது என்றேன். அவனுடைய மங்கிய கறுப்புடல் எழுந்திருப்பதை அவன் வெள்ளை ஜிப்பா அந்தரத்தில் உயர்வது மூலம்தான் தெரிந்துகொள்ள முடிந்தது. முருகேசன் நடக்கத் தொடங்கினான். பூங்காவிலிருந்து புறப்பட்டுச் சிறுகச் சிறுக நடந்து எங்களுக்குப் பாத்தியப்பட்ட மற்றொரு ஈட்டானுக்கு வந்து சேர்ந்தோம். வருவது வரையிலும் நாங்கள் எதுவுமே பேசிக்கொள்ளவில்லை என்று சொல்ல முடியாது. நூல்நிலைய நிகழ்வுகளில் ரசமானவை என்று எனக்குப் பட்ட சிலவற்றை முடிவில் அவன் சிரித்துக் கேட்கும்படி நான் சொல்லத் தொடங்கினேன். ஒவ்வொன்றும் முடியும்போது அவன் அதிகப் படியாகவும் அவனுடைய வழக்கமான சிரிப்புக்குச் சற்று மாறுபாடாகவும் சிரித்ததில் என் நகைச்சுவையில் அன்று ஈர்ப்புக் கொள்ளவில்லை என்பது வெளிப்பட்டது. இது என்னை ரொம்பவும் மந்தப்படுத்தியது. சிரிப்புக்கலை மன்னன் என்ற என் புகழ் நாள்ப்பட மங்கத் தொடங்கிவிடுமோ என்று நினைத்தேன்.

முந்திய நாள் தான் ஒரு ஆங்கிலப் படம் பார்த்ததாகவும் அந்தக் கதையை நாவலாகச் சிறுவயதில் படித்திருப்பதாகவும் சினிமாவுக்குப் போகும் யோசனை தனக்கு இருக்கவில்லை என்றும் – என்னிடம் தெரிவிக்காததற்குக் காரணம், நாசூக்காக – தெரு நண்பர்கள் சிலர் வந்து போகலாம் என்று தன்னை நிர்ப்பந்தித்ததாகவும் சொன்னான். படத்திற்குப் பெயர் *Light House. Maria* நடித்தது (அவளுடைய படத்தில் அவளுடைய முலைகள் மட்டுமே நடிக்கின்றன – முருகன் வாக்கு) என்றும் 'வல்கரான' படம் என்றும் அவன் சொன்னான். 'வல்கரான' படங்கள்தான் கொஞ்சமாவது சுவாரஸ்யமாக இருக்கின்றன என்று நான் சொன்னேன். அவ்வாறு நான் சொல்லக் காரணம், 'வல்கரான' படம் என்பதால் நான் பார்க்கத் தவறியதில் இழப்பொன்றும் இல்லையென்று சுட்ட முருகேசன் ஆசைப் பட்டதுதான். முருகேசனும் நானும் சேர்ந்து பார்க்காத, நான் மட்டுமே பார்த்த சிறந்த ஆங்கிலப் படம் எவற்றைப் பற்றியது? சொல்லலாமா என்று நான் யோசித்தபோது சட்டென்று எதுவும் நினைவுக்கு வரவில்லை.

பக்கத்திலிருந்த கடைக்குச் சென்று முருகேசன் ஒரு சிகரெட் வாங்கினான். சிகரெட்டின் முனையில் புகையிலைத்

தூளை இறுக்கவோ என்னவோ பெட்டிக்கடைப் பலகையின் மீது அதை இரண்டு மூன்று முறை நழுவவிட்டுப் பிடித்துக் கொண்டான். இவ்வாறு அவன் கைகள் அவன் மூளைக்குத் தொடர்பில்லாமலே ஞாபகமாகவே செய்து வந்தன. அவன் சிகரெட்டின் புகையிலைத் தூளை இறுக்குவதில் மென்மையான ஒரு பேரழகு இருக்கிறது என்றுதான் தோன்றியது. முருகேசனைப் பெரிய சிகரெட் ஊதி என்று நாம் சொல்ல முடியாவிட்டாலும் கூட மாலையில் அவன் வெளியே வந்து சிகரெட் ஒன்றோ இரண்டோ மூன்றோ ஊதாமல் அவன் வீடு திரும்பக் கூடியவன் அல்ல என்பது எனக்குத் தெரியும். நாங்கள் பிரிந்து அவன் தனியாக வீடு திரும்பும்போது இருள் மண்டிய சந்துக்களில் ஒரு சிகரெட்டேனும் பிடித்துக்கொள்வான் என்ற என் அனுமானத்தை உறுதி செய்துகொள்ள அவனிடம் விசாரிக்க வேண்டியதில்லை என்பது எனக்கு உறுதியாக இருந்தது. அன்று மாலை பூங்காவின் கிணற்று மூலையில் அந்தப் பெண்ணின் உதடுகளைத் தன் உதடுகளால் லேசாக உரசியிருந்தாலும்கூட அவளுக்கு அவனுடைய பழக்கம் தெரிந்திருக்கும். சில பெண்கள், அப்படிச் சொல்ல முடியாது அநேகப் பெண்கள், தன் காதலர்கள் சிகரெட் குடிப்பதை விரும்புகிறார்கள். அவளும் அந்த ஜாதியைச் சேர்ந்தவள்தான் என்பது அவளுடைய முகத்தைப் பார்த்தாலே தெரிகிறது. என்னைப் போல் ரொம்பவும் கறாரான மட்டைகளைப் பெண்கள் வெறுக்கிறார்கள் என்பது தான் என் எண்ணம். காதலனின் ஊதல் பற்றிப் பெண்ணுக்கு உள்ளூர சந்தோஷம் இருந்தாலும் தன் உதடுகளால் காதலன் ஓராயிரம் தடவை அவளுடைய உதடுகளில் உரசினாலும் அசடுகளால் எந்தப் பிராண்டு சிகரெட் என்பதைக் கண்டு பிடிக்கத் தெரியவில்லை என்று முருகன் சொன்னதை என்னால் அப்படியே – ஏற்றுக்கொள்ள முடிகிறது. இதை முருகன் கூறிய நேரத்தில் தக்க சந்தர்ப்பம் கிடைத்த மகிழ்வுடன் நான் நடந்த நிகழ்ச்சி ஒன்றைக் கூறினேன். அதை உங்களுக்கும் கூற விழைகிறேன்.

நானும் வழக்கறிஞரான (வழக்குரைஞர் என்று சிலர் கூறுகிறார்கள்) நண்பரும் ஒரு தமிழ் சினிமாவுக்குப் போன போது – அவர் கோர்ட்டு சீன் உள்ள படங்களையெல்லாம் பார்ப்பவர்; அதிலும் சிவாஜி பிரபல வக்கீலாக வரும்போது அந்தப் படத்தை எத்தனை தடவை பார்ப்பார் என்பதற்குக் கணக்குவழக்குக் கிடையாது – கோர்ட் சீன் வரும்போது தன்னை மேலும் உஷார் படுத்திக்கொள்ளவோ இருட்டில் தாண்டிச் சென்ற பையனிடம் ஒரு சிகரெட் வாங்கிப் பற்ற வைத்துக்கொண்டார். அந்தப் பையன் சுமார் அரைமணி நேரத்திற்குப் பின்னால் – அதற்குள் சிவாஜி வாதாடிக்காரருக்குச்

சாதகமாக நீதிபதி – வழுக்கைத் தலை, பால் மட்டும் குடித்த முகம் – தீர்ப்பு வாசித்திருந்தார். பையன் நாங்கள் உட்கார்ந்து கொண்டிருந்த வரிசைக்குள் நுழைந்ததும் வழக்குரைஞர் தனது வலது காலைத் தூக்கி எதிரே இருந்த நாற்காலியின் பின்பக்கத்தில் ஊன்றிக்கொண்டார். பையன் நின்றபடி 'சார்' என்றான். வழக்குரைஞர் மிகுந்த ஓசை நயம் கொண்ட ஒரு கெட்ட வார்த்தையை எடுத்த எடுப்பில் போட்டுவிட்டு, கோல்ட் பிளேக்குக்குக் காசை வாங்கிக்கொண்டு பெர்க்லியைத் தந்து ஏமாற்றுகிறாயா என்று கத்தினார். சிவாஜி சினிமாவில் கூறிய ஒரு செக்ஷனை அவரை நகல் செய்யும் குரலில் கூறி, என்ன தண்டனை தெரியுமா? மூன்றாண்டு கம்பி எண்ணணும், மூவாயிரம் ரூபாய் அபராதம் கட்டணும் என்று சொன்னார். எனக்கு நீதிபதியின் ஆணை மிகவும் அதிகமாகப்பட்டது. தனராஜு வழக்குத் தொடுத்தால் நான் அந்தப் பையனுக்காக வாதாடலாம் என்ற எண்ணம் தோன்றி அது திரைப்படக் காட்சி போல் மனதிலும் வந்தது. அப்போதுதான் நான் சட்டறிஞனாக இருந்தாலும் தனராஜு தனது வழக்குக்கு சிவாஜியிடம் வக்காலத்துக் கொடுத்து வழுக்கைத் தலை, பால் மட்டும் குடித்த முகம் நீதிபதியாக வந்தால் என் வழக்கு நிச்சயம் தோற்றுவிடும். அவருடன் மோதாமல் இருப்பதுதான் நல்லது.

பெண்களுக்கு தனராஜ் போல் சிகரெட் மணத்தைப் பிரித்தறிய முடியாது என்று நான் சொன்னது வெறும் குதர்க்கம் என்று தோன்றியது. பெண்களை எதற்கெடுத்தாலும் கேலி செய்ய முனையும் பௌராணிகர் புத்தி எனக்கு எப்படியோ வந்துவிட்டது. அதை நான் வெறுக்கிறேன். சிகரெட் பிடிக்கும் பழக்கத்தைப் பரவலாகக் கொண்ட பிரஞ்சுப் பெண்களுக்கு வேண்டுமென்றால் சிகரெட்டின் புகையை மணந்தறிந்து மதிப்பிடத் தெரியவில்லை என்று நான் சொல்லலாம். அவ்வாறு சொல்வதற்கு அவசியம் இருக்காது என்றே நம்புகிறேன். சிந்தனையிலும் விடுதலையிலும் புரட்சிகளிலும் வணிகத்திலும் படைப்புக்களிலும் இசை நாட்டியம் ஓவியம் போன்ற கலைகளிலும நாய் வளர்ப்பிலும் சண்டை போடுவதிலும் ஆண்களுக்கு நிகராகத் தங்கள் சுதந்திரத்தை வென்றெடுத்து அதைத் தக்க வைத்துக்கொள்வதில் முனைப்பாக இருக்கிறவர்களுக்கு உரிய மரியாதை கொடுத்துத்தான் பேச வேண்டும். பிரஞ்சுப் பெண்கள் சரித்திரத்தில் வகித்துவரும் பங்கை இந்தியப் பெண்களும் குறிப்பாகத் தமிழ்ப் பெண்களும் வகிப்பார்கள் என்பதில் எவ்வித சந்தேகமும் இல்லை.

குறைந்தபட்சம் அந்தப் பெண்ணுடைய பெயரையேனும் எனக்குத் தெரிந்துகொள்ள விரும்பினேன். உரத்து ஒலிக்கும் ஒரு பெயராகவே அவளுடையது இருக்க முடியுமென்று

தோன்றியது. தனது கைகள் வலுவான ஒரு உலோகத்தினால் செய்யப்பட்டவை போன்று அவற்றை அவள் உதறி நடப்பதும் பெரிய செருப்புத் தேவைப்படுகிற அவளுடைய பாதங்களை மண்ணில் தொம்தொம்மென்று அழுத்தி அழுத்தப்படும் இடத்தின் திடத்தன்மையைச் சோதித்துத் திருப்திப்பட்டுக்கொண்டு அவள் துரிதமாகக் காலடி வைத்தும் செல்கிறாள். எங்களூர்ப் பெண்களுடைய பழக்கம் போலவே அவளுடைய கைக்குட்டையை – மிகக் குட்டையானது, வியர்வையில் குளித்து வெண்மையை இழந்தது – வலது கையில் வைத்துச் சுருட்டிய படியே கழுத்தைத் துடைத்துக்கொள்கிறாள். இந்தப் பின்னணியில் அவளுடைய பெயர் மெல்லோசை கொண்டதாக இருக்க முடியாது. முருகேசனிடம் அந்தப் பெண்ணின் பெயர் மெல்லோசையா அல்லது வல்லோசையா என்று கேட்பது தவறானதோ அநாகரிகமானதோ அல்ல. இருந்தாலும் கேட்க அகங்காரம் தடுத்தது. அவனாகச் சொல்லவில்லை. என்னுடன் அப்பெயரைப் பகிர்ந்துகொள்ள வேண்டும் என்று அவனுக்குத் தோன்றவில்லை. அப்படியல்ல, தோன்றுவதைத் தோன்றாதது போல் பாவித்து அவன் மூடி மறைத்துக்கொண்டிருக்கிறான்.

இப்போது, சில வருடங்களுக்கு முன் நான் படித்திருந்த தமிழ்க் காதல் கதையாசிரியரின் கதை என் நினைவுக்கு வந்தது. லட்சக்கணக்கான வாசகர்கள் அந்த நாவலின் மேல் குப்புறப் படுத்துக்கொண்டு ஒவ்வொரு பக்கத்தையும் நக்கி நக்கிப் படித்தார்கள். அவருடைய வர்ணனைகள் அவ்வளவு சுவையாக அவர்களுக்கு இருந்திருக்கின்றன. அந்தக் கதையிலும் இப்படித்தான். அந்தத் தங்கப் பதுமையை இரு நண்பர்களில் ஒரு நண்பன் காதலித்துத் தன் காதலைத் திட்டமிட்டுத் தன் நண்பனிடம் மறைத்துத் தமிழ் நட்புக்குச் சற்றும் பொருந்தி வராத துரோகத்தை இழைத்துக் கொண்டிருக்கிறான். இதனால் அந்தக் கதாநாயகனின், வெகுளியும் பரோபகாரியும் நற்பழக்கங்கள் கொண்டவனுமான நண்பன் தூண்டில்புழுபோல் துடிக்கிறான். கதை இப்படிப் போய்க்கொண்டிருக்கும்போது தோழனுக்குச் சற்று எதிர்பாராத நேரத்தில் தன் தாயை அழைத்துக்கொண்டு பன்னிரெண்டு மணிகள் தொலைவில் இருக்கும் ஒரு பட்டணம் போக வேண்டிய அவசியம் ஏற்படுகிறது. நண்பன் யாத்திரை செய்த பெட்டியில் நண்பனின் ஆருயிர்க் காதலியும் அவளுடைய தந்தையும் வந்து ஏறுகிறார்கள். பெண்ணின் தந்தையும் சரி, நண்பனின் தாயும் சரி வயோதிகர்கள். நோய்வாய்ப்பட்டவர்கள். அம்மாவுக்குச் சளி இருமல், அப்பாவுக்கு வறட்டு இருமல். இதனால் அந்தியிலேயே தத்தமது உணவை முடித்துக்கொண்டு எதிரெதிரர் பெஞ்சில் ஆழ்ந்து தூங்கிக்கொண்டிருக்கிறார்கள். என்றும் அவர்களைத் தூங்க

விடாமல் படுத்தும் இருமல்களும் ஒன்றுக்கொன்று பேசி வைத்துக்கொண்டதுபோல் மௌன விரதம் கொள்கின்றன. பெண்ணின் மூக்குக் கண்ணாடி நழுவி விழ அதை அவசரமாகக் குனிந்து தோழன் எடுத்துத்தர அவள் தாங்கஸ் என்று கூற, அமெரிக்காவில் தன் படிப்பை முடித்திருந்த நண்பன் யு ஆர் வெல்கம் என்கிறான். இவ்வாறு அவன் சொன்னதும் பெண் மிகுந்த உடல் கிளர்ச்சி அடைகிறாள். காதலன் மூலம் நண்பனைப் பற்றித் தெரிந்த, அவளுடைய மனதை வெகுவாகக் கவர்ந்த, ஒவ்வொரு விஷயமும் நினைவுக்கு வருகின்றன. அவளுடைய அவனைப் பற்றிய அதீதமான கற்பனையை மெய்ப்பிப்பதுபோல் அமைந்துவிட்டன அவன் தன்னுணர் வின்றிக் கூறிய யு ஆர் வெல்கம் என்ற அந்த இனிய சொற்கள். இதைத் தொடர்ந்து அவனைப் பற்றி அவளுக்கிருந்த கற்பனை கள், தகவல்கள் சார்ந்து தூண்டப்பட்ட மோகங்கள், அவற்றை அன்றாடம் வண்ணங்கள் பூசியும் குஞ்சலங்கள் கட்டியும் விதானங்கள் இழைத்தும் வளர்த்துக்கொண்டிருக்கும் கற்பனைகள் எல்லாமே நூற்றுக்கு நூறு உண்மையானவை என்பதை அவனுடைய வதனம் சந்தேகமின்றி வெளிப்படுத்துவ தாக அவளுக்குத் தோன்றுகிறது. ஒன்றுக்கொன்று அதிக இடைவெளிகள் கொண்ட மூன்று ஸ்டேஷன்களைத் தாண்டுவது வரையிலும் தன்னைப் பற்றியே சிந்தித்து கடைசியில் மூன் றாவது ஸ்டேஷனிலிருந்து வண்டி புறப்பட்டபோது அடித்த ரயில் மணி, அருகே இருந்த ஸ்ரீரங்கம் ரங்கநாத ஸ்வாமி கோயிலில் அடித்த மணிபோல் அவளுக்குக் கேட்கவே இதற்கு மேல் மனதைக் குழப்பிக்கொள்ள அவசியமில்லையென்ற முடிவுக்கு வந்து, பெண்மை பற்றிய பாரதியின் கவிதைகளால் தன் ரத்தத்திற்கு அனுதினம் சூடேற்றி வந்ததால் அவள் பட்டென்று கணீரென்ற குரலில் நண்பனைப் பார்த்து, உங்களை நான் காதலிக்கிறேன் என்று ஒரே வாக்கியத்தில் சொல்கிறாள். அவள் குரலில் வெளிப்பட்ட தீர்மானத்தை இனி ஆண்டவன் நேரில் வந்தால்கூட மாற்ற முடியாது என்பது அவனுக்குத் தெரிந்தது. இருப்பினும் அடுத்த இடைவெளிகள் மிகுந்த மூன்று ஸ்டேஷன்கள் வரையிலும் பல விஷயங்களை அப் பெண்ணுக்கு எடுத்துச் சொல்கிறான். தன் நண்பனுக்குத் தான் துரோகம் ஒரு நாளும் இழைக்கமாட்டேன் என்று சொல்லி அவன் அழ அவளும் கண்ணீர் சிந்துகிறாள். கடைசி யில் இடைவெளிகள் மிகுந்த மூன்றாவது ஸ்டேஷன் வருவ தற்குள் நண்பர் தன்னை ஏற்றுக்கொள்வதாகச் சொல்லவில்லை யாததால் தொடர்ந்து வரும் மிக நீண்ட பாலத்தில், ரயில் தன் குரலை ஆவேசத்துடன் மாற்றிச் சடசப்புடன் செல்லும் போது, ரயிலிருந்து ஆற்றில் குதித்துத் தன்னை மாய்த்துக்

கொள்ளப் போவதாகச் சொல்கிறாள். தோழன் மிகுந்த பதற்றம் அடைகிறான். இருப்பினும் தன் நண்பனுக்குத் துரோகம் இழைத்தால் அந்தப் பாவம் பதினான்கு ஜென்மங்களுக்குத் தன்னை விட்டு விலகாது என்று நினைக்கிறான். பாலம் வரத் தொடங்கியதாக ரயில் அறிவிக்கத் தொடங்கியதும் காதலி கதவைத் திறந்து கொண்டு கைப்பிடிக் கம்பியைப் பிடித்து வெளியே தொங்கிக்கொண்டிருக்கிறாள். தான் தன் கைகளைத் தளர்த்த வேண்டிய வசதியான இடத்தைத் தேர்ந்தெடுக்கும் பொருட்டுக் கீழே குனிந்து உற்றுப்பார்த்துக்கொண்டிருக்கிறாள். தற்கொலை செய்வதே தன் நோக்கமே தவிர தலை பாலத்தின் கம்பிகளில் மாறி மாறி முட்டி மண்டை வெடித்து மண்டையோட்டைச் சிறுசிறு துண்டுகளாகச் சிதறடிப்பது தன் நோக்கமல்ல என்பதில் தெளிவாக இருக்கிறாள். இந்த நேரத்தில் தோழன் விரைந்து வந்து காதலியின் இடது தோளைப் பற்றுகிறான். காதலி தன் காதலனின் கண்களைப் பார்க்கிறாள். அந்தக் கண்களின் மடைகளை உடைத்துக்கொண்டு அவனுக்கு அவள்மீது இருக்கும் மட்டற்ற காதல் பிரவாஹம் கொள்ளவே பின்பக்கம் சரிகிறாள். தோழன் ரயிலின் மரச் சுவர் தடுப்பில் நழுவி தரையில் உட்கார்ந்துகொள்ளவே ஒருவரையொருவர் இறுக அணைத்துக்கொள்கின்றனர். உதடு நீங்கலாகப் பிற இடங்களில் சரமாரியாக முத்தம் இட்டுக் கொள்கின்றனர். இந்த நேரத்தில் காதலியின் தாய்க்குச் சளி இருமலும் தோழனின் தந்தைக்கு வறட்டு இருமலும் தலை தூக்குகிறது. அவர்கள் அக்கம் பக்கம் பார்த்து தம் குழந்தைகளைக் காணாததில் வியப்படைகிறார்கள். வியப்புக் காரணமாக இருமல்களின் இரண்டு வகைகளும் மேலும் சற்று வலிமை அடைகின்றன. அந்தக் காட்சி தவில் சத்தத்திலும், நாதசுரத்தின் மேல்ஸ்தாயியிலும் கரைந்து அய்யரின் சமஸ்கிருத மந்திரங்களை அழுத்தமாக உச்சரிக்கும் சத்தம் கேட்கிறது... காமிரா அவர் பின்குடுமி வழியாக முகத்திற்குச் சென்று, பற்றியெரியும் ஹோமத்தில் மையம் கொள்கிறது.

ஆனால் முருகேசன் கனவுகளை வெறுப்பவன். அவன் ஒவ்வொன்றையும் அதன் இயற்கைக் கூறு சார்ந்தே பார்த்து வந்தான். முருகேசன் அந்தப் பெண்ணின் பெயரைச் சொல்லவில்லை என்றாலும் என் நினைப்புக்காக, அருமையாகச் சொல்லிக்கொள்வதற்கு நான் ஒரு பெயரை வைத்துக்கொள்ளலாம். இவ்வாறு பெயர் சூட்டுவது அவனுடைய சொத்துக்கு நான் உரிமை கொண்டாடுவதாக ஒரு நாளும் ஆகாது. ஆனால் நான் அவளுடைய பெயரைக் கற்பனையாகக்கூடச் சூட்ட முடியாதுபோனது ஏன் என்று எனக்கு விளங்கவேயில்லை. இதுபோன்ற ஒரு நூதனமான பிரச்சனை இருக்குமென்று

பள்ளியில் ஒரு நாய்க்குட்டி ✡ 95 ✡

நான் நம்பியதே இல்லை. அப்போது அவளை ஒரு கீற்றுப் பார்த்துவிட்டதுதான் பெயர் சூட்டப் பெரும் தடையாக இருப்பது எனக்குத் தெரிந்தது. அவளுக்கு ஒரு பெயர் ஏற்கனவே இருக்கிறது. அந்தப் பெயர் அவளுடைய உடலிலும் கை கால்களிலும் கண்களிலும் உதடுகளிலும் முன்நெற்றியிலும் கரைந்து அவளுடைய ரத்தத்தில் கலந்துவிட்டது. அப்படியிருக்க இப் போது நான் அவளுடைய அங்கங்களுக்கோ, மனத்திற்கோ, ஆத்மாவுக்கோ, மூளைக்கோ, அவளுடைய உற்றார் உறவினர் களுக்கோ தெரியாத பெயரை வைப்பது உலகம் சார்ந்து இயங்கும் ஒரு மாபெரும் சக்தியின் ஒத்திசைவைக் குலைப்பது போல் இருந்தது. அவளுடைய பெயர்கூடத் தெரியாத என் அஞ்ஞானத்தை இடித்துக்காட்டுவது போலிருந்தது.

அதன்பின் அவள் வரும் மாலை நேரங்களில் ஜன்னல் வழியாக நான் அவள் வருவதை எதிர்பார்க்கத் தொடங்கி னேன். அவள் ஐந்து மணிக்கு மேல் ஐந்து பத்துக்குள் வந்து விடுவாள் என்ற முடிவுக்கு நான் வந்ததைப் பெரும்பாலான நாட்களில் அவள் ஆமோதித்துவந்தாள். என் நேரத்தை ஒட்டி நூல் நிலையத்தைச் சாத்திவிடும் உரிமையை முனிசிபல் கமிஷ னரிடமிருந்து நான் தட்டிப் பறித்துவிட்டால் நூல் நிலையத்தின் வாசலிலிருந்தே நான் அவளைப் பார்க்க முடியும். ஆனால் என் உரிமைகளைத் தட்டிப் பறிக்க மேற்கொள்ள வேண்டிய உபாயம் பற்றி எனக்குத் தெரியவில்லை. முருகேசன் நாங்கள் கிணற்றடி மூலையில் சந்திக்கும் நேரத்தைக் கொஞ்சம் கொஞ்ச மாக வழுக்கிக்கொண்டு வந்து – நான் உணராமல் செய்யும் வழி என்ற எண்ணத்தில் – மாலை சந்திப்புக்கான நேரத்தை ஆறுமணியை ஒட்டிக் கொண்டுவந்தான். இவ்வாறு நகட்டிக் கொண்டு வந்தது மிக முக்கியமான விஷயமாக என் மனதிற்குப் பட, அவனுக்கு அது ஒரு எளிய லௌகீக மாற்றம் என்று மட்டுமே தோன்றிக்கொண்டிருந்தது. தன் உடல் நிலைக்கு வெயில் தாழ்ந்த பின் புறப்படுவதே பொருத்தமாக இருக்கிறது என்று சொன்னான். எனக்கு ஒன்று தெரிந்தது. இனி அவளைப் பூங்காவில் சந்திக்க வேண்டாம் என்ற முடிவுக்கு அவன் வந்துவிட்டான். இது எனது நடமாட்டப் பிராந்தியத்திலிருந்து தனது காதலையே அகற்றிக்கொண்டு போவதற்கான முயற்சி யாகவே பட்டது. இந்த முடிவை அவன் எடுத்தது எனக்கு மிகுந்த அவமானத்தைத் தந்தது. நான் யாரிடமிருந்தும் எந்தப் பெண்ணையும் தட்டிப் பறிக்க அவசியமில்லை. என் அத்தை மகள், எனக்காகக் காத்துக்கொண்டிருப்பவள் குறுக்குப் பாதை யில் வேர்த்துக் கொட்டிக்கொண்டு விரையும் இந்தக் குண்டுப் பெண்ணைவிட ஓராயிரம் மடங்கு அழகானவள் என்பதில் எந்தச் சந்தேகமும் இல்லை.

சுந்தர ராமசாமி

அந்தப் பெண்ணை நான் சந்திக்க வேண்டிய அவசியம் இருப்பது எனக்குத் தெரிய வந்தது. நான் அவளுடைய உடன் பிறவாச் சகோதரன். அவளுடைய வாழ்க்கை சீரும் சிறப்புமாக இருப்பதில் நான் மிகுந்த ஆவல் கொண்டிருக்கிறேன். அவ்வாறான ஒரு அக்கறை செயற்கையானது என்று தோன்றலாம். அப்படித் தீர்மானிப்பது சாத்தியமல்ல. என் நண்பனின் காதலி மீது நான் அக்கறைகொள்வது இயற்கையானதுதான்.

நான் இப்போது கடந்த ஒரு வாரமாகக் குறுக்குப் பாதையில் அவள் வரும்போது முருகேசன் முகத்தில் புன்னகை அரும்பிற்று என்பதை உணர்ந்த நிமிஷத்திலிருந்து அவளுக்கு என் மனதில் அளிக்கும் இடத்தின் விஸ்தீரணம் கூடிக்கொண்டே போகிறது. ஆனால் நான் முருகேசனின் நெருக்கமான நண்பன் என்பது அவளுக்குத் தெரிந்திருக்குமா? நான் இந்த உலகத்தில் பிறந்து வளர்ந்து, நூல் நிலையத்தில் வேலை பெற்று, கல்யாணம் செய்துகொண்டு ஒரு பெண்ணை ஆரத் தழுவி அனுபவிக்கத் தயாரான நிலையில் இருந்துகொண்டிருப்பது அவளுக்குத் தெரியுமா? அதுகூடத் தெரியாமல் இருப்பது எவ்வளவு பரிதாபம்? இப்போது அவளுக்குத் தெரியாமல் அவளுக்கு என் மனதில் நிறையவே இடம் வழங்கிக் கற்பனையில் அவளுடன் ஊடாடிக் கொண்டிருப்பதுபோல் என்னைப் பற்றி மனதில் ஊடாடிக் கொண்டிருக்கும் பெண்கள் நிச்சயமாக இருப்பார்கள். வெளியுலக நடமாட்டம் சார்ந்து அவர்களை இனம் கண்டுகொள்ளும் சக்தி இல்லாமல் இருப்பது மிகவும் பரிதாபகரமானது. துரதிருஷ்டவசமானது.

ஒரு நாள் புத்தகப் பிரேமிகளின் காலம் தாழ்ந்த பிரசன்னம் எதுவும் இல்லாது இருந்ததால் குறுக்குப் பாதையில் அவள் பின்னால் சென்றேன். அவளுடைய உடலசைவு மட்டாகவும் வேகம் அதிகமானதாகவும் என்னுடைய உடலசைவு அதிகமானதாகவும் இருந்தது வியப்பைத் தந்தது. நடக்க நடக்க அசைவு குறைந்துகொண்டுபோகிறது போலிருக்கிறது.

அவள் பூங்காவின் தெற்கு வாசலை – மாடுகள் வரக்கூடாது என்பதற்காகச் சதுரமாகச் சுவரெழுப்பி அதில் கதவு முன்னும் பின்னும் அசையும் 'கேட்' அது – எட்டியபோது சற்றுத் தைரியமாகவே 'மாடம்' என்று கூப்பிட்டேன். அக்கம் பக்கத்தில் வேறு பெண்கள் எவரும் இல்லாமல் இருந்ததாலோ என்னவோ அவள் திரும்பிப் பார்த்தாள். உங்கள் பென்சில் போலிருக்கிறது, கீழே விழுந்துவிட்டது என்றேன். அவள் கையில் வாங்கிப் பார்ப்பாள் என்று எதிர்பார்த்தேன். வாங்கிப் பார்க்காமலே என்னுடையது அல்ல என்று சொல்லிக்கொண்டு அரைச் சுவர் வாசலுக்குள் நுழைந்துவிட்டாள். இவள் இப்படி இருக்

கிறாள் என்று நினைத்துக்கொண்டேன். இருந்தாலும் எல்லாப் பெண்களும் இப்படித்தான் நடந்துகொள்வார்கள் என்று சொல்ல முடியாது. திரும்பிப் பார்த்ததும் சில பெண்கள் முகத்தில் புன்னகை அரும்பும். அவ்வாறு அரும்புகிற எவ்வளவோ பெண்களை நான் பார்த்திருக்கிறேன். சில பெண்கள் பென்சிலைக் கையில் வாங்கிப் பார்ப்பார்கள். தனக்கு உதவி செய்ய முன்வந்திருக்கும் ஜென்மத்தின் மீது அவர்கள் கொள்ளும் கனிவு முகபாவத்தில் வெளிப்படும். என்னுடையது இல்லை சார், தாங்க்ஸ் என்று சொல்லிவிட்டு ஒரு சில வினாடிகள் நின்றுவிட்டுப் போகிற பெண்களும் இருக்கத்தான் இருக்கிறார்கள். சந்திக்கும் எல்லாப் பெண்களையும் ஒரு நிமிஷமோ அரை நிமிஷமோ காதலித்திருக்கும் எல்லா ஆண்களுமே என் அவதானிப்பை ஏற்றுக்கொள்ளத்தான் செய்வார்கள்.

கொடுமையிலும் கொடுமை, பல வருடங்கள் ஒரு பெண்ணைக் காதலித்து, அவளுடைய ஞாபகமாகவே இரவும் பகலும் இருக்கும்போதும் நமது தோற்றம், தலை சீவல், உடைகள் உடுக்கும் விதம், நடக்கும் விதம், புன்னகைக்கும் விதம், நம் கனவுகள், நாம் தனக்குத் தானே பேசிக்கொள்ளும் விதம் இவ்வளவையும் மாற்றிவிட்ட பெண், நம் காதலையே அறிய சந்தர்ப்பமில்லாமல் விச்ராந்தியாக நடமாடிக்கொண்டும், உணவருந்திக்கொண்டும், விரும்பும் உடைகளை அணிந்தும் தோழிகளுடனோ உறவினர்களிடமோ கலகலப்பாகப் பேசியும் நடையை விட்டுத் துள்ளித் திரிந்தும் பவுடர்களைத் தாராளமாகப் பூசிக்கொண்டும் பூக்களை – முக்கியமாக ஒற்றை ரோஜாவை – ஒற்றைப் பின்னலில் சொருகியும் இடது கையில் லேடீஸ் வாட்ச் கட்டியும் போகும்போது காரிய காரணமில்லாமல் கெக்கேபிக்கே எனச் சிரித்தும் பின்முதுகில் உள்ளாடையின் நாடா நம் மனதில் பரவசத்தை ஏற்படுத்தும்படி தெரியும் போதும் தன் காதலனையோ அல்லது காதலர்களையோ அறியாதவளாக இருக்கிறார்கள். நான் ஒன்பதாம் வகுப்புப் படித்துக்கொண்டிருந்த ஊரில் சென்ற நூற்றாண்டில் 1945 வாக்கில் அப்படித்தான் பண்பாட்டுச் சூழல் இருந்தது. அதன் பின்னர் பல மாற்றங்கள் நிகழ்ந்திருக்குமென்பது என் பொது அறிவுக்கும் தெரிகிறது. என்னென்ன விதமான மாற்றங்கள் நடந்துள்ளன என்பதும் தெரிகிறது. வயதாகிறபோது பெண்களின் எண்ணிக்கை தெரிவதற்கு மேலாக அவர்களுடனான கம்பியில்லாத கம்பி அநேகமாக அறுந்து போகிறது.

ராமன் என்பதுதான் அவன் பெயர் B. ராமன் என்று சேர்த்தே நாங்கள் அழைப்போம். ராமன்கள் அரை டஜன் வரையிலும் காணாது என்று கூட ஒரு பெயருடன் வகுப்பில் இருந்தார்கள். ராமன் ஒரு புரோகிதரின் மகன். அவர் ஒரு

பள்ளியில் ஹிந்தி ஆசிரியராக இருந்தார். அவருக்குக் கணக்கில் மிகப் பெரிய ஈடுபாடு. ஆனால் கணக்கை அவர் முறையாகப் படிக்காததால் அவருக்கு எங்கள் பள்ளியில் கணக்கு வாத்தியார் வேலை தரவில்லை. அவர் குடியிருந்த கிராமத்தில் அவர் பார்த்த வேலைதான் அதிக மதிப்புள்ளதாக இருந்தது. அந்தக் கிராமத்தில் விவசாயிகளிலிருந்து கொல்லர், தச்சரிலிருந்து கூலி வேலைக்குப் போகும் ஆண்கள் பெண்கள் வரையிலும் பலரும் இருந்தார்கள் என்றாலும் ஹிந்தி வாத்தியாரின் தோற்றம் ஏற்படுத்திய தரித்திரக் கோலத்தை வேறு யாராலும ஏற்படுத்த முடியவில்லை. வறுமையின் தேவதை அவரிடம் ஆவாகனமாகி அவரிடமே ஐக்கியப்பட்டிருந்தாள். கிராமத்திலிருந்து சுமார் எட்டு மைல்கள் நடந்து எங்கள் பள்ளிக்கு வந்துகொண்டிருந்தார். விரைவில், தேகச் சுமை அதிகமில்லாமல் நடந்து போவதற்கான உடல் வாகு அவர் கொண்டிருந்தார். குக்கிராமத்திலிருந்து டவுனுக்கு வரும்போது ஒவ்வொரு சிற்றூரும் தாண்டித் தாண்டி வர வர அவருடைய தரித்திரக் கோலம் துலக்கம் பெற்றுக் கொண்டுவரும். எங்களூர் முனிசிபாலிட்டியின் எல்லையை அவர் தாண்டும்போது அவருடைய உடைகள் சாணச் சுருளைகள் மாதிரி ஆகி முகமும் கட்டை அட்டையால் செய்யப்பட்டுத் தண்ணீரில் விழுந்து கிடப்பது போலிருக்கும். அவருடைய பல் வரிசையும் கொடூரமானது. அவருடைய முகத்தைத் தாடியுடனோ சவரம் செய்யாத முகத்துடனோ ஒரு நாளும் பார்க்க முடியாது. அவருடைய கண்களில் நூற்றாண்டுகளாகிவிட்ட பசியின் ஆவல் மிகுந்த மங்கல் தெரியும். வேர்த்துக் கொட்டும்போது தன் நரைத்த குடையால் அவர் தன் கழுத்தையும் கன்னங்களையும் நெற்றியையும் துடைத்துக்கொள்வதைப் பல முறை பார்த்தேன். இதற்குக் குடையைப் பல திசைகளிலும் திருப்ப வேண்டியிருக்கும். எங்கள் வகுப்பில் எல்லோரும் தமிழ் படித்துக்கொண்டிருந்ததால் ஹிந்தி முன்ஷி எங்கள் வகுப்பிற்குள் காலெடுத்து வைக்க அவசியமில்லாமலே இருந்தது. இந்நிலை மாணவர்களுக்கு அவர்களே உணர்ந்து நிச்சயப்படுத்திக் கொள்ளாத ஒரு மகிழ்ச் சியை அளித்திருந்தது. இதைத் தெள்ளத் தெளிவாக உணர்ந்து மகிழ்ந்துகொண்டிருந்தவன் என B. ராமனைப் பற்றி மட்டுமே சொல்ல முடியும்.

B. ராமனுக்கு நண்பன் என்று சொல்லக்கூடியவன் நான் மட்டும்தான். 'லேய்' என்று என்னை மட்டும்தான் அவன் கூப்பிடுவான். வேறு நாலைந்து பேருக்கு அவ்வப்போது வகுப்பில் சிரிக்க வகை செய்யும் சிறிது கோணங்கி கொண்ட தமாஷான ஆள் என்பதில் ஒரு குதூகலம் இருந்தது. அவன் விலாசினியைக் காதலித்துவந்தான். அவள் எங்கள் வகுப்பில் முன்பெஞ்சில்

கண்ணாடிக்காரி சரோஜனிக்கு வலது பக்கமாகவும் முகம் முழுக்க ஆழமான அம்மைத் தழும்புகள் கொண்ட கோமதியின் இடது பக்கமாகவும் இருந்தாள். விலாசினியை நினைக்கும்போது பலரும் அவளுடைய அழகை மனதில் பார்த்தார்கள். ஆசிரியர் களுக்கும் அவளுடைய தோற்றத்தில் மயக்கம் இருந்தது. அவள் எழுந்து நின்று கேள்விக்குப் பதில் தெரியாமல் உளறத் தொடங் கும் போது ரொம்பவும் நெளிவார்கள். உளறினால் அவள் அழகும் பொலிவும் மங்கி ரத்தவோட்டம் சுருங்கி கற்சிலையாக அவள் மாறிவிடுவாள் என்பதுபோல் அவர்கள் கற்பனை செய்துகொள்வார்கள். நான் என்னுடைய அடக்கமான பார்வை யில் விலாசினியை, சுத்தமான ரோஜா அத்தரைச் சேர்த்து வைத்திருக்கும் குறைந்தபட்ச வேலைப்பாடுகள் கொண்ட பாரீஸு கண்ணாடிப் புட்டி போலவே பார்த்தேன். அவளிடம் குளித்துவிட்டு ஈரத்தலையுடன் வரும் புத்துணர்வு எப்போதும் இருக்கும். இந்தப் புத்துணர்வின் அழகு எனக்கு மிகவும் பிடிக்கும். இந்தப் புத்துணர்வில் சுத்தமான ரோஜா அத்தரின் வாசனை கலந்திருக்கிறது என்று நான் எண்ணியது நிச்சயமாக வெறும் கற்பனையல்ல.

B. ராமன் மனதில் விலாசினி எப்படிச் சிறகடித்துக் கொண்டிருந்தாள் என்பதை உலகில் எந்தக் கவிஞனாலும் வருணிக்க முடியாது என்று எனக்குத் தெளிவாகவே பட்டது. B. ராமன் எனக்கு எண்ணங்களில் அழ முடியவில்லை. பரவச மின்சாரம் என் உள்ளங்களிலிருந்து உள்ளந்தலை வரை ஓடிக் கொண்டிருப்பதை உணருகிறேன்.

விலாசினி தன்னைப் பார்க்க நேர்ந்தால் – அதாவது அர்த்தத்துடன் – அவள் அவனைத் தன் மனதின் வெளி வராண்டாவில் நிறுத்துவதற்குத் தன் தோற்றம் முக்கியக் காரணமாக இருக்குமென்பதை நன்றாக அறிந்திருந்தான். அவனுடைய முடிவில் கறுப்பு முகத்தை உலகத்தில் எந்தப் பெண்ணும் விரும்பமாட்டாள் என்பது தீர்மானமாக இருந்தது. எங்களுடைய இளமைக் காலத்தில் அந்த விதி செல்லுபடியாக வும் இருந்தது.

B. ராமன் முதலில் என்னிடம் பவுடர் கேட்டான். அப் போது எங்கள் வீட்டில் என் மூத்த சகோதரி கல்யாணங்களுக்குப் போகும்போது பவுடர் போட்டுக்கொள்ள அம்மாவின் அனுமதி கிடைத்திருந்தது. ஆனால் அவள் மறந்தும் கோயிலுக்குப் போகும்போது பவுடர் பூசிக்கொள்ளக் கூடாது என்றிருந்தாள் அம்மா. அதிலும் அவள் போக நேர்ந்தது சிவன் கோயில். சிவன் பவுடரைப் பொறுத்துக் கொள்வான் என்று அம்மா வுக்குத் தோன்றவில்லை. பார்வதி போட்டுக்கொண்டாலும் கல்லாகப் போகச் சபித்துவிடுவான் என்று அம்மா சொல்வாள்.

நான் வீட்டுக்குத் தெரியாமல் ஒரு கஞ்சித்தாளில் சிறிது பவுடரைக் கொட்டி நன்றாக மடித்து நூல் போட்டுச் சுற்றிக் கொடுத்திருந்தேன். தன் தந்தையின் கிழிந்த வேஷ்டியிலிருந்து மூன்று சதுரத் துணிகளை உருவாக்கி, கிழிசல் தைக்கத் தையல் கை மிஷினைத் தூக்கிக்கொண்டு வரும் விதவைப் பெண்கஎிடமோ அல்லது கண் பார்வை இல்லாத தையல்காரர்களிடமோ அத்துணிகளைத் தந்து விளிம்படித்துக் கைக்குட்டைகளாக வைத்துக் கொண்டிருந்தான் *B.* ராமன். அவனுடைய கிராமத்தில் கைக்குட்டையை முதலில் வைத்துக்கொண்டவன் ராமன்தான். அந்தக் கைக்குட்டையில் ஒரு சிமிட்டா குட்டிக்குரா பவுடரை நட்ட நடுவில் தூவி அதை விரல்களால் மிக மென்மையாகக் கைக்குட்டை நெடுகப் பரப்பி வைத்துக்கொள்வான். அவன் எவ்வளவு மென்மையாகப் பரப்பினாலும் பவுடரின் அளவு விளிம்பு வரையிலும் வந்தடைவதற்குப் போதுமானதாக இருக்கவில்லை. பள்ளிக்கூடத்திற்கு வருவதற்கு முன் ஒரு நேரப் பௌடரை வீணாக்க மாட்டான். நாங்கள் முதல் மணி அடித்ததும் வகுப்பு அறையில் சென்று உட்கார்ந்து கொள்ள வேண்டும். அந்த நேரத்தில் தலைமையாசிரியர் அவருடைய அறையிலிருந்து வெளியே வந்து வராண்டாவை நோட்டமிடுவார். அந்தந்த வகுப்புகளுக்கு ஆசிரியர்கள் நுழைவார்கள். அவர்கள் வரும்போது பையன்கள் வராண்டாவிலோ மாடிப் படிக்கட்டிலோ நின்றுகொண்டிருந்தாலோ பிரம்பைக் காட்டி விரட்டுவார்கள். வராண்டாக்கள் முழுவதும் காலியானதும் இரண்டாவது மணி அடிக்கும். அப்போது அசெம்பிளி காலில் கூட்டமாக அடைந்துகொண்டிருக்கும் பெண்கள் தத்தம் வகுப்பறையை நோக்கி விரைந்து செல்வார்கள்.

இரண்டாவது மணி அடித்ததும் *B.* ராமன் டெஸ்க்கின் அடியே குனிந்து அவனுடைய கைக்குட்டையால் கறகற வென்று துடைத்துக்கொள்வான். அவன் சாம்பல் நிற முகத்துடன் தலையை மேலே தூக்குவதற்கும் பெண்கள் உள்ளே நுழைவதற்கும் சரியாக இருக்கும். பெண்கள் கூசிக் குறுகித் தவறியும் தங்கள் பார்வை ஆண்கள் பக்கம் திரும்பி விடாமல் மிகுந்த பதற்றத்துடன் தத்தமது இடத்தைப் பிடித்துக்கொள்வார்கள். அநேகப் பெண்கள் உட்காரும் நேரத்தில் பாவாடையைக் கீழ் நோக்கித் தடவி விட்டுக்கொள்வதையும் மேலாடை அணிந்திருக்கும் பெண்கள் தங்கள் மேலாடைகளை இழுத்துச் சரி செய்வதையும் பார்த்திருக்கிறேன். விலாசினி வகுப்பிற்குள் நுழையும்போது நான் *B.* ராமனின் துடையைப் பிடித்துக் கிள்ளுவேன். என் கிள்ளலை அவன் உணர்ந்ததாக எனக்குப் பட்டதே இல்லை. அவனுடைய பார்வை குத்திட்டிருக்கும். விலாசினியின் முகத்தைப் பார்க்க அவனுக்குக்

கிடைக்கும் ஒரே சந்தர்ப்பம் இதுதான். அதன்பின் அவனுக்கு அவளுடைய முதுகையே பார்க்க முடியும். மாலையில் அவள் பின்னால் அவள் வீடு வரை போவது வரையிலும் அவனுக்கு அவளுடைய பின் முதுகை மட்டுமே பார்க்க முடியும். மாலையில் அவள் பின்னால் செல்வதை, 'கொண்டுபோய் விடுதல்' என்று B. ராமன் குறிப்பிடுவான். மூன்று வருடங்கள் B. ராமன் அடிக்கடி பவுடர் போட்டுக் கொண்டான். பவுடரை அவனுக்குத் தர வேறு பையன்களும் முன்வந்தார்கள். தன்னிடம் எப்போதும் இரண்டு பொட்டலம் ஸ்டாக்காக இருக்குமென்றும் அதனால் கவலை இல்லையென்றும் B. ராமன் சொல்வான்.

B. ராமன் பத்தாம் வகுப்பு முடித்ததும் ஆங்கில டைப் ரைட்டிங் படித்தான். அதன் பின் ஆங்கிலச் சுருக்கெழுத்தும் படித்தான். எஸ்.வி.ரங்கன் என்பவர் லின்லித்தோ காலத்தில் தில்லியில் மிகச் செல்வாக்கானவராக இருந்தார். அவருடைய சொந்த ஊரும் B. ராமனின் தகப்பனார் ஊரும் ஒன்றுதான். ரங்காவுக்கு ஒரு கடிதம் எழுதி மேற்கொண்டு செலவுக்குப் பத்து ரூபாயும் கொடுத்து அவனுடைய அப்பா அவனைத் தில்லிக்கு அனுப்பினார். அவன் அங்கு போய் வேலை பார்த்து ஒரு அறையை வாடகைக்கு எடுக்க முடிந்ததும் ஊர் திரும்பி, ஒரு கீழ் மத்திய தரப் பெண்ணை விவாகம் செய்துகொண்டு தில்லிக்குச் சென்று மேற்கொண்டு கணக்கு வழக்கு சம்பந்தமாக மிகக் கடினமான பரீட்சைகள் எழுதி அதில் தேர்ச்சிபெற்று நல்ல சம்பளத்தில் வேலையை மாற்றிக்கொண்டு வரிசையாகப் பெண் குழந்தைகளைப் பெற்றெடுத்து எல்லாரையும் தரமான பள்ளியில் ஆங்கில மீடியத்தில் படிக்க வைத்து அவனாகப் பார்த்துத் திருமணம் செய்து வைத்த குழந்தைகள் பாதி, அவர்களாக இஷ்டத்துக்குக் கல்யாணம் செய்துகொண்ட பெண்கள் பாதி என்று பொறுப்புக்களைத் தீர்த்து வைத்து, ஆணும் பெண்ணுமாக எண்ணிக்கையில் குறைவான பெண்களையோ அல்லது ஆண்களையோ பெற்றெடுத்து, அவர்களை வளர்த்து ஆளாக்கி அவர்கள் எல்லோருக்கும் அவர்களே பார்த்துக் கட்டிக்கொண்டபடி கல்யாணங்கள் நடந்து, குழந்தைகள் பிறந்து, அவற்றில் பெண் குழந்தைகள் எல்லாரும் ருதுவாகி விட்டிருந்தனர்.

நான் பத்தாம் வகுப்போடு பள்ளியை விட்டு வெளியே வந்த பின் விலாசினியைப் பற்றி இன்று வரையிலும் எனக்கு எதுவும் தெரியாது. என்னை ஒட்டிய வயது அவளுக்கு என்பதால் எழுபதுக்கு மேல் எழுபத்தி மூன்றுக்குள் அவளுக்கு இருக்க வேண்டும். அவளைச் சின்ன வயதில் பார்த்தபோதே அவள் தன் வாழக்கையில் எண்ணற்ற குழந்தைகளைப் பெற்றுத் தள்ளுவாள் என்றுதான் அவள் உடம்புவாகு எனக்குச் சொல்லி

யிருக்கிறது. அன்று கல்மிஷமற்ற பாலகனாக இருந்த என் மனதில் தோன்றியது பொய்யாக இராது. அவளுக்கு முப்பது நாற்பது பேரன் பேத்திகள் இருந்தால்கூட நான் ஆச்சரியமடைய மாட்டேன். அவள் நூறு வயது வரையிலும் வாழ்ந்து தன் பேரன் பேத்திகளின் குழந்தைகளின் திருமணக் காட்சியைப் பார்க்க வேண்டும் என்பது என் ஒரே ஆசை.

B. ராமனின் காதலோடு முருகேசனின் காதலை ஒப்பிட்டுப் பேச முடியாது. நானாவது பெண்களைப் பார்த்தால் பல்லை இளிப்பவன். எங்கள் வீட்டில் ஒழுக்கம் என்றாலே ஆண் பெண் உறவு சார்ந்த ஒழுக்கம்தான். ஆண்களுக்காவது சில சறுக்கல்கள் ஏற்பட்டு முட்டியிலோ புட்டியிலோ சில சிராய்ப்பு களோ காயங்களோ ஏற்பட்டு விடலாம். ஆனால் பெண்கள், அவர்கள் பெண்கள் என்றால், நளாயினி, மண்டோதரி, சீதை, அருந்ததி வம்சத்தில் வந்தவர்கள் என்றால், தன் கணவனைத் தவிர வேறு யாரையும் அவர்களால் மனதால் கூட எண்ணிப் பார்க்க முடியாது. முன்வினை காரணமாக அவ்வாறு பர புருஷனைப் பற்றிய பிரமை அவர்கள் மனங்களில் ஏற்பட்டால் அவர்கள் தங்கள் கைகளால் தங்கள் கழுத்து களையே நெரித்து மரணத்தைத் தழுவிக்கொள்வார்கள் என்று என் அம்மா பல தடவை சொல்லியிருக்கிறாள்.

எங்கள் இசகுபிசகான உடல் உறவுகளைப் பற்றிப் பேச்சு வரும்போது குடும்பத்தில், ஆண்களும் சரி பெண்களும் சரி, வயதுக்கு வராத பெண் குழந்தைகளும் சரி, சுமார் நூற்றைம்பது வருடங்களுக்கு முன்னால் (எங்கள் குடும்பத்தில் உதித்த) வாழ்ந்த அலர்மேல் வள்ளி என்ற பெண்ணை ஞாபகப்படுத்து வார்கள். அலர்மேல் வள்ளியின் பேத்திகளின் வரிசையில் ஏழாவது பேத்திதான் என் மனைவி என்று என் மாமியார் சொல்லி அதை விவாதத்திற்கு அப்பாற்பட்டதாக ஆக்கி வைத்திருந்தார். அவருக்கு ஒன்பது பெண்கள் (மூன்று பெண் குழந்தைகள் பாலாரிஷ்டத்தால் மறைந்து போய்விட்டன). பேய்க் குளம் என்ற சிற்றூரில் என் மாமியாரின் குடும்பமும் அலர்மேல்வள்ளியின் குடும்பமும் பக்கத்துப் பக்கத்து வீட்டில் நூற்றாண்டுகளாக வசித்துவந்தார்கள். தூரத்து உறவினர்களும் கூட. அலர்மேல் வள்ளியின் தந்தைக்கு விவாகம் முடிந்து ஒன்பது ஆண்டுகளுக்குப் பின் தெரஷி நடந்தது. அப்போது அவர் மனைவிக்கு வயதுக்கு வந்து மேற்கொண்டு இரண்டு முறை மாதவிலக்கும் ஆகியிருந்தது. மூன்றாவது மாதவிலக்கு தன்னுடையவும் தன் மனைவியுடையவுமான பொறுப்பற்ற குடும்பப் பாங்கை இந்தப் பூலோகத்தில் சகலரும் அறியும்படி செய்துவிடும் என்று பதற்றத்துடன் முகூர்த்தம் பார்த்து, பதற்றத்துடன் கட்டிலும் பாயும் இரண்டு தலையணைகளும்

வாங்கி, பதற்றத்துடன் நல்ல நாள் பார்த்து, சாந்தி முகூர்த்தம் வைத்தார்கள். அதன் பின்னும் மாதவிலக்கு வந்துகொண்டிருந்தது அலர்மேல்வள்ளியின் தாயாரை வருத்தக் கடலில் மூழ்க அடித்துக்கொண்டிருந்தது. அப்போது அலர்மேல்வள்ளியின் தாயும் தந்தையும் விரதங்கள் நோற்று எலும்பெடுத்த உடம்புகளுடன் நடைப்பயணமாகக் கள்ளர் பயம், துஷ்ட மிருகங்களின் தாக்குதல், கொடிய வெயில், நடுவில் வரும் எதிர்பாராத மழைகள், பாம்பு, வெட்டை ஆகியவற்றின் இழையல் இவற்றையெல்லாம் துச்சமாகக் கருதி நடந்து நடந்து போகிற வழியில் சத்திரத்திலோ சாவடியிலோ ஏதும் கிடைத்தால் கிடப்பவற்றைப் புசித்து, கோயில் சன்னதிகளில் படுத்துறங்கி, திருச்செந்தூர் முருகன் சந்நிதிக்குச் சென்று அங்கு கோவிலிலேயே குழந்தை வேண்டி நாற்பத்தோரு நாட்கள் விரதமிருந்தார்கள். முருகப் பெருமானிடம் விடை பெற்றுக்கொண்டு புறப்பட வேண்டிய நாளும் வந்தது. அந்த நிமிஷம் வரையிலும் கணவனோ மனைவியோ பெருமானிடம் தங்கள் மனக்குறையைச் சொன்னவர்களல்ல. எம்பெருமான் அறியாதது ஏதேனும் இருக்க முடியுமா? ஆனால் அன்று அவர்கள் மனதில் தேக்கி வைத்துக்கொண்டிருந்த துக்கம் அணை உடைந்து இருவரது கண்களிலிருந்தும் கண்ணீராகப் பெருக்கிற்று. அந்த நேரத்தில் எங்கிருந்து வந்தார் என்பதை அனுமானிக்க முடியாதபடி ஒரு சுத்தமான, வெண்தாடி கொண்ட, முகத்தில் தெய்வீகக் களையும் கண்களில் கருணையும் உதடுகளில் புன்னகையும் கொண்ட முதியவர், குழந்தைகளே எதற்கு வருந்துகிறீர்கள் என்று இத்தம்பதிகளைப் பார்த்துக் கேட்கிறார். அவர்கள் என்ன சொல்வது ஏது சொல்வது என்பது அறியாது ஒருவர் முகத்தை மற்றொருவர் பார்த்து விழிக்கின்றார்கள். உடனே தெய்வீகக் களை கொண்ட அந்தப் பெரியவர், குழந்தைகளே வருந்தாதீர்கள். உங்கள் மன அபிலாஷம் நிறைவேறும். ஷண்முகப் பெருமானிடம் தற்சமயம் அனுப்பி வைக்கக் குழந்தைகள் எதுவும் கைவசம் இல்லாததால் அவர் தன் மனைவியான வள்ளியையே அனுப்பி வைப்பார் என்று கூறியபோது கோயிலில் தீபாராதனை மணி அடிக்க, பெரியவர் நின்ற இடமும் வெட்டவெளியாகிவிடுகிறது.

அலர்மேல்வள்ளியைக் கிழக்கு இந்தியக் கம்பெனியில் வேலை பார்க்கும் ஜோஸ்யம், கணிதம், வான சாஸ்திரம், தத்துவம், ராஜகீயம் ஆகிய காரியங்களில் நிபுணர் என்று பெயர் பெற்றவனும் இளம் மேதை என்று கருதத் தக்கவனும் ஆன திருவடைமருதூரில் நிலபுலன்கள் மிகுதியாகக் கொண்ட ஒரு குடும்பத்தில் திருமணம் செய்து கொடுக்கிறார்கள். பையன் திருவடையான் என்றே அழைக்கப்படுகிறான். அவனுடைய பெயரைக் கூறுவதே அபசாரம் என்று கருதினார்கள்.

கிழக்கு இந்தியக் கம்பனியில் மிக மிகப் பெரிய உத்தியோகத்தில் இருப்பவரும் திருவடையானின் மேலாதிகாரியுமான ஒரு துரை ஒரு அவசரம் ஏற்பட என்றும் இல்லாமல் தன் குதிரையில் ஏறித் திருவடையானைத் தேடி அவனுடைய வீட்டுக்கு வர, அங்கு அலர்மேல்வள்ளியை ஒரு கணம் பார்த்துவிட, அவளை அடைய வேண்டும் என்ற ஆசை அவன் மனதில் பெரும் காட்டுத் தீ போல் எரியத் தொடங்கிற்று. தனது ஆசையைப் பூர்த்தி செய்துதர வேண்டுமென்றும் அப்படி பூர்த்தி செய்துதந்தால் சமீபத்தில் தான் வேலையிலிருந்து விடுதலை பெற்று இங்கிலாந்து போகப்போவதாகவும் அவ்வாறு போகும்போது திருவடையானைத் தன் ஸ்தானத்தில் அமர்த்திவிட்டுப் போவதாகவும் கூறுகிறான். பலாத்காரமாகச் செய்து முடிக்க ஆற்றல் கொண்ட ஒரு அதிகாரி கண்ணியமான வழியைத் தேர்ந்தெடுத்திருப்பதுதான் முதலில் திருவடையானின் கவனத்திற்குப் பட்டது. ஒரு கறுப்பு மனிதன் கற்பனை செய்து கூடப் பார்க்க முடியாத வேலை! திருவடையான் மனத்தில் சஞ்சலம் தோன்றுகிறது. தன் மனைவியிடம் இலை மறை காயாகச் சொல்கிறான். அதன் பின் அவளை நிர்ப்பந்தம் செய்யத் தொடங்குகிறான். அவளும் ஒரு தேதியும் நேரமும் குறித்துச் சொல்லுகிறாள். வெள்ளைக்காரன் அவள் வீடு தேடிப் போன அன்று அவள் கிணற்றுக் கயிற்றில் நாண்டு கொண்டு கிணற்றிற்குள் தொங்கிக்கொண்டிருந்தாளாம்.

நாங்கள் அவள் வம்சத்தில் வந்தவர்கள். அம்மா எத்தனையோ தடவை தன் நெஞ்சில் அடித்துக் கொண்டிருக்கிறாள். இவ்வாறு சொல்லித் தன் நெஞ்சில் அடித்துக்கொள்ளாத பெண் எவரும் எங்கள் சொந்தத்தில் இல்லையென்று கூறுவது சற்றும் மிகைப்படுத்துவது அல்ல.

அந்த வம்சத்தில் பிறக்கச் சற்றும் தகுதியற்றவன் நான் என்பது எனக்கு நன்றாகத் தெரியும். பெண்கள் விஷயத்தில் என்னை ஒரு பொறுக்கி என்று சொல்வதில் எந்தத் தப்புமில்லை. நான் பதினைந்து வயது வாக்கிலேயே பெண்கள் பின்னால் அலையத் தொடங்கிவிட்டேன். எனக்கு முப்பது வயது வருகிற சித்திரை மாதத்தில் நிறையப்போகிறது. அதற்குள் நான் ஈடுபட்டிருந்த காரியங்கள், ஈடுபட வேண்டும் என்ற திட்டமில்லாமலே ஒரு கனவு காரணமாக நான் மேற்கொண்ட உடல் முயற்சி, என் மனக் குவிப்பு, தாங்க முடியாத அலைச்சல், சில போது காரியம் கைகூடி வந்துவிட்டது என்ற தோற்றத்தைத் தருகிற வகையில் நெருங்கி வருதல், நெருங்கி வந்ததாலேயே எதிர்கொள்ளத் தைரியமில்லாமல் நான் பின்நகர்ந்து போய் விடுவது போன்றவற்றை நினைக்கும்போது ஏன் நான் இப்படி

யெல்லாம் நடந்துகொள்கிறேன் என்று தோன்றி எனக்கே என்னை நம்ப முடியாமல் ஆகிவிடும். அதே சமயம் என்னைப் பற்றிப் பிறருடைய மனங்களில் நான் வளர்த்தி வைத்திருந்த எண்ணங்கள் ... ஒரு பெண் ஒரு கனவில் வந்து மேலாடையை ஒரு முறை உதறிப் போட்டுக்கொண்டாள் என்று நான் சொன்னதை யாருமே நம்பமாட்டார்கள். அப்பேர்ப்பட்ட வெளித் தோற்றத்தைப் பிறரிடம் நான் ஏற்படுத்தியிருக்கிறேன். என்னுடைய அந்தரங்கங்களை இன்று வரையிலும், அவற்றை ஓரளவு வெற்றிகரமாக மறைத்துக்கொண்டு வருவதை இங்கு சொல்லத் தொடங்கினால் இரண்டு மூன்று பக்கங்கள் நான் எழுதுவதற்குள்ளாவே நீங்கள் இந்த நூலை மூடிவைத்து இதைத் தெருவில் வீசுவதற்குக்கூட நீங்கள் ஒரு இடுக்கியைத் தேடி யெடுத்துக்கொண்டு வர வேண்டியிருக்கும். ஆகவே இப்போது நான் இதைக் கூற முன்வரப்போவதில்லை. முதுமையில் எழுதி என் மரணத்திற்கு ஐந்து வருடங்களுக்குப் பின் அதற்கு மேலும் என் மனைவி உயிரோடு இருந்தால் அவளுடைய மறைவு வரையிலும் காத்திருந்துவிட்டு (எங்களுக்குக் குழந்தைகள் இல்லை என்பது எவ்வளவோ நல்ல விஷயம்) என் நூலை வெளியிட உயில் எழுதி வைத்துவிட்டு அதற்கான பணத்தையும் ஒதுக்கிவைக்க வேண்டும் என்று நினைத்துக்கொண்டிருக்கிறேன். அதோடு என்னுடைய இந்த நூலை மட்டும் அரசாங்கத்தின் பிச்சைக்குக் காத்துக்கொண்டிருக்காமல் நானே தேசிய உடமை யாக்கிவிடுவதன் மூலம் பணத்திற்காக ஆபாசச் செயல்பாடு களைச் செய்பவர்களாவது என் நூலை வெளியிட வழி வகை செய்யலாம் என்று நினைத்துக்கொண்டிருக்கிறேன்.

முதுமை வரை ரகசியமாகப் பல லீலா விநோதங்களையும் செய்ய லீலாவிநோத சாமர்த்தியம் கொண்ட நீங்கள் உங்கள் காரியங்கள் நீங்கள் மட்டும் அறிந்தவையாக ஒழிந்துபோக விட்டுவிடலாமே என்று என்மீது அக்கறை கொண்டவர்கள் – நான் அம்பலப்பட வேண்டிய அவசியமில்லை என்பதாலோ, அவ்வாறு அம்பலப்படுவதால் உலகத்திற்கு எந்த நன்மையும் இல்லையென்றோ, அல்லது உலகத்தின் வரலாற்றில் நடந்திராத கொடுமைகளையோ கோரங்களையோ ஆபாசங்களையோ பொறுக்கித்தனத்தையோ இன்று மட்டுமல்ல இனிமேல் பிறப் பெடுத்து வருகிற எந்த மனிதனாலும் / மனுஷியாலும் சுயம்புவாக, அயனாக, அதாவது முதன்முதலாவதாக நடைபெறும் விதத்தில் ஒரு நாளும் செய்ய இயலாது என்று அறிந்திருக்கும் எளிமை உண்மை சார்ந்தோ – முடிவு செய்துவிடலாம். ஆனால் அதிர்ச்சி யும் ஆபாசமும் அருவருப்பும் வக்கிரங்களும் கொடுமைகளும் விலங்குடன் மனிதன் கொண்டிருக்கும் நெருக்கமும் அவ்வாறு எவ்வளவுதான் நெருக்கம் கொண்டிருந்தாலும் நன்மை என

அறியாமலோ தீமை என அறியாமலோ விலங்குகள் கொண்டிருக்கும் இயற்கை விதிகள் எதுவும், ஆறறிவு, பகுத்தறிவு, பாகுபாட்டறிவு, அனுபவ அறிவு, கேள்வி ஞானம், மரபு சார்ந்த பேரறிவுகள், உள்ளுணர்வுகள், ஜீன் வருகிறபோதே கொண்டுவரும் அற்புதத்திலும் அற்புதமாம் சில பதிவுகள் எல்லாவற்றையும் புறமொதுக்கும் அனுபவங்களும் பதிவாக வேண்டும் என்பதும் அவை என்னுடைய அனுபவங்களாகவே இருக்கும் பெரும் வாய்ப்பைப் பயன்படுத்திக்கொள்ளவும் விரும்புகிறேன். இவ்வாறு பயன் கூட வழி வகை செய்வது மூலம் என்னைப் பழிவாங்கிக்கொள்ள ஒரு சந்தர்ப்பம் எனக்குக் கிடைக்கிறது. என் விரல்களாலும் என் பற்களாலும் என்னைக் கிழித்து எனது முஷ்டிகளால் எனது முகங்களைக் குத்தி எனது கால்களால் என்னை எலும்பு முறிய உதைத்து என்னை மண்ணோடு மண்ணாகத் தேய்த்தால்தான் என் மீது எனக்கிருக்கும் கோபம் தீரும். வேஷம் போடுவது எல்லோருக்கும் பொதுவானதும் அவசியமானதுமான ஒரு பழக்கமோ அல்லது நற்பழக்கமோதான். இருப்பினும் என்னைப் போல் வேஷம் போட்டு அந்த வேஷத்தின் பெருமையை ஏற்று, சகல பெருமைகளையும் ஏற்று, அற்பத்திலும் அற்பமான வாழ்க்கையின் விளிம்புகூட வெளியே தெரியாமல் இன்றுவரையிலும் வாழ்ந்துவிட்ட என்மீது எனக்கு ஏற்பட்டிருக்கும் வெறுப்பு கொஞ்ச நஞ்சம் அல்ல.

அவ்வாறென்றால் நீர் சதா கூறிவரும் ஒழுக்கம், சமூகப் பொறுப்பு, சமூக நீதி, சமத்துவம், ஏமாறுபவர்களை ஒருக்காலும் ஏமாற்றாதிருக்கும் பண்பாடு, பிற பெண்களைத் தம் சகோதரியாகவோ, தாயாகவோ, அல்லது சித்தியாகவோ, பாட்டியாகவோ, ஆசிரியை ஆகவோ நினைத்து அவர்களுடைய பாதங்களை மட்டுமே பார்க்கும் பழக்கத்தை நிர்ப்பந்தப்படுத்திக்கொள்ளாவிட்டாலும் குறைந்தபட்சம் அவர்களை மனித ஜீவன்களாகக் கருதி, தன் தேவைகள் தீருவதற்காக – என் உடல் தேவையை விடவும் என் மனத்தேவை என்னை அதிக அளவு இயக்கிக் கொண்டு வந்திருக்கிறது – நிகழ்த்திய கூத்தடிப்பு, படுதாவுக்குப் பின் நிகழ்த்திய கூத்தடிப்பைப் பற்றி நீரே பகிரங்கப்படுத்தலாமே என்று கேட்கலாம். எதுவும் பகிரங்கமாகாமல் கட்டிக் காத்துச் செய்ய வேண்டும் என்ற திட்டம் நூற்றுக்கு நூறு அழகாக நிறைவேறியதில்தான் என்மீது எனக்கு மிகுந்த வெறுப்பு வரத் தொடங்கிற்று. அத்துடன் தன்னைப் பற்றிய கற்பனைகளைச் சொல்லிச் சொல்லி நான் மன சந்தோஷம் கண்டு பழகிவிட்டதால் இப்போது உண்மையைச் சொல்லி நான் இல்லாத இடத்திலும் என்மீது எச்சில் துப்புகிறவர்களை என்னால் எட்டிப் பார்க்க முடியாமல் இருக்கிறது. வேஷத்தைக்

கடைசி வரையிலும் போட்டு முடித்துவிட்டு வாயைப் பிளக்க லாம் என்றுதான் தோன்றுகிறது.

ஆனால் நான் என்னைக் கிழித்துக்கொண்டிருக்க வேண்டிய நேரமல்ல. பின்னால் என் மறைவுக்கு அப்பால் நீங்கள் படிக்க நேரும், நரசிம்மனே தன் நெஞ்சில் மூர்க்கமாக அடித்துக்கொண்டு தலையைக் குனிந்து தன் நாவை முடிந்த மட்டும் தன் நெஞ்சில் தொங்கப் போட்டுத் தன் ரத்தத்தைத் தானே நக்கிச் சுவைத்து மந்தகாசம் கொள்வதை அந்த எழுத்தில் காண உங்களுக்கு ஒரு சந்தர்ப்பம் கிடைக்குமென்று நம்புகிறேன்.

இப்போது நமக்குத் தெரிந்தவர்களாக நான், முருகேசன் என் பெற்றோர், என் அத்தைப் பெண்ணான அந்தப் பேரழகி, அத்தை, முருகேசனுக்குத் தெரியாத என் நண்பன் முருகன், குறுக்குப் பாதையில் விரைந்து செல்லும்போது முருகேசனைப் பார்த்துப் புன்னகை புரிந்தாள் என்று சந்தேகப்படும்படியும், சந்தேகமின்றித் தீர்மானிக்கும்படியும் காட்சியளித்த கவர்ச்சி கரமான, முருகேசன் சொந்தம் கொண்டாடுகிறவள் என்பதால் மேலும் கவர்ச்சிபெற்றுவிட்ட, அந்தப் பெண், வேர்வையில் கசங்கிச் சுருண்டுபோய்விட்ட அவளுடைய உள்ளங்கை அளவே கொண்ட துணித்துண்டு, நூல் நிலைய வேலைகளும் அதில் உள்ளார்ந்து கிடக்கும் சில அசௌகரியங்களும், தெருவின் காட்சிகளும் வினோதங்களும் என்று பல விஷயங்களைக் கூறிக்கொண்டு போகும் நிலையில் இப்போது சட்டென்று மற்றொரு பக்கம் திரும்பிக் கூறிவந்த விஷயத்தைப் பொறுப்பின்றி அந்தரத்தில் தொங்கவிட்டு நான் என்னைக் கிழிக்கத் தொடங்கி விட்டால் அது அதிக சுவாரஸ்யமானதாக இருக்குமென்றாலும் கதை மரபுக்கோ கலை மரபுக்கோ ஏற்றதல்ல என்று கருதுகிறேன்.

முருகேசனுடைய தோற்றம் வேறு மாதிரியானது. அவன் தெருவில் நடந்து போகிற போது பிறரையும், பிற ஜீவஜாலங் களையும் அஃறிணைப் பொருள்களையும் பெண்களையும் சகஜமாகப் பார்த்துக்கொண்டு போவதையே நான் பார்த்திருக் கிறேன். மிகக் குறைவான ஜனத்தொகை கொண்ட பெண்கள் நாங்கள் முன்னேறிச் செல்லும் பாதையில் வெகு தொலைவில் தெரியத் தொடங்கும்போதே அவனுடைய தொலைதூரப் பார்வை படபடத்து விழிப்புக் கொள்வதில்லை. உடலில் பாதங்களிலிருந்து உஷ்ணம் படர்ந்து அந்த உஷ்ணம் மார்புப் பகுதியைத் தாண்டுகிறபோது நெஞ்சு படபடத்து முகத்தில் ரத்தம் கட்டி தன்னைப் பிறர் கவனிப்பதைக் கூச்சமின்றி ஒதுக்கி அவள் தன் உடம்பைத் தாண்டி மறைவது வரையிலும் குத்திட்டுப் பார்த்து அவளுடைய அழகை உறிஞ்ச என்னைப்

போல் அவன் ஒரு நாளும் துடித்ததில்லை. தனக்காக ஒரு பெண் இருக்கிறாள் என்றாலும் அவளுடைய இருப்பு எந்த இடம் என்று தெரியாவிட்டாலும் தன் இருக்குமிடம் அவளுக்குத் தெரியாவிட்டாலும் காலம் கூடி வரும்போது இருவரும் ஒருவரைச் சந்தித்து பரஸ்பரம் மகிழ்ந்து ஏற்று இறுக்கத் தழுவிக்கொள்ளத்தான்போகிறோம் என்பது அவனுக்கு முன்கூட்டித் தெரிந்துவிட்ட தீர்மானமான காரியமாக இருக்கிறது. எனக்கு என் பெண்கள் என்றுதான் நினைக்க முடிகிறதே தவிர என் பெண் என்று ஒருபோதும் நினைக்க முடியவில்லை. இருந்தாலும் முருகேசன் எந்த அளவுக்குக் கண்ணியமானவனாகக் கருதப்படுகிறானோ அந்த அளவுக்கு நானும் கண்ணியமானவனாகவே கருதப்படுகிறேன். இரட்டை வேஷம் போட்டால் செல்லுபடியாகாது என்றும் ஒரு நாள் சாயம் வெளுத்துவிடும் என்றும் நீதி நூல்களும் நீதிமான்களும் மீண்டும் மீண்டும் சொல்வதை அறிந்திருக்கிறேன். அவர்களுடைய நம்பிக்கை – எந்த விதியைச் சார்ந்தது என்பது எனக்குத் தெரியாத நேரத்திலும் – என் மனதினுள் சதா கிலேசத்தை உண்டுபண்ணக்கூடியதாகவே இருந்திருக்கிறது. ஒன்றிரண்டு செயல்பாடுகளே எனக்கு இயற்கையாகவும் இயற்கைக்குரிய நிம்மதியையும் தந்திருக்கின்றன. உணவு உண்ணுதல், ஆடை தரித்துக்கொள்ளுதல், தூங்குதல், காது குடைவதற்கு அடுத்தாற்போல் உறவு கொள்ளல் போன்ற ஒரு சில காரியங்கள். வெற்றிலை பாக்குப் போட்டுக் கொள்ளுதல் கலகலப்பாகப் பேசுவது, பெண்கள் மீது கட்டுப்படுத்த முடியாது கொண்டிருந்த ஆசைகள், பெண்கள் பின்னால் போவது, விடாது அவர்களுக்குத் தெரியாமலே அவர்களைத் தொடர்ந்து வெகுதூரம் போவது, அவர்கள் பார்வையிலிருந்து மறைந்ததும் தோன்றும் ஆயாசம், அலுப்பு, சுயவெறுப்பு, இந்த அற்பங்களிலிருந்து வெளியேறி அபூர்வமானவர்கள் என்றாலும் மெய்யாகவே சுடர்போல் வாழ்ந்த ஞானிகளைப் போலவே வாழ வேண்டும் என்று ஆசைப்பட்டிருக்கிறேன். ஏதோ ஒரு சக்திக்கு நான் ஆட்பட்டால் எனக்குப் புகை மண்டலத்தைத் தாண்டிச் சென்றுவிடும் ஆற்றல் சித்தியாகிவிடுமென்றும் அதன் பின் என் சுடர் எந்தச் சூறாவளியிலும் சிறிதும் சஞ்சலம் கொள்ளாமல் நின்றெரியும் என்றும் கருதியிருக்கிறேன். எனக்கேற்றபடி எல்லாவற்றையும் கற்பனை செய்துகொள்ளவும் சமாதானம் தேடிக்கொள்ளவும் இப்போது கண்முன் தோன்றியிருக்கும் இன்பத்தை மட்டும் அனுபவித்துவிட்டு மறு நிமிடம் முதல் சகல இன்பங்களையும் துறக்கச் சித்தமாக இருப்பதாகவும் பல்லாயிரம் கோடி முறை எனக்கு நானே சொல்லிக்கொண்டிருக்கிறேன். இப்போது எனது புறத்திற்கு முரணான அகம் பற்றிய பிரம்மாண்டமான

பள்ளியில் ஒரு நாய்க்குட்டி

பொருளைச் சற்று நகர்த்திவிட்டு முருகேசனைப் பற்றியோ, அவனுடைய திடீர்க் காதலியைப் பற்றியோ, என் பெற்றோர் களைப் பற்றியோ, என் அத்தையைப் பற்றியோ, அத்தை மகளைப் பற்றியோ, அவளுடைய பேரழகைப் பற்றியோ, பூங்காவைப் பற்றியோ, பால்ராஜின் அலுவலகம் இருக்கும் தெருவைப் பற்றியோ நான் சொல்லலாம். அதுதான் முறை யானது. எனக்கு எழுதத் தைரியமில்லாத ஒரு பொருளைப் பற்றி நான் தொடர்ந்து எழுத முயன்று அம் முயற்சியில் எதுவும் என்னைப் பற்றிச் சொல்லாமலே காலத்தையும் பக்கங்களையும் வீணடிப்பது முறையாக இராது என்று எனக்குத் தெரிகிறது.

எனக்கும் முருகேசனுக்குமான உறவு முறையில் ஏற்பட்டுக் கொண்டிருப்பதான இடைவெளியை நானே புரிந்துகொள்ளவே இந்த வரிகளை எழுதிச் செல்லுகிறேன். அவனுக்கும் எனக்கு மான நீண்ட கால நட்பில் பெரிய அளவில் காரணம் எதுவு மில்லாமலே, இருவரும் முன்போல் கூடி வாழ்ந்து காலத்தை யும் விஷயங்களையும் அறிவுகளையும் விமர்சனங்களையும் கேலிகளையும் பந்தாடி மகிழ இருக்கும் சந்தோஷத்தை ஏன் பாழடித்துக்கொள்ள மறுக்கிறோம் என்பது தெரியவில்லை.

(முற்றுப்பெறவில்லை)

(தலைப்புப் போடாத கதை)

இப்போது எனது கடந்த கால அனுபவம் ஒன்று என் மனதிற்குள் வருகிறது. மன நோயாளி என்று கருதத்தக்க என் நண்பன் ஒருவனின் வாழ்கைச் சித்திரம் அது. அவன் காலமாகிவிட்டான். அவனைப் பற்றி மிகச் சுருக்கமாகவும் சாராம்ச ரீதியிலுமே இங்கு சிறிது யோசித்துப் பார்க்கலாம் என்று தோன்றுகிறதே தவிர விஸ்தாரப் பயணம் தேவையில்லை என்று தோன்றுகிறது.

அந்த நண்பனின் பெயர் திருவாழிமார்பன் என்பதாகும். அவனை நாங்கள் திருவாழி என்று அன்புடன் கூப்பிடுவது வழக்கம். நான் பள்ளிக்கூடத்தில் படித்துக் கொண்டிருந்த காலத்தில் அவன் எங்களுடைய வகுப்பில் படித்துவந்தான். என்னுடைய வகுப்பு என்றாலும் அவனும் அவனையொத்த பிற மாணவர்களும் தனிப் பிரிவாகவே கருதப்பட்டார்கள். தனிப் பிரிவு என்றால் சற்று ஒதுக்கப் பட்ட பிரிவு என்று சொல்லலாம். பள்ளியில் அந்தக் காலத்தில் – வெள்ளைக்காரன் கொடி கட்டிப் பறத்திய காலம் மட்டுமல்ல – வெள்ளை அதிகாரம் மிகுந்த பாராட் டுணர்வுடன், சிறுபான்மையினரின் விமர்சனத்துடன் மட்டுமே இருந்த காலம். சிறுபான்மையினரின் விமர்சனத் திற்குப் பதில் சொல்ல வேண்டிய பொறுப்போ அல்லது குறைந்தபட்சம் அவற்றை எதிர்கொள்ள வேண்டிய பொறுப்போ அரசாங்க யந்திரத்திற்கு இல்லாமல் அது அக்கடா என்றிருக்க பெரும்பான்மையினரே அந்தப் பொறுப்பை ஏற்றுக்கொண்டு சிறுபான்மையினரை வலித்தும், முகத்தைச் சுளித்தும், கோணியும், வலது கையைத் துச்சமாகவும் விறைப்பாகவும் நீட்டிக் காட்டியும் 'அட அற்பப் பதர்களே' என்ற பரிகாசத்துடன் இகழ்ச்சி யாகச் சிரித்தும் தங்கள் மேன்மையையும் கற்றறிவையும் நுண்மாண் நுழைபுலனையும் வெளிப்படுத்திக்கொண் டிருந்த காலம். திருமாவளவன் படித்தது தமிழ்ப் பிரிவு. அதை அப்போது மாணவர்களும் சரி ஆசிரியர்களும்

பள்ளியில் ஒரு நாய்க்குட்டி

சரி 'வெர்னாக்குலர்' என்று அழைத்துவந்தார்கள். 'வெர்னாக் குலர்' என்ற சொல் முதலில் என் காதில் விழுந்த நேரத்திலேயே 'பிச்சைக்காரர்கள்' என்று சொல்லும்சொல் என்ன மனவுணர்வு களை ஏற்படுத்துமோ அந்த உணர்வைத்தான் ஏற்படுத்திவந்தது. அந்தப் பையன்கள் பொதுவாகப் பஞ்சத்தில் அடிபட்டவர்களைப் போலவே காணப்பட்டார்கள். எங்களுடைய கல்வியைவிடக் கடுமையான கல்வி அது. அந்தக் காலத்திலேயே அந்த மாணவர்கள் தொல்காப்பியம் படித்தார்கள். அப்போது தொல்காப்பியம் கடையில் வாங்கக் கிடைக்கவில்லை. பிரதிகளே இல்லை. தமிழாசிரியர்கள் எப்படி ஒரு புராதன வஸ்துவைக் கிடைக்கவில்லையென்று போகிற போக்கில் சொல்லலாம் என்பதுபோல் பெருமைப் பார்வை பார்த்தார்கள். வடசேரியில் முடுக்குத் தெருவில் ஆசிரியர் பன்னிருகைப் பெருமாளின் தந்தை – தமிழ்ப் புலவர் திருமலையிடம் ஒரே ஒரு பிரதியிருக் கிறது என்றும் அவர் தன் மகள் தமிழ் கற்க அந்தப் பிரதியி லிருந்து – அப்பளக் கட்டுப்போல் இருக்கும் என்று எல்லா ஆசிரியர்களுமே அந்தப் பிரதியை வர்ணித்தார்கள் – சொன் னார்கள். எரித்து முடித்த சருகுபோல் பொடிந்து போகும் என்றும் ஒரு ஆசிரியர் சொன்னார். எங்கள் ஜில்லாவில் மொத்தம் மூன்று பேரிடம் தொல்காப்பியப் பிரதி இருக்கிறது என்றும் அவர்களில் இருவர் தமிழாசிரியர் என்றும் மற்றொருவர் மலையாள மொழியில் பெரும் புகழ் பெற்று அம்மக்களால் சரஸ்வதி தேவி என அழைக்கப்படுகிறவர் என்றும் சொன் னார்கள்.

நான் இங்கு மிக முக்கியமாகக் கூற வேண்டியது தமிழில் படித்தவர்கள் எவருக்கும் ஆங்கிலத்தில் பாடமில்லை என்பது மட்டுமல்ல, ஆங்கில மொழியே சொல்லித்தரப்படவில்லை. இதனால்தான் அவர்கள் தாழ்வானவர்களாகவும் ஒதுக்கப் பட்டவர்களாகவும் கருதப்பட்டார்கள். திருவாழி, பன்னிருகைப் பெருமாளைச் சிபாரிசு பிடித்தோ அல்லது காக்காய் பிடித்தோ அவரிடமிருந்த தொல்காப்பியத்திலிருந்து ஒரு பிரதியைத் தயார் செய்துகொண்டுவிட்டான். பன்னிருகைப் பெருமாள் அவருடைய தொல்காப்பியத்தை வீட்டுக்கு எடுத்துச் செல்ல திருவாழிக்கு அனுமதி தரவில்லை என்பது இன்றுவரையிலும் எனக்கு நியாயமாகவே படுகிறது. அத்துடன் அவர் வீட்டி லிருக்கும்போது அவன் சென்றால்தான் தொல்காப்பியம் அவனுக்குக் கிடைக்கும். அவருடைய வீட்டுத் திண்ணையில் சம்மணங்கூட்டி அமர்ந்துகொண்டு அவன் எழுதினான். தமிழில் பத்தாவது வகுப்புப் படிக்கக் காரணம் அவனுடைய பெற்றோர்கள் ஏழைகள் என்பதே. ஆங்கிலத்தில் பாடங்கள் படிக்க மாதமொன்றுக்கு ஒரு ரூபாய் ஃபீஸ் தர வேண்டும்.

அதற்கு ஆங்கிலத்தில் அச்சடித்த ரசீதும் கிடைக்கும். தமிழில் படித்த மாணவர்களுக்கு ஃபீஸ் அரைக்கால் ரூபாய். அவர்க ளுக்குத் தமிழில் அச்சடித்த, எங்களுடையதைவிடப் பாதி அளவுகொண்ட ரசீதுதான் தருவார்கள். எங்கள் வகுப்பறை களில் டெஸ்க்குகள்தான். மூன்று பேர் ஒன்றாக உட்கார ஏற்ற டெஸ்க்குகள். ஒவ்வொருவருக்கும் தனித்தனி டிராயர் களும் உண்டு. இங்க் பாட்டிலை விழாமல் வைத்துக்கொள்ள டெஸ்க்கின் மீது வலது புறம் ஒரு குழிவு உண்டு. பென்சில்களை வைத்துக்கொள்ள அவை விழாமலிருக்கும்படி நீளமான குழிவு உண்டு. டெஸ்க் பார்ப்பதற்கே உறுதியாக, கட்டி முத்தமிட்டுக் கொள்ளும்படி மிக அழகாகவும் வாளிப்பாகவும் இருக்கும். தமிழ் வகுப்பில் ஒல்லி பெஞ்சுகள் மட்டும்தான். அவர்கள் தங்கள் புத்தகங்களை – கையால் எழுதியெடுத்த தொல்காப்பியம் முதற்கொண்டு – அதில்தான் வைத்துக்கொள்ள வேண்டும். மடியில் நோட் புத்தகத்தை வைத்துக்கொண்டு எழுத வேண்டும். நாங்கள் மையினால் மட்டும்தான் எழுதலாம். பாடப் புத்தகத் தில் முக்கியமான பகுதிகளைப் பென்சிலால்தான் அடையாளப் படுத்திக்கொள்ள வேண்டும். தமிழ் மாணவர்களுக்குப் பென்சி லாலேயே அடையாளப்படுத்தவும் செய்யலாம், எழுதவும் செய்யலாம். அவர்கள் அநேகமாக நுனியில் ரப்பர் இல்லாத ஜப்பான் பென்சில்களைத்தான் வைத்துக்கொண்டிருப்பார்கள். அதில் பின்பகுதியைச் சிறுகச் சிறுகக் கடித்துத் தின்னவும் முன்பகுதியை எழுதவும் பயன்படுத்துவார்கள். எங்களுக்கு எங்கள் ரப்பர் கொண்டை கொண்ட லண்டனில் செய்த பென்சில்களைத் தின்ன ரப்பர் அசௌகரியமாக இருந்ததோடு நாங்கள் பென்சிலைக் கடிப்பதைக் காண நேர்ந்தாலோ அல்லது நாங்கள் பென்சிலைச் சீவிய பின் அதன் முனைக் கூர்மை அடி உதட்டில் குத்தியோ பார்க்க நேர்ந்தால் ஆசிரியர் வரை போடுவதற்கு ஒருமுறைகூடப் பயன்படுத்தியிராத அவரது ஸ்கேலை உபயோகப்படுத்தி எங்கள் நிக்கரைச் சற்று உயர்த்தச் சொல்லி – எங்கள் இடது தொடைகளைவிட வலது தொடை களையே அவர் தேர்ந்தெடுத்ததற்குக் காரணம் இன்று வரையி லும் எனக்குத் தெரியவில்லை – ஸ்கேலால் வாங்குவாங்கென்று வாங்கிவிடுவார். அடிக்கும் எல்லா ஆசிரியர்களுக்கும் கோபத் தில் ஒரு பரவசமும் ஏற்படுவதை நான் கவனித்திருக்கிறேன்.

தமிழ் மாணவர்களை அடிக்க அவர்கள் வகுப்பு ஆசிரியர் கள் முற்றிய பிரம்பைத்தான் பயன்படுத்தினார்கள். அவர்கள் கையை நீட்டச் சொல்லி அவர்கள் மொத்தமாக அடிக்கத் தீர்மானித்திருக்கும் அடிகளை இரண்டாக வகுத்துப் பாதி உள்ளங்கையிலும் மறு பாதியைப் புறங்கை முட்டுக்கும் தருவார் கள். நாங்கள் தமிழ் படித்த மாணவர்களுக்குத் தூக்குச் சட்டி

என்று பெயர் வைத்திருந்தோம். பெரிய தூக்குச் சட்டியில் அவர்கள் சோறு கொண்டுவருவார்கள். எங்களுக்கு இரட்டைக் காளை வண்டியில் சோற்றுப் பாத்திரம் வரும். மத்தியானம் மணியடித்ததும் நாங்கள் வேப்ப மரத்தடிக்கு ஓடி எங்களுடைய பாத்திரங்களை எடுத்துக்கொள்ளுவோம். தமிழ் மாணவர்கள் தாங்கள் சாப்பிடப் பெரிய தூக்குப் பாத்திரத்தை அவர்களே கொண்டு வருவார்கள். சோற்றுப் பாத்திரம் கொண்டுவர முக்காணி சாம்பசிவனுக்கு மாதம் கால் ரூபாய் தர வேண்டும். தமிழ் மாணவர்களுக்குக் கால் ரூபாயை மிச்சப்படுத்தினால் அது இரண்டு மாதங்களுக்கு ஃபீஸ் தர உபயோகப்படும். தமிழ் மாணவர்களின் சோற்றுப் பாத்திரங்கள் அவர்களுடைய காலடியிலேயே இருக்கும். அதனால் அவர்களுடைய வகுப்பு அறைகளைத் தாண்டிச் செல்லும்போது பீம விலாஸ் ஹோட்டலைத் தாண்டிச் செல்லும் வாசனை அடிக்கும். அது சாம்பாரையும் கொத்தமல்லி ரசத்தையும் ஒன்றாகக் கலந்ததுபோலிருக்கும். அவர்களைத் தாண்டிப்போகும்போதும் அந்த வாசனை அவர்கள் உடம்பில் இருந்து வரும். அவர்கள் எல்லோருமே கிராமங்களில் தொலை தூரங்களிலிருந்து வருபவர்கள். அதில் ஒரு பையன் சுமார் பத்து மைல் தூரத்தி லிருப்பவன். இதை நான் சொன்னால் மிகைப்படுத்திச் சொல் கிறேன் என்றுதான் வாசகர்கள் நினைப்பார்கள். அவர்கள் என்னைப் பொய்யன் என்று பழித்தாலும் சரி, முருகவேள் என்ற இயற்பெயர் கொண்டவனும் 'முயல்' என்ற பட்டப் பெயர் கொண்டவனும் (தூக்குச்சட்டி என்பது பொதுவாக நாங்கள் வைத்திருந்த ஒரு இனத்தின் பெயராகும்) ஆன ஒன்பதாம் வகுப்பு (தமிழ்) மாணவன் சுமார் பத்து மைல் தினமும் நடந்து பள்ளிக்கூடம் வந்திருக்கிறான். தினமும் மாலை பத்து மைல் நடந்து அவனுடைய குக்கிராமத்துக்குப் போயிருக்கிறான். அவன் எப்போது நடக்கத் தொடங்குவான் என்பது பற்றியோ, எப்போது நடந்து போய்த் தன் வீட்டை அடைந்து தன் தாயாரின் முகத்தைப் பார்ப்பான் என்பது பற்றியோ நாங்கள் யோசித்துப்பார்த்ததில்லை. மாறாக, முதல் மணி அடித்தபின் வீட்டை விட்டுக் கிளம்பி இரண் டாவது மணி அடிப்பதற்குள் வகுப்பிற்குள் வரும் நாங்கள் அவன் இருபது மைல் நடந்து வருகிறான் என்பதற்காக அவனைக் கேலி செய்வோம். நாங்கள் கேலி செய்வது மட்டு மல்ல அவன் வகுப்புத் தமிழ் மாணவர்களே எங்களுடன் சேர்ந்துகொண்டு அவனைக் கேலி செய்வார்கள். அவனுடைய கஷ்டங்களுக்காக எங்களில் யாரும் இரக்கப்பட்டதில்லை. தெரு நாய்கள் வெயிலென்றும் மழையென்றும் பாராமல் அலைவதற்காக எப்படித் துளியும் வருத்தப்படாமல், ஒரு

நொடிகூட அதன் நிலைபற்றி யோசிக்காமல் அவற்றைப் பார்த்த நிமிடத்தில் கல்லையெடுத்து எறிந்தோமோ அதே மனநிலையில்தான் முருகவேளையும் நாங்கள் பார்த்தோம். கேள்விக்கு உட்படுத்தப்படுவோம் என்ற பயம் எங்கள் மனதில் இல்லாதவரையிலும் அவனைப் பார்த்ததும் கல்லைப் பொறுக்கக் கீழே குனிந்திருப்போம் என்பதில் எனக்கு என்னுடைய இந்த எழுபத்தைந்தாவது வயதில் சிறிதும் சந்தேகமில்லை.

எங்கள் வகுப்பாசிரியர்கள் யாரும் பிரம்பைக் கையில் எடுத்துக்கொண்டு வகுப்பிற்கு வர மாட்டார்கள். அவர்கள் ஆஜர் புத்தம், ரசீதை எழுதுவதற்குப் பயன்படுத்தும் பெருமாள் செட்டிப் பென்சில், முனை மழுங்காத ஒரு ப்ளேடு அல்லது சிறு கத்தி, ரப்பர் துண்டு, பிளாட்டிங் பேப்பர், ட்வையின் நூல், மெலிந்த சாக்கூசி, வெள்ளைச் சாக்பீஸ்கள் ஆகியவற்றை எடுத்து வருவார்கள். கரும்பலகையில் அவர்கள் எழுதுபவற்றில் வேத இரகசியம் போன்ற சூக்குமங்களை அடிக்கோடு இட்டுக் காட்ட ரோஜா நிறச் சாக்குக் கட்டிகள் வைத்திருக்கும் அறையில் ரூல் தடியும் அதற்கு மேல் ஸ்கேலும் வைத்திருப்பார்கள். இவை தவிர வெள்ளைத் தாள்களும் (ஆங்கிலத்தில் அதைக் ‘கோமாளித் தொப்பி’ என்பர், வெள்ளைத் தாளுக்குக் கோமாளியின் தொப்பி என்று பெயர் வைக்க நுண்மாண் நுழைபுலனும் கற்பனையும் இருந்திருக்க வேண்டும். ஒரு குயர் வரையிலும் அவர்களுடைய டிராயரில் பேப்பர் இருக்கும். இவையெல்லாம் அவர்களுக்குப் பள்ளியின் அலுவலகத்திலிருந்து இலவசமாகக் கிடைப்பதாகும். அந்த டிராயரில் அவர்களுக்குச் சொந்தமான ஒரு காசு பெறும் பொருள்கூடக் கிடையாது. யதார்த்தம் இப்படியிருக்கும்போது மேஜை டிராயரைத் திறந்து (சிறு பூட்டும் பிறந்த ஆண் குழந்தையின் குறி போல் இருக்கும் சாவியும் பள்ளிக்கூடத்திற்குச் சொந்தமானவை) ஒவ்வொரு பொருளையும் எடுத்து மேஜைமேல் வைக்கும்போதும் சிறு பிள்ளைகளான எங்களை ஆச்சரியத்தில் ஆழ்த்த வேண்டும் என்ற ஆசையில் ஆசிரியர் முகத்தில் சில உற்பாதங்கள் தோன்றுவதை நினைக்கும்போது மனித மனத்தை என்ன செய்வது? எப்படி விவரிப்பது? எங்கெங்கு, எத்தனையெத்தனை கைவிளக்குகள் ஏற்றிக் காரிருளை அகற்றுவது? மேஜை டிராயரிலிருந்து விலை மதிப்பற்ற பொருள்களில் தலையாயது, ஆசிரியர் பார்வையிலும், எங்கள் அனுபவத்திலும் ஸ்கேல் மட்டுமே ஆகும். அந்த ஸ்கேலால் ஒரு முறைகூட அவர் எதையும் அளந்து பார்க்கவோ, நெடுங்கோடு போடவோ செய்ததில்லை. சிலர் ஸ்கேலைத் தன் இடதுகை உள்ளங்கையைத் தானே தட்டுவதுபோல் அடித்துக்கொண்டு தனக்குத்தானே ரசிப்பதைப் பார்த்திருக்கிறேன். மீசை முளைக்கத் தொடங்கியதும் நானும்

எனது வலது கையால் இடது கையை முடிந்த அளவு இன்பம் பெறும் வகையில் அடித்துக்கொள்ள வேண்டும் என்று தீர்மானித்திருந்தேன். அந்த ஸ்கேலை எங்கள் வகுப்பு ஆசிரியர் எங்களை அடிப்பதற்கு மட்டுமே பயன்படுத்துவார். நான் இவ்வாறு கூறுவதால் அவர் பாரபட்சம் இன்றி எல்லா மாணவர்களையும் தாக்குவார் என்று பொருள் கொள்ளக் கூடாது. பணக்காரப் பையன்களை ஆசிரியர் அடித்து நான் பார்த்ததே இல்லை (ஒரே ஒரு சந்தர்ப்பத்தைத் தவிர). ஏழை மாணவர்களை ஜாதி வித்தியாசம் பார்க்காமல் அடித்த ஆசிரியர்களின் சமூக நீதிப் பார்வையை இங்கு நான் பதிவு செய்கிறேன். இதை ஒரு சரித்திர உண்மை என்று கூறத் துணிவு கொள்ளவில்லை எனினும் என் காலத்திற்குரிய ஒரு சரித்திர உண்மை என்று நான் கூசாமல் கூற முடியும். ஏழை மாணவர்களை வாங்கு வாங்கு என்று வாங்கி அவர்கள் துடிதுடிப்பதை ஆனந்திக்கும் ஆசிரியர்களின் பரவச முகங்களை என்னால் ஒருநாளும் மறக்க இயலாது. அவர்கள் முகங்களில் வழிந்த பரவசங்களை அவர்களுடைய மனைவியர் தற்செயலாக வந்து பார்க்க நேர்ந்திருந்தால் எங்களுடைய இருப்பைத் துச்சமாக மதித்தோ அல்லது எங்களுடைய இருப்பு நினை வுக்கே வராமலோ தங்கள் குதிகால்களை உயர்த்தி தங்கள் கணவர்களின் உதட்டில் முத்தமிட்டிருப்பார்கள் என்பதில் எனக்குச் சிறிதும் ஐயமில்லை. போகப் போகக் காலத்திற்கேற்ற வாறு ஆபாசமாக எழுதத் தொடங்குவதற்கான ஆரம்பமாக இதைக் குறிப்பிடவில்லை. ஒரு பெண் தரும் முத்தம் ஆபாசம் என்றால் ஒரு ரோஜா ரோஸ் கலரில் பூப்பதும் ஆபாசமானது தான் என்பதே இன்று என்னுடைய மதிப்பீடாகும்.

பணக்கார மாணவர்களை மட்டுமல்ல, மாணவிகளையும் அடிக்க அவர்கள் துணிந்தது கிடையாது. பெண் விடுதலையில் எனக்கு மிகுந்த நம்பிக்கையுண்டு. அவர்கள் விடுதலை பெறும் பொருட்டு ஒரு உலகப் போர் நிகழ்ந்தால் நான் பத்து ஆண் பிள்ளைகளையாவது சுட்டு வீழ்த்தி என் நம்பிக்கையை உறுதிப் படுத்தவோ அல்லது ஒரு ஆண் புழுவின் குண்டை நிமிர்ந்து நின்று மார்பில் ஏற்றுப் போர்க்களத்தில் உயிரை விடவோ தயாராக இருக்கிறேன். இதை எதற்குச் சொல்கிறேன் என்றால் ஆண்களுக்கு மார்பகங்கள் இல்லையென்பதற்காக வரலாற்றில் அவர்கள் பெற்ற இன்னல்களையும் பெண்களுக்கு ஆண்குறிகள் இல்லையென்பதற்காக வரலாற்றில் நெடுகவும் அவர்கள் பெற்ற சலுகைகளையும் மூடி மறைப்பதை யார் சொன்னாலும் சரி, வ. கீதாவாக இருந்தாலும் சரி, சல்மாவாக இருந்தாலும் சரி, நான் ஒருநாளும் ஏற்க மாட்டேன். எங்கள் வகுப்பு ஆசிரியர்கள் ஸ்கேலால் எங்கள் தொலிகளை உரிக்கத் துடித்

தவர்கள், ஒரு எல்லைவரையிலும் அதைச் செய்தும் காட்டி யவர்கள், மாணவிகளை, 'கழுத்தறுக்க வந்த மூடங்களே' என்றுகூடத் திட்டியதில்லை. ஒரு ஆசிரியர் ஒரு மாணவி யிடம் அவளுக்கு, தான் ஆசிரியர்தானே என்ற திமிரில், ஒரு முறை ஒரு கேள்வியைக் கேட்க, அவள் எழுந்து நின்று பதில் தெரியாது முகஞ் சிவக்க விழிக்க, உடனடியாக அவளை உட்காரச் சொல்ல அவருடைய திமிரினால் மறந்து, வேறு மாணவர்களிடம் விடை கேட்கத் தொடங்கிய போது, தான் நின்றுகொண்டிருக்கும் சூழலில் துருத்தி மாற்றுவதைத் தாங்க முடியாமல் அழத் தொடங்கிச் சரிகிறாள். அவள் அழத் தொடங்கினாள். அப்போதுதான் இரண்டாவது பீரியடு ஆரம்பமாகியிருந்தது. அந்தப் பீரியடு முழுக்கவும் அழுதுகொண் டிருந்தாள். அவள் அழத் தொடங்கியபோது சித்திரவதைக்கு அவள் ஆளானதைக் கண்டிக்கும் முறையில் சக மாணவிகள் அவளுடைய முகத்தைப் பார்த்துப் பார்த்து முகத்தை மூடிக் கொண்டார்கள். வகுப்பில் முதல் வரிசையில், படிக்கும் மகா புத்திசாலிகளும் படிக்காத மகா மக்குகளும், சமத்துவமாக உட்கார்ந்துகொண்டிருக்க, நாங்கள் வருடம் பூராவும் அவர்க ளுடைய புன்னகைகளையோ, சின்னஞ்சிறு பீதியினால் அவர்கள் மான் விழிகள் விரிந்து படபடத்துப் பேரழகுகளை நாற்புறமும் சிதறடிப்பதையோ பார்க்கக் கொடுத்து வைக்காமல் அவர்களுடைய முதுகுகளுக்குப் பின்னால் அமர்ந்தும் கடைசி வகுப்புப் பரீட்சையில் பெற்ற எண்களுக்கு ஏற்றவாறு எங்கள் வரிசைகள் நிஷ்டூரமாகக் குலைக்கப்பட்டும் எங்கள் ஸ்தானங் களை எந்த நிமிஷத்திலும் இழக்கும் அபாயத்திலும் நிரந்தரமாகத் தள்ளப்பட்டிருந்தோம்.

சிறிது சிந்தித்துப் பாருங்கள். இவ்வாறு அழுத பெண்ணின் பெயர் கண்ணாடி சரோஜனி என்பதாகும். 'எங்கள் டீச்சர்' கதையிலும் இவளைக் குறிப்பிடுகிறேன் என்று ஞாபகம். இத்த னைக்கும் அவள் பெரிய அழகியொன்றுமல்ல. இந்த உண்மை ஐம்பது வயதிற்கு மேல்தான் பளிச்சிட்டது. மாநிறம்தான். கிடுகிடுவென்று உயரமாக வளர்ந்த பெண்ணும் அல்லள். என்ன அவசியம் என்பதே எங்களுக்கு விளங்காதபடி புடவை அகலம் கொண்ட மேலாடையைப் போடத் தொடங்கினாள். மேலாடையைப் போடத் தொடங்குவதை ஒரு வருடத்தின் நடுவில் தொடங்குவதை மாண்பு மிகுந்த அப்பெண்கள் ஒரு பிரச்சினையாக்கி வைத்துக்கொண்டிருந்தார்கள். இதற்கு அப் பெண்களை நாங்கள் குற்றப்படுத்த முடியாது. அவர்கள் எந்தப் பாவமும் அறியாத *நிர்த்தோஷிகள். காலையில் சூரியன்

---

* தோஷமற்றவர்கள், குறையற்றவர்கள் என விரியும்.

பள்ளியில் ஒரு நாய்க்குட்டி

உதித்து மாலையில் மறைந்து மீண்டும் மறு நாள் காலையில் உதிக்கும்போது பிற ஜீவராசிகள் போலவே இவர்களுக்கும் ஒரு நாள் வயது கூடிவிடுகிறது. குட்டி மான் போன்ற இப் பெண்கள் இதற்கு எப்படி உத்தரவாதம் ஏற்க முடியும்? இது இயற்கை விதியன்றோ! அவர்களுடைய மூளை வளர்ச் சியைப் பற்றிச் சிறிதும் கவலைப்படாத அவர்களுடைய தாயார் கள் நாள்தோறும், விடுமுறை நாள் என்றால் ஒவ்வொரு மணியிலும், அவளுடைய உடல் வளர்ச்சியைக் கவனிக்கத் தொடங்குகிறார்கள். இளைஞர்களின் பார்வையில் தங்கள் பெண்களைப் பார்ப்பதற்கு எந்த நூலையும் படிக்கவோ, வேறு எந்தத் தாயாரின் உபதேசம் பெறவோ அவர்களுக்குத் தேவையில்லை. அவர்களுடைய ரத்தத்தின் சிவப்பணுவின் மையத்தில் இவ்வுணர்வு வீரியம் கொண்டு சுழல்கிறது. எங்க ளுடைய அழகுணர்ச்சிக்கு நேர்மாறாக இயங்க வேண்டும் என்று தாய்மார்கள் முடிவு செய்கிறார்கள். தாய்மார்கள் எங்களை இவ்வளவு வெறுக்க, நாங்கள் ஒருவிதத்தில் அவர்கள் பக்கமே போகப் பயந்தோம். அவர்களைப் பார்க்கவும் பயந்தோம். என் வகுப்புத் தோழியும் என்னை மனமாரக் காதலித்தவளும் எதற்குக் காதலிக்கிறோம் என்று அறியாதவளுமான பவானி என்ற மானை ஒரு நொடி – ஒரே ஒரு நொடி – திரும்பிப் பார்த்தேன் என்பதற்காக வீரபத்திரன் செட்டியார் நடந்து கொண்ட விதத்தை என்னால் மறக்க முடியவில்லை. இவரைப் பற்றியும் எழுதியிருக்கிறேன். 'சான்றோன்' என்றே இவரைக் குறிப்பிட வேண்டும், மிக மிகச் சாதுவானவர், மாணவர்களை மனதார நேசிப்பவர். மாணவிகளிடம் தன் வாழ்வில் கேள்விகள் எதுவும் கேட்டிராதவர். பதினொன்று வயதிலிருந்து பதினான் கரை வயதுக்குட்பட்ட என் தோழிகளை, அழகு மயமான பெயர்களைக் கொண்ட அந்தச் சிறுமிகளைப் பெயர் சொல்லி அழைக்காமல், 'அம்மா அம்மா' என்று அழைப்பவர். சின்னஞ் சிறு பெண்களை அம்மா அம்மா என்றழைப்பதை முதன்முதலில் கேட்டதும் எனக்குத் தாங்க முடியாத சிரிப்பு வந்தது. நான் கடைசி பெஞ்சில் இருந்ததால் சற்று அதிக சுதந்திரம் கொண் டவன் என்றாலும் சிரிப்பை அடக்க முடியாது என்பது அது பீறிட்ட நிலையிலேயே உணர்ந்து ஒரு ரப்பர் துண்டைக் கீழே போட்டுவிட்டு டெஸ்க்கிற்கு அடியில் தலையை விட்டு அந்த ரப்பர் துண்டைப் பார்த்து வெகு நேரம் சிரிப்பு வந்தது. அம்மா அம்மா என்றால் அம்மா, தன் தாயார் என்றே எடுத்துக்கொண்டுவிடும் நிர்மலமான சுபாவம் கொண்டிருந் தேன் அன்று என நினைக்கிறபோது இப்போது மிகவும் நிறைவாக இருக்கிறது. டெஸ்க்கின் அடியில் குனிந்து ரப்பரைப் பார்த்துப் பொங்கிப் பொங்கிச் சத்தத்தை உள்ளடக்கி நான் சிரித்ததற்கு என் திமிர் காரணமல்ல. நரைத்த தலை கொண்ட

வீரபத்திரன் செட்டியாரின் சொந்தத் தாயின் முகத்தை நான் கற்பனை செய்துகொண்டதே காரணமாகும். பவானி முகத்தைப் பார்த்துத் தன் தாய்க்கு நிகரானவள் என்று அவர் அழைக்கக் கூடும் என்றால் எந்தப் பஞ்சமா பாதகத்தையும் கூசாமல் செய்யக் கூடியவர் என்ற எண்ணம் எனக்கு வந்தது.

பவானி என்ற பெயர் கொண்ட மான் எங்கள் பள்ளியிலேயே மான்களில் பேரழகான மான் என்பது தலைமையாசிரியரிலிருந்து சகல ஜீவன்களுடையவும் மனசாட்சி ஆமோதித்து ஏற்றுக்கொண்டதாகும். இந்த உண்மை பவானிக்கும் தெரியும். அவள் சிற்றடிகளைக் கூர்ந்து கவனிப்பவர்கள் இதனைத் தெள்ளத் தெளிவாக உணர முடியும். பூமாதேவியின் உடலெங்கும் சில நொடிகளுக்கு முன் பிறந்த குழந்தைகள் கசகசவென்று ஒன்றை மற்றொன்று உரசிக்கொண்டு ஏக காலத்தில் எல்லாம் இணைந்து கருத்து வேற்றுமை இல்லாமல் குவா குவா என்று அழுதுகொண்டிருப்பது போலவும் கற்பனை செய்து, அக்குழந்தைகளுக்கு எந்த *ஹானியும் வந்துவிடக் கூடாதே என்று பதறித் துடித்து உள்ளங்காலைத் தன் மனத்திடபத்தினாலேயே பஞ்சுபோல் மாற்றி நடந்து வருவதை ஒவ்வொரு நாளும் நான் கூர்ந்து கவனித்து எண்ணற்ற உளவியல் கூறுகளைக் கண்டறிகிறேன் என்பதை உணராமலே கண்டறிந்திருக்கிறேன்.

பவானி என்ற பெயர் கொண்ட அந்த மான் குட்டியை நான் ஒரு நொடி நிமிடம் திரும்பிப் பார்த்ததை வீரபத்திரன் செட்டியார் கவனிக்கவே, நான் அவளைப் பார்த்த அதே நொடியில் அவர் உடம்பில் ஓடிக்கொண்டிருந்த சகல ரத்தமும் அவர் மூளையில் ஏறிச் சன்னதம் வந்ததுபோல் என்னைப் பார்த்து, 'நாயே, அங்கே என்ன பார்க்கிறாய்' என்கிறார். காலமே, கொடுமையே, உன்னை நான் என்னவென்று சொல்வது? வீரபத்திரன் செட்டியார் நாயே என்ற சொல்லக் கூடியவரா? உண்மையான தெரு நாயைப் பார்த்தாலே அதை 'அவர்' 'இவர்' என்று அழைப்பவரல்லவா? இன்று இவர் மிகுதியாக அலைந்து மிகக் களைப்படைந்தவராகக் காணப் படுகிறார். இவர் சமீபத்தில் மூன்று குட்டிகளைப் போட நேர்ந்ததால் இவருக்கு தச மூலாரிஷ்டம் தந்து அவருடைய உடலை நாம் தேற்ற வேண்டியது நம் கடமையாகும் என்றெல்லாம் சொல்லக்கூடியவரான, காலில் விழுந்து வணங்க வேண்டிய பெருமாள் அல்லவா? அவர் மனப்பூர்வமாக மனங்குளிர நம்மை ஆசிர்வதித்தால் அதைவிட எனக்குச் சந்தோஷத்தைத் தரக்கூடியது வேறு என்ன இருக்க முடியும்? அதன்பின்

---

* ஹானி: தீங்கு

என்னை நோக்கி எந்த இன்னலேனும் வரத் துணிவுகொள்ளுமா? பூமிப் பந்தை விழுங்கத் திட்டமிட்டுக் கடல் பொங்கி வந்தாலும் என்னை மட்டும் அது தன் மிக உயரமான அலையில் ஏந்தியெடுத்து அலைமேல் நீராலேயே சிம்மாசனம் அமைத்து கால்மேல் கால்போட்டு நான் அமர சாத்தியப் படுத்தி நான் நீங்கலாக ஒவ்வொன்றையும் அது ஆஹா என்று விழுங்கி, நான் நீங்கலாகப் பிறர் அழிவதைப் பார்ப்பதில் நான் பெறும் உவகையை எனக்கு அளிக்காதா? அதுபோன்ற ஒரு காட்சியைப் பார்த்த ஒரே மனிதன் பரிணாமத்தின் கோடானுகோடி வருடங்களில் நான் ஒருவனாகவே இருப்பது இறை எனும் பெரும் தத்துவம் தம் சம்ஹாரத்தில் தன்னை மட்டும் அழித்துக்கொள்ளாமல் தன்னுடன் மற்றொரு ஜீவனையும் அணைத்துக்கொண்டது என்றால் அது எனக்கு எவ்வளவு பெருமை? அவர் நினைத்தால் அவரது தேவியைப் போன்ற ஒரு பேரழகியை நொடியில் படைத்து நாங்கள் கூடிக் கலந்து இன்பம் கண்டு மீண்டும் மனித குல வரலாற்றுக்கான முதல் அத்தியாயத்தை உருவாக்க முடியுமன்றோ? இளகிய மனம் கொண்ட அந்தத் தேவர் தங்கள் இனத்தில் ஒற்றைப் பெண்ணை அணைத்து ஆயுள் பூராவும் அலுப்படைகிறவர் எவரும் இல்லையென்று உணர்ந்து ஒன்றிற்கு மேற்பட்ட பெண்களை – அவருக்கு எவ்வளவு இஷ்டமோ அவ்வளவு – படைத்து மரணம் வரையிலும் காதல் இன்பத்தில் நான் திளைத்து வாழ வழி செய்ய முடியாதா? அல்லது தங்களுக்கு இருப்பது போல் மனைவியர் தொகுப்பு மனிதப் பதருக்கு அவசியமில்லையென்று அவர் தீர்மானித்து ஒரே ஒரு ஒல்லிப் பெண்ணை மட்டும் படைத்துத் தந்தாலும் அதற்காக அவரை நான் சிறிதும் குறை கூறவோ, கண்டிக்கவோ, 'காணாது காணாது' என்று கத்தவோ ஒரு நாளும் மாட்டேன். ஒரு விண்ணப்பம் மட்டும் செய்துகொள்வேன். தேவனிடம் விண்ணப்பம் செய்துகொள்வது ஒரு மனிதப் பதரின் அடிப்படை உரிமை அன்றோ? அவ்வாறு நான் கூடி மகிழ்ந்து காதல் இன்பத்தில் திளைத்து மனித இனத்தின் தோற்றத்தைப் புத்தம் புதிதாகத் தொடங்க வேண்டுமென்று அவருக்கு ஒரு யோசனை இருக்குமென்றால், ஐயனே யாரோ ஒரு பெண்ணைப் படைத்து என் தலையில் கட்டுவதைப் பார்க்கிலும் நீங்கள், என்னைத் துணிந்து நேசித்த ஒரே திலகவதியான பவானியை ஏன் படைத்துத் தரக் கூடாது எனக் கேட்டுக்கொள்வதில் எவ்விதத் தவறும் இல்லையென்றே நான் நினைக்கிறேன். நிறைவேற்றித் தருவது அவர் சித்தம். படைத்துத் தருகிறேன், ஆனால் அவளை ஒல்லியாகத்தான் படைத்துத் தருவேன் என்று அந்த இனத்தின் புத்திக்கேற்ப ஒரு மறு கண்டிஷனைப் போட்டால், 'ஒல்லி என்ன ஐயனே

எலும்புக்கூடாக இருந்தாலும் ஏற்பேன்’ என்று பெண் வாசகிகளை முன்வைத்து நான் கூற விரும்புகின்றேன். உடலில் என்ன இருக்கிறது என் அருமைச் சகோதரிகளே! காதல் என்பது உடல்கள் ஒன்றோடு ஒன்று முயங்கி இரண்டும் காணாமல் போவதா, மனங்கள் கூடிக் கலந்து பெருவாழ்வு வாழ்வதன்றோ என்றுதானே அய்யனும் கூறிச் செல்கிறார்.

இவ்வாறு நான் கூறிக்கொண்டு போகும்போது என் காதல் கண்ணாட்டியான பவானியைப் பற்றித் தவறான பல ஊகங்களுக்கும் ஐயங்களுக்கும் பிழையான முடிவுகளுக்கும் நீங்கள் வருவதற்கான வாய்ப்புள்ளதோ என்று ஐயமுறுகிறேன். என் அருமைச் சகோதரிகளே, என்னைப் பற்றி என்ன வேண்டுமானாலும் நினைத்துக் கொள்ளுங்கள். வசைபாடுங்கள். தூற்றுங்கள். கற்புக்கரசிகளான எங்கள் முகத்தில் விழிக்காதே என முறத்தால் என்னத் தாக்கித் துரத்துங்கள். ஒரு மறு வார்த்தை சொல்லாமல், என் அருமைச் சகோதரிகளே, அதைப் பொறுத்துக்கொள்வேன். ஆயின், தயவுசெய்து பவானிக்கு மாசு கற்பிக்காதீர். அவளைப் பற்றி மேலும் சில கூறி அவளை எடை போட்டு ஆராயச் சந்தர்ப்பம் தா என்று உத்தரவிட்டாலும் அதைச் சிரமேற்கொள்வேன்.

பவானி என்னைக் காதலித்தாள் என்று நான் கற்பனையாகவோ, மனநிலை பிசகியதாலோ, நடக்கச் சாத்தியமற்றவை என்பது தீர்மானமாகத் தெரிந்த விஷயங்களையும் கற்பனையில் தன் மனதிற்கு விரிவாகக் கொண்டு அந்தக் கற்பனையில் தேனிலிட்ட திராட்சைபோல் திளைக்கும் மனித புத்தியாலோ, நான் கூறவில்லை. மெய்யாகவே அவள் என்னைக் காதலித்தாள். இதைக் கோயிலிலும் சென்று சத்தியம் செய்யத் தயாராக இருக்கிறேன். இக்காதலைப் பற்றி என் ஆருயிர் நண்பனும் வகுப்பில் படிக்காத மாணவர்கள் இரண்டாவது ஸ்தானத்தை **Preparatory* வகுப்பு முதல் தக்க வைத்துக்கொண்டுவருபவனான A. சேஷன் (இவன் பின்னால் சொத்து வாங்கினாலோ தனக்கு ஏதாவது காணி நிலமிருந்து அதை விற்றாலோ பத்திரப் பதிவில் அண்ணாசாமி அய்யரின் தனயன் சேஷ அய்யர் என்று விரிவுகொள்ளும்) பகிர்ந்துகொண்டபோது அவன்

---

* *Prepatory:* தயார்ப்படுத்தல், ஆயத்தப்படுத்தல்

நான்காவது வகுப்புவரையிலும் வெர்னாகுலரில் (இந்திய பாஷைகள் முழுவதையும் உள்ளடக்கும் திவ்வியமான சொல்) படித்த மக்கு மரமண்டைகள் ஆங்கிலம் கற்க ஒரே அடியாக முதல் படிவத்திற்கு *(first form)* – தற்போதைய ஆறாம் வகுப்புக்கு இணையானது – அனுப்பப்பட்டால் அவர்கள் நரம்புகள் க்ஷீணமடைந்து மனநிலை பாதிக்கப்படுவர் எனக் கருதிய வெள்ளைக்காரர் உருவாக்கிய ஒரு வகுப்பு.

ஈவிரக்கம் இல்லாமல், உன் குரங்கு மூஞ்சிக்குக் காதல் வேறா என்று சொன்னான். சகோதரிகளே! யோசித்துப் பாருங்கள் இது எவ்வளவு கூரமான வார்த்தை? என் மனம் அன்று எவ்வளவு புண்பட்டிருக்குமென்று சிறிது யோசித்துப் பாருங்கள். உண்மையைச் சொல்கிறேன், அன்று மாலை நான் வீட்டிற்குச் சென்றதும் முறுக்குத் தின்பதை மறந்து கண்ணாடி முன் நின்று அழுதேன். வெகுநேரம் ஏங்கியேங்கி அழுதேன். என் முகம் குரங்கு முகம்போல் எனக்கே தோன்றத் தொடங்கியது. இலேசாகச் சிரித்தேன். குரங்கு பல்லை நெரித்துக் கொண்டு இளித்துக் காட்டுவதுபோல் தோன்றியது. கடவுளே என்ன இது. உண்மையாகவே குரங்காகிவிடுவேனா? அனுமன் தன் தாயாரிடம் முலைப்பால் குடித்துக்கொண்டிருந்த காலத்தில் இருந்தது போல் போகப் போக ஆகிவிடுமோ என் முகம்? என்றெல்லாம் கற்பனை செய்துகொள்ளத் தொடங்கினேன். அப்போது பவானியின் முகம் என் நினைவுக்கு வந்தது. வருந்தாதே, நான் இருக்கிறேன் என்று அவள் சொல்வது போலிருந்தது. முகம் இந்த அழகில் இருந்தால் பவானிக் குட்டி, நான் வருந்தாமல் எப்படி இருக்க முடியும் என்று கேட்கிறேன். அப்போது நிர்மலமான ஹ்ருதயம் கொண்டவளும் நேர் கொண்ட பார்வை கொண்டவளும் ஓரக்கண்போட்டு ஒருநாளும் பார்க்காதவளுமான பவானி சொல்லத் தொடங்கு கிறாள். அவள் சுருக்கமாகப் பேசுகிறவள். உன் முகம் எனக்குப் பிடித்திருக்கிறது. உன் முகம் பிடித்த அளவுக்கு வேறு எந்த முகமும் எனக்குப் பிடிக்கவில்லை. ராமசாமி, நீ தைரியமாக இரு. ஒருபோதும் கோழையாக இருக்காதே என்றாள். இவ்வாறு என் மனதிற்கினிய பவானிக்குட்டி சொல்லத் தொடங்கியதும் நான் ஆனந்த வெள்ளத்தில் மூழ்கினேன். இதைவிட எனக்கு வேறு என்ன பாக்கியம் வேண்டும்? அற்ப நாய், பிச்சைக்காரக் கழுதை, சதா பிடில் வாசித்துக்கொண்டிருக்கும் A. சேஷனையா நான் மணந்துகொள்ளப் போகிறேன்? உரிய நேரத்தில், நேர் கொண்ட பார்வை கொண்ட பவானிக்குட்டி, A. சேஷனிடமே அவன் முகத்தில் அறைந்தாற்போல் அவள் என்னைக் காதலிக் கும் செய்தியை உலகம் முழுக்கக் கேட்கும்படி சொல்வாளே. அதைக் கேட்டதும் அவன் பெஞ்சில் திரும்பி உட்கார்ந்து தன் தலையைச் சுவரில் மோதிக்கொள்ளட்டும்.

என்னருமை பவானியை உள்ளூர எத்தனையோபேர் அவளுக்குத் தெரியாமல் காதலித்துக்கொண்டிருந்தார்கள். அப்போது அவளுடைய வீடு வெள்ளாளர் காலனியில் ரெங்கய்யர் பங்களாவின் பக்கத்தில் இருந்தது. காலையில் குளித்து, குளித்த புத்துணர்வுடன், எளிமையான ஆடைகள் அணிந்து கைகளிலும் ஒற்றை வளையலுடன் மெல்லிய சன்ன

மான 'லாங்' செயின் அணிந்து, ஈரத் தலையை முதுகு முழுவதும் மறைய ஆறப்போட்டு, தலையில் ஒற்றை ரோஸ் நிற ரோஜாப் பூவொன்று சூடி அவள் படியிறங்கி வந்து மூன்று நான்கு நிமிஷங்களில் நடந்து வந்துவிடக்கூடிய வேட்டாளி அம்மன் கோயில் வரையிலும் சுமார் ஒன்பது காதலர்களும், வேட்டாளி அம்மன் கோயிலிலிருந்து அழகாக இடது பக்கம் திரும்பி இரண்டே நிமிஷத்தில் வந்துவிடக் கூடிய மரியாற்புதம் வீட்டின் முன் திரும்புவதற்குள் ஏழு காதலர்களும், மரியாற்புதம் வீட்டுத் திருப்பத்திலிருந்து பள்ளி யின் முகப்பை அடைவது வரையிலும் சுமார் பத்தொன்பது மாணவர்களும், முன்வாசலில் நுழைந்து சிறிது நடந்து இரண்டு சிறிய படிகள் லாவகமாக இறங்கி மேலும் சிறிது நடந்து நீண்ட படிக்கட்டின் ஒன்பது படிகள் சூரிய ஒளியால் செய்யப்பட்ட பதுமைபோல் இறங்கிப் பள்ளிக் கட்டிடத்தின் உள்ளே நுழைந்து வஞ்சி பூமி ஹாலில் நுழைவது வரையிலும் அவளைக் காதலிப்பவர்கள் நூறுக்கு மேல் இருநூறுக்குள் இருக்கும் என்றும் சொல்லலாம். நாய்களா, வெயிலில் காய்ந்து நன்றாகக் காதலித்துக்கொண்டு இருங்கள், சங்கதி பின்னால் தெரியும் என்று மனதிற்குள் சிரித்துக்கொண்டே சொல்வேன். இனி நான் வெயிலில் காய வேண்டிய அற்ப ஜென்மம் அல்ல. தைரியமாக இரு, கோழையாக இராதே என்பவை பவானியின் வாக்கு. எவ்வளவு சக்தி வாய்ந்த சொற்கள் அவை. அவள் தன் காதலைப் பகிரங்கப்படுத்துகிற அன்று குறைந்தது இரு நூறுக்கு மேற்பட்டவர்கள் தங்கள் தலைகளைச் சுவர்களிலும் பெரும் தூண்களிலும் மோதிக்கொண்டு ரத்த விளாராக நிற்கும் காட்சி என் மனதில் வந்ததும் தாங்க முடியாத சந்தோஷம் வந்தது. அடுத்த நாள் அந்த இருநூறு பேரும் தலையில் கட்டுடன் பள்ளிக்கு வருகிறார்கள். மண்டையை மோதிக்கொண்டவர்களின் ஊர்வலம்! வெட்கம் கெட்ட ஊர்வலம்.

சிறுவயதிலிருந்தே தர்க்கத்திலும் குதர்க்கத்திலும் ஈடுபாடு கொண்ட நான் என்னைக் காதலிக்கும் விந்தை இப்போது நடந்துகொண்டிருப்பது மெய்த் தோற்றமா அல்லது பொய்த் தோற்றமா என்பது குறித்து அக்கு வேறு ஆணி வேறாகப் பிரித்துச் சிந்தித்திருக்கிறேன்.

நான்தான் ஒரு விதத்தில் வகுப்பில் முதல் மாணவன். ஆஜர் எடுத்துவிட்டு ஈ.ஆர். சங்கர அய்யர் வகுப்பிலிருக்கும் மாணவர்களின் கூட்டுத்தொகை தெரியும் பொருட்டு எண் களைச் சொல்லும்போது கடைசியிலிருந்து எண்ணச் சொல்வ தால் ஒவ்வொரு நாளும் நின்று 'ஒன்' என்று சொல்லச்

சந்தர்ப்பம் கிடைத்துவந்தது. மதிப்பெண் அடிப்படையில் உட்கார வைக்கப்படுவதால் நான்தான் கடைசி மாணவன். எனக்குப் பின்னால் சுவர் என்பதால் எனக்குச் சாய்ந்து கொண்டு உட்கார முடியும். சுவர் என் முதுகைத் தொட்டுக் கொண்டிருந்ததால் சாய்ந்து உட்காராதே என்று என்னைப் பார்த்து எரிந்துவிழ முடியாமலும் இருந்தது. அவ்வாறு அவருக்கு எரிந்துவிழ வேண்டிய அவசியம் அவசரமாக இருந்தால் சுவரை இடித்துப் பின்னகர்த்திக் கட்ட திருவிதாங்கூர் மகாராஜாவிடம் அவர் மனுக் கொடுக்கலாம். அப்படிக் கொடுத்தால் சாதுவான மகாராஜா வேண்டுமென்றால் அதைக் கேட்டுக்கொண்டிருக்க லாம். ஆனால் திவான்ஜியாக இருந்த சி.பி. ராமஸ்வாமி அய்யருக்குத் தெரிந்ததும் எங்கள் ஆசிரியரை அவர் தங்குமிட மான ‘பக்தி விலாச’த்திற்கு வரச் சொல்லி பின்குடுமி அறுக்கச் சொல்லிச் சீட்டையும் கிழித்துவிடுவார். கணக்கு நீங்கலான பிற பாடங்களுக்கு நான் ஒற்றை எண்களும் சிலபோது இரட்டை எண்களும்கூட வாங்கியிருக்கிறேன். ஆனால் கணிதத்தில் நான் ஒருபோதும் பூஜியத்திற்குமேல் வாங்கினது கிடையாது. ஒரு தடவை என் கணக்கு வாத்தியார் மங்களாத் தெரு ஜோசஃப் என் பரீட்சைத் தாளில் கோபத்தில் இரண்டு பூஜ்யங்கள் போட்டுத் தந்தார். அதைச் சிறிது கூடுதல் மார்க் என்று சொல்ல முடியாது. எனக்குக் கணக்கில் மாற்றமெதுவும் இல்லாமல் எப்போதும் ஒன்றாம் படிவத்திலிருந்து பத்தாம் பருவம் வரையிலும் பூஜ்யமே தொடர்ந்து வந்துகொண்டிருப்ப தால் முன்பே என்னை மதிப்பிட முடிந்துவிட்ட மாணவர்கள் என்னை பூஜ்யம் ராமசாமி என்று கூப்பிடத் தொடங்கினார்கள். சில சமயம் சுருக்கமாக அறிஞர், கலைஞர், கருமவீரர், காம கோடி, தமிழ்த் தாத்தா, புரட்சித் தலைவர் என்றெல்லாம் கூறிவருவதுபோல் சுருக்கமாக மனக்கணக்கு விடை சொல்லும் போது ‘பூஜ்யம்’ என்று மட்டும் கூறுவார்கள். ஆசிரியர்களும் ‘பூஜ்யம்’ இன்று லீவா என்று கேட்டு என்னைப் பெருமைப் படுத்துவது உண்டு. எல்லோருமே நான் எந்தக் காரியமும் செய்ய அவசியமில்லாமல் என் இருப்பு மூலமே சிரிப்பைப் பெற்றுக்கொண்டுவிடுவார்கள். நான் வகுப்பில் அவமானப் படுகிற ஒவ்வொரு சந்தர்ப்பத்திலும் மாணவர்கள் மிகுந்த சந்தோஷத்துடன் ஆர்ப்பரித்துச் சிரிப்பார்கள். ஆசிரியர்களும் ஆசிரியைகளும் சில மாணவிகளும் சேர்ந்து சிரிப்பார்கள். ஆனால் பவானிக்குட்டி நான் அவமானப்படுகிற நேரங்களில் ஒரு முறைகூடச் சிரித்ததில்லை. இவ்வாறு இந்த ஒரு சந்தர்ப் பத்தில் மட்டும் அவள் உதடுகளை இறுக்கிக்கொண்டிருப்பதை நாள்படப் பார்த்துவந்த சக மாணவிகளுக்கு அவளுடைய ஹ்ருதயத்திலிருந்து ஒரு சிற்றோடை என்னை நோக்கிப் பாயத் தொடங்கியிருக்கிறதோ என்ற சந்தேகம் ஏற்பட்டிருக்கிறது.

ஒரு பையன் 30 என்று விடைசொல்லும் போது 3 ராமசாமி என்று சொன்னால் போதுமே என்பார் ஆசிரியர். என் பட்டப்பெயர் உறுதி பெற என் ஆசிரிய மணிகள் ஆற்றியுள்ள பாங்கு நிஷ்டூரமானது. ஒரு நாள் ஒரு ஆசிரியர் என்னை வழக்கம்போல் நான் உட்கார்ந்திருந்த இடத்தில் விளாச விருப்பம் காட்டாமல் கரும்பலகையின் அருகே நிறுத்தி மிக மோசமாக விளாசினார். அன்று அவர் விளா சலைக் கையாண்ட உத்தி அதற்கு முன் எந்த ஆசிரியருமே கையாண்டதில்லை. அவர் வலது தோளில் அடிக்கிறபோது என் இடது கை இயற்கையாகவே அந்த வலது தோள்மீது போய் பிடித்துக்கொள்ளும்போது, பிடித்துக் கொண்ட வலது கைமீது அடி விழும். இது உண்மையில் வலி துடிக்கும் இடத்தைச் சிறிது தடவிக்கொள்வதற்கான சுதந்திரத்தைக்கூடத் தண்டனையால் தடுப்பதாகும். அன்று என் வகுப்பில் எல்லாப் பெண்களுமே அழுதார்கள். நான் நிற்க வைக்கப்பட்டது பவானி உட்கார்ந்திருக்கும் இடத்திற்கு நேர் எதிராக அமைந்து விட்டது. மற்றப் பெண்கள் அழும்போது பவானியின் முகம் மட்டும் இறுக்கமாக இருந்தது. அவள் கண்கள் மட்டும் கலங்கியிருந்தன. உதடுகள்கூடக் கோணவில்லை. அவள் நிதான மாக மூச்செடுத்து விட்டுக்கொண்டிருந்தாள். அதன் பின் அவள் முகத்தைப் பார்ப்பதற்கான முயற்சியை அநேகமாக நான் கைவிட்டிருந்தேன். இருந்தாலும் மத்தியான இடைவேளை யில் அவள் குடையைப் பிடித்தவாறு சாப்பிடப்போகும்போது – என் வீட்டைத் தாண்டி அவள் வீடு – வழக்கம்போல் அவளுடைய குடை நிழல் மீது பாதங்கள் பதித்து நடந்துபோவேன். வெயிலில் சாய்வைப் பொறுத்து நாகரிகமாக அவளிடமிருந்து விலகியும் சில சமயம் அநாகரிகம் என்று தோன்றும்படி தன்னுடைய பழக்கமாகவோ, அல்லது நான் தன் குடை நிழலைப் பாதங் களால் தொட்டுக்கொண்டு வரும்போது ஒரு ஆத்ம திருப்தி நான் அடைந்தேன் என்பதைத் தன் உள்ளுணர்வுகளால் அறிந்து கொண்டதாலோ தன் குடையைத் தோளின்மேல் சாத்திய படியே நடந்து செல்வாள். மாலை வெயிலில் மறுபுறம் பிடித்துக் கொள்வாள்.

வேட்டாளி அம்மன் கோயிலில் மெயின் ரஸ்தாவைக் குறுக்காகத் தாண்டப் பவானிக்குப் பாதையின் இரு புறங் களிலும் பார்க்க வேண்டியிருந்தது. என் வீடோ கோயிலுக்கு நேர் எதிராக இருந்தது. அப்போது என்னுடைய பார்வை அவளுடைய பார்வையுடன் மோதிச் சிதறுவது தவிர்க்க முடியாதது. ஆயின் எங்களுடைய நோக்கமோ ஒருவர் முகத்தை ஒருவர் பார்த்துக்கொள்வதல்ல. விபத்திற்கு ஆட்படாமல் பாதையைத் தாண்டுவதுதான். ஆனால் விழிகள் மோதிக்கொள்

ளாமல் எங்களால் தாண்டிச் செல்லவும் முடியாது. பார்வை, காலப் போக்கில் நின்று கண் விரித்துப் பொருள் பொதிந்த பார்வையாக மாறியது. இவ்வாறு அரைப் பரீட்சைக்குள் தன் பார்வையை மாற்றியெடுத்தவளும் பவானிதான். அவ்வாறு அவள் மாற்றவில்லையென்றால் நான் ஆயுள் முழுக்கப் பாதையைக் குறுக்காகத் தாண்டும்போது பட்டுத் தெறிக்கும் பார்வையிலேயே நின்றிருப்பேன். அல்லது அதற்குக்கூட வாய்ப் பின்றி லாறியேறிச் செத்துப் போயிருப்பேன். ஒவ்வொரு நாளும் பார்வையை அவள் வீசுகிறபோது அதன் மூலம் என் மனதிற்கு, என் லொடக்கு மூளைக்குப் புரியும்படி அனுப்பி வைத்த செய்தி ஒரு பெரும் தொகுப்பாக என் மனதில் உருத்திரண்டு வந்தது. இதனை நான் கூறும்போது கதை விடுகிறான் என்றுதான் நீங்கள் நினைப்பீர்கள். அதிலும் உங்களில் ஆண் வாசகர்கள் கண்டிப்பாக அப்படித்தான் நினைப்பீர்கள். அவர்களில் ஒருவர்கூட என் அருமை பவானிக் குட்டியைப் பார்த்தவர்கள் அல்லர். அவளை இங்கு அவள் உடல் சார்ந்து வர்ணிக்கவும் இல்லை. எனக்கு மட்டுமே சொந்தமான மான் கன்றைப் பலரும் அறியும் படி வருணத்தில் வர்ணிப்பது மிகக் கேவலமானது அன்றோ. தமிழில் காதல் கதை எழுதியவர்கள் அனைவரும் – பெண்கள் எழுதிய காதல் கதைகளை நான் படித்ததில்லை – தங்கள் காதலிகளை உச்சந் தலையிலிருந்து உள்ளங்கால்வரையும் பெண்மையின் பேரழகு சுழியும் இடங்களை மையப்படுத்தி வர்ணித்துக்கொண்டு போயிருக்கிறார்கள். அடப் பாவிகளா! என்ன காரியம் செய்கிறீர்கள்? இது எவ்வளவு அவமானகரமான செயல்! இதிலிருந்தே அவர் எந்தப் பெண்ணையும் காதலித்தது இல்லை என்று சொல்லலாம். மேலும் உண்மையை உள்வாங்கும் முறையில் கூறுவது என்றால் எந்தப் பெண்ணும் அவர்களைக் காதலித்தது இல்லை என்றுதான் கூறுவேன். பக்கம் பக்கமாக அவர்கள் உளறும் காதலை வைத்தே, காதலைப் பற்றி ஆனா ஆவன்னாகூடத் தெரியாதவர்கள் அவர்கள் என்பதைப் பெண்களால் கண்டுகொள்ள முடியாதா என்ன! காசுக்காகக் காதலிப்பவள் இவ்வுலகில் உண்டோ?

நான் அசடுதான். முட்டாள்தான். கடைசி பெஞ்சுதான். சுவரில் சாய்ந்து உட்காரவிருக்கும் ஒற்றைச் சுதந்திரத்தை முன்வைத்து அனுபவிக்கும் என் கேவலங்களை ஒரு நாளும் மறக்க முடியாது. வகுப்பு மாணவர்கள் – கேடுகெட்ட சனியன் கள் – ஒருபுறமிருக்க, மாணவிகளின் முன் கரும்பலகையும் கண்ணீர்விட வைக்கும் விளாசல் தேர்ச்சியாளர்களின் சோதனை களுக்கு ஆளாகிவருகிறவன். பள்ளியில் நுழைந்த அன்று தோற்றம் காரணமாக ‘வெள்ளைப் பாச்சா’ என்ற புனைபெயரும்

பின்னர் என் ஆத்ம சாராம்சம் வெளிப்பட்ட நிலையில் பூஜ்யம் என்ற பெயரும் பெற்றவன்.

நான் ஒன்பதாம் வகுப்பை இரண்டாவது முறையாகப் படித்துக்கொண்டிருக்கும்போதுதான் பவானிக்குட்டி எட்டாம் வகுப்பில் தேர்ச்சி பெற்று ஒரு குதிகுதித்து என் வகுப்பில் சேர்ந்துகொண்டாள். என் வகுப்பில் வெற்றி பெற்றுப் பத்தாம் வகுப்பிற்குப் போன பையன்களுக்கு என்மீது மிகுந்த பொறாமை ஏற்பட்டது. அதற்கு நான் என்ன செய்ய முடியும்? இந்த மர்ம வாழ்க்கையின் போக்கை நீங்கள் ஆராய்ந்து பார்த்தால் சாவகாசமாகப் பின்தங்கிப் போய்க்கொண்டிருப்பதிலும் சில நன்மைகள் உள்ளன. ஒன்பதாம் வகுப்பில் இரண்டாவது வருடம் தோற்கத் தலைமையாசிரியர் எனக்கு உரிமை அளிக்க வில்லை. அதற்கான காரணங்கள் வருமாறு:

இரண்டாவது வருடமும் ஒரு மாணவனோ அல்லது ஒரு மாணவியோ (மாணவிகள் இவ்வனுபவத்தைப் பெற் றமைக்குச் சரித்திரச் சான்று இல்லை) முட்டைபோட்டால் அதுபற்றி விசாரிக்க கல்வித் துறை ஒரு விசாரணைக் கமிட்டியை அமைக்கும். இரண்டாவது வருடம் தோற்பது அம்மாண வனுக்குத் கற்றுத் தந்த ஆசிரியர்களுக்கு இழுக்கு. அதனால் இரண்டாவது வருடமும் எந்தக் கவலையுமின்றித் தோற்க எந்த ஆயத்தமும் செய்ய அவசியமில்லாமல் காத்துக்கொண் டிருக்கும் மாணவனின் பரீட்சைக் காலம் நெருங்க, கொஞ்ச மாவது படித்துவிட்டு வா, பார்த்து மார்க் போட்டு அடுத்த வகுப்புக்குத் தள்ளிவிடுகிறோம் என்று சொல்வார்கள். ஒரு முறை தலைமை ஆசிரியர் என்னை அவருடைய அறைக்கு அழைத்து அங்கிருந்த ஆசிரியர்களை எல்லாம் ஏதேதோ காரணம் சொல்லி அறையிலிருந்து வெளியேற்றி, பச்சைத் துணியடித்த பாதிக்கதவுகளை (முன்னே தள்ளிவிட்டு நுழையும் போது பின்னால் வந்து மூக்கில் அடிக்கும் ஸ்பிரிங் கதவுகள்) மேல்கொண்டி போட்டுவிட்டு வரச்சொல்லிவிட்டு 'மண்டூகமே' என்று ஆரம்பித்து என் மூளைத் திறனைக் கொச்சைப்படுத்தும் அநேக வசைகளைக் கூறிவிட்டு, பரீட்சைத் தாளில் உனக்கு அப்போது என்னென்ன தோன்றுகிறதோ அதை எழுதித் தொலை, உன்னைத் தூக்கிப்போட்டு எங்கள் மானத்தைக் காப்பாற்றிக்கொள்கிறோம் என்றார். தலைமையாசிரியர் சொன்னது எனக்கிருந்த பதற்றத்தில் என் காதில் 'தூக்கில் போட்டு' என்று விழுந்தது. எனக்கு ஒன்றுமே புரியவில்லை. அவர்களுக்கு அவமானம் என்றால் அவர்கள்தானே தங்களைத் தூக்கிலிட்டுக்கொள்ள வேண்டும். அப்போது தலைமையாசிரிய ரின் கூரையிலிருந்து வழுவழுவென்றிருக்கும் தொட்டிக் கயிற்றில்

நான் கழுத்து மூச்சிறுகித் தூக்கில் தொங்குவது போலவும் தலைமையாசிரியரின் பின்குடுமியைக் கால் கட்டை விரலால் தொடுவது பஞ்சமா பாதங்களில் ஒன்று என்பதால் ஒரு அங்குலத்திற்கு முன்பாகவே என் தொங்கல் முடிந்துபோகிறது என்பதையும் கவனித்தேன். அத்துடன் மற்றொரு தோற்றம் என்னைப் பெரும் வியப்பில் ஆழ்த்திற்று. தூக்கில் தொங்கும் சாதாரணப் பிணங்களின் கைகள் கீழ்நோக்கித் தொங்குவது போல் அல்லாமல் குரிசிலறையப்பட்ட யேசுவின் கைகள் போல் ஆணிகள் அறையப்படாமலே என் கைகள் இரு புறமும் நீண்டு நிற்கின்றன. 'சுவான*மே, கூரையை என்ன பாக்கிறாய்?' என்று கேட்டார். தலைமையாசிரியரிடம் ஒரு உத்தம மாணவன் எக்காரணம் கொண்டும் பொய் சொல்லக் கூடாது என்பதை நாம் அறிவோம். ஆயின் நான் மெய்யான காரணத்தைக் கூறினால் என்னை உடனடியாக 'ஊளன் பாறை'*யில் அடைக்க ஏற்பாடு செய்துவிடுவார். என் வாயில் விலை மதிப்பற்ற சொல்லாக எப்போதும் வந்து என்னைக் காப்பாற்றும் 'ஒன்று மில்லை' என்ற எளிய சொற்களை அப்போதும் சொன்னேன்.

தலைமையாசிரியருக்குப் பொறுமை தீர்ந்துபோன நிலையில் மூர்க்கத்தனமான கோபம் வந்தது.

'கழுதையே! வெற்றுத் தாளைத் தராமல் ஏதாவது கிறுக்கித் தர முடியுமா? சொல்லித் தொலை.'

நான் சிறிது யோசித்துப் பார்த்துவிட்டுச் சன்னமான குரலில், 'எனக்கு உளற முடியும் என்று தோன்றவில்லை, ஸார்' என்றேன்.

'உன்னாலா' என்று கேட்டுவிட்டு என் முகத்தைத் தூக்கிப் பார்த்து வலித்தார் தலைமையாசிரியர்.

'என்ன செய்ய முடியும் சொல்லித் தொலை.'

'சிறுகதை எழுதலாமா ஸார்?' என்று கேட்டேன்.

'சிறுகதையா?' என்று கேட்டார் தலைமையாசிரியர்.

---

* சுவானம் வடமொழிச் சொல். தமிழில் 'நாய்' என்று அசிங்கமாகப் பொருள்படும். வசைகளை இடக்கரடக்கலாகக் கூறுவது உத்தம பிராமணர்களின் பல சிறப்புகளில் ஒன்று.

* ஊளன் பாறை – திருவிதாங்கூரின் தலைநகரமாம். திருவனந்தபுரத்தில் ஊளன் பாறை என்ற இடத்தில் அமைக்கப்பட்டிருக்கும் பிரம்மாண்டமான பைத்தியக் கார ஆஸ்பத்திரி. சரித்திரப் புகழ் பெற்றது. ஊளன் என்ற ஓநாய். ஓநாய்கள் வசிக்கும் ஒதுக்குபுறமான இடமாக இருந்ததால் சாரண இடுகுறிப்பெயா கொண்டிருக்கலாம் பெயர் கொண்டிருக்கலாம்.

‘சிறுகதை’ என்ற சொல்லின் பொருள் தலைமையாசிரியருக்குப் புரியவில்லை. அவர் மலையாளம், சமஸ்கிருதம், ஆங்கிலம், ஹிந்தி, சிறிது ஹீப்ரு, அப்புறம் சிறிது ஜெர்மனியும் கற்றறிந்தவர். ‘செறு கதா’ என்று நான் சொன்னேன். மலையாளத்தில் அப்படித்தான் சொல்வார்கள் என்பது எனக்குத் தெரியாதா என்ன?

‘என்னது செறு கதாவா? நீயா?’

‘ஆமாம் ஸார். நான்தான் ஸார்.’

‘எனக்குப் பைத்தியங்களுடன் பேசிக்கொண்டிருக்க நேரமில்லை. ஒரு கதையைத்தானே திரும்பத் திரும்ப எழுதப் போகிறாய்? எழுதித்தொலை.’

‘ஒரே கதையை மீண்டும் மீண்டும் எழுதுவதை இழுக்காகக் கருதுகிறேன் ஸார். ஒவ்வொரு விடைத்தாளிலும் ஒவ்வொரு கதை எழுத அனுமதி அளிக்க வேண்டும் ஸார்’ என்றேன்.

‘எழுதித் தொலை. வெளியே போ’ என்றார்.

ஒன்றுக்குப் போக வகுப்பில் ஆள்காட்டி விரலைக் கூரையைப் பார்க்கக் காட்ட வேண்டும் என்பது எனக்குத் தெரியும். அதனால் ஆள்காட்டி விரலை லேசாக மடக்கி, வலதுகைக் கட்டை விரலை மடக்கிய ஆள்காட்டிய விரலைத் தொடும்படி வைத்துக்கொண்டு காட்டினேன்.

மிக உயர்ந்த அரசாங்க அதிகாரியிடம் அவர் கீழ் வேலை பார்க்கும் ப்யூன் புழுவோ, குப்பை கூட்டுகிறவள் என்ற பூச்சியோ, அழுக்குத் துணியைச் சலவை செய்ய எடுத்துக் கொண்டு போகிற அட்டையோ, பிற நத்தைகளோ ஒரு விண்ணப்பம் செய்யச் சிறு வயதிலேயே – சகோதரிகளே! பதினைந்து வயதுகூட ஆகியிருக்கவில்லை – கற்றுக் கொண்டிருந்தேன் என்பது உங்களுக்கு ஆச்சரியத்தை அளிக்கும் காரியம் தானே! அது ஒரு விண்ணப்ப முத்திரையாகும். என்னைத் தவிர அலர்மேல்வள்ளியாலும் பத்மா சுப்ரமணயத்தாலும் இம்முத்திரையை இன்று காட்ட இயலும்.

‘சொல்லித் தொலை.’ என்று சொன்னார் தலைமையாசிரியர்.

நான், ‘சிறுகதைகள் எழுத எனக்கு எழுத்துச் சுதந்திரம் வேண்டும்’ என்றேன்.

‘என்னது எழுத்துச் சுதந்தரமா? சனியனே உன் கையை யாராவது பிடித்துக்கொண்டா இருக்கிறார்கள்? இல்லை கைவிலங்கைப் போட்டுவிட்டா எழுதச் சொல்கிறேன்?’

‘ஸார், நான் சொல்லுவது வெறும் சுதந்திரம் அல்ல; *creative freedom.*’

ஆங்கிலத்தில் நான் இதைச் சொன்னதும் தலைமையாசிரியருக்குத் தாங்க முடியாத கோபம் வந்தது. அவரது வீட்டு அடுக்களையில் நான் பலாத்காரமாக நுழைந்து அங்கிருந்த அவர் பாரியாள் பட்டு மாமியைப் பிடித்து வெளியே தள்ளிவிட்டுப் பால் பாயாசத்தை நானே கிளறத் தொடங்கியதுபோல் கோபம் வந்தது.

‘ஆமாம் சார். தமிழில் படைப்புச் சுதந்திரம் என்று நாங்கள் கூறிவருகிறோம். மலையாளத்திலும் ஸம்ஸ்கிருதத்திலும் சிருஷ்டி ஸ்வாதந்தரியம். கன்னடத்திலும் சிருஷ்டி ஸ்வாதந்தர்யம். தெலுங்கில் பாவனா ஸ்வாதந்தரியம் பிற மொழிகளைப் பற்றி எனக்குக் கவலை கிடையாது’ என்றேன்.

‘அதிகமாகப் பேசினால் பல்லைத் தட்டி விடுவேன். சரியாகப் பிடித்துக்கொண்டு ஒன்றுக்குப் போகத் தெரியாது, சிருஷ்டி சுதாந்தரியமாம்’ என்றார் ஆசிரியர்.

என் அருமைச் சகோதரிகளே! இந்த இடத்தில் ஆசிரியர் கூறப் புகுந்தது மிக அபாண்டமான ஒரு குற்றச்சாட்டாகும். நான் சின்னஞ்சிறு வயதிலேயே பிசிறில்லாமலும் பண்பாடு காத்தும் மிக நாசூக்காகப் பிடித்துக்கொண்டு போகக் கற்றவனாக்கும். இது எனது சுய கல்வியாகும். இடைத்தடுப்பில்லாத தமிழ் சினிமா மூத்திரப் புரையில் இடைவேளையின் போது நான் பிடித்துக்கொண்டுபோகும் இங்கிதத்தில் ஒன்றுக்குப் போகத்தான் வந்தோம் என்பதைக் கூட மறந்து பலர் நின்று பார்த்திருக்கிறார்கள். அவ்வளவு சொல்வானேன்! என் நண்பரும் விதிவசத்தால் இளமையிலேயே காலமாக நேர்ந்தவரும் ‘மருமகள் வாக்கு’ என்ற சிறுகதையை எழுதித் தமிழ் வாசகர்களிடம் அழிக்க முடியாத இடம்பெற்றவருமான என் ஆருயிர் நண்பர், ஒவ்வொரு முறையும் ஒன்றுமையாக நின்று நாங்கள் சேர்ந்து ஒன்றுக்குப் போகும் போது, இவ்வளவு சுருதி சுத்தமாக எப்படிப் போக முடிகிறது என்று வியந்து கேட்டிருக்கிறார். அதைவிட வேறு என்ன நற்சாட்சிப் பத்திரம் வேண்டும் சகோதரிகளே!

திடீரென்று என்ன காரணத்தாலோ தலைமையாசிரியரின் முகம் சிவந்தது. அதுவரையிலும் அவர் பேசிக்கொண்டு வந்தது என்மீது ப்ரியம் கொண்ட செல்ல வசை – வசை கலவாமல் எப்படி ஒரு தலைமையாசிரியரால் பேச முடியும் – என்று கருதித்தான் நான் சிறிது சுதந்திரத்தை எடுத்துக்கொண்டு வந்தேன். இப்போது சற்றும் எதிர்பாராத ஒரு மாற்றம்.

‘உனக்கு அவ்வளவு மூளை மயிர் இருந்தால் நீ படித்துத் தொலைக்க வேண்டியதுதானே’ என்று கத்தினார்.

எனக்கு ஒன்றுமே புரியவில்லை. நான் மொழிகள் மீது கொண்டிருந்த தேர்ச்சியையும் படைப்புத் தத்துவத்தைப் பற்றிய பேரறிவும், ஒரு தலைமையாசிரியரிடம் இலக்கியத்தைப் பற்றி விவாதிக்கும் தைரியமும் நான் பிடித்துக்கொண்டு ஒன்றுக்குப் போவதைப் பார்த்துப் புல்லரித்திருக்கிறவர்களையும் எண்ணி மனம் இறும்பூதெய்திக்கொண்டிருக்கும்போது ஆசிரியர் பெருமானுக்குக் கோபம் தலைக்கேறியதை எனது துரதிருஷ்டம் என்றுதானே சொல்ல வேண்டும்? ஆசிரியர் பெருமானை முன்கோபி என்றும் எளிய வார்த்தைகளின் அர்த்தம் தெரியாதவரென்றும் பிடித்துக்கொண்டு போகும் வல்லவனான ஒருவன் மீது பழிசுமத்துவதும் தக்காருக்கு அழகல்ல எனவும் கூறிக் குருவை நாம் நிந்திக்கலாமோ?

’உனக்கு மூளை மயிர் இருந்தால் படித்துத் தொலைக்க வேண்டியதுதானே’ என்று தன்னறியாத ஆவேசத்துடன் சொன்ன ஆசிரியர் ஏதோ ஒரு வெறியால் ஆட்டிப்படைக்கத் தொடங்கியதுபோல் அதே வாக்கியத்தைத் திரும்பத் திரும்பக் கத்தத் தொடங்கினார். அவரது குரல் உச்ச ஸ்தாயியைப் பார்க்கப் போய்க்கொண்டிருந்தது. முகம் மேலும் சிவந்தது. சுய உணர்வின்றி நாற்காலியில் எழுந்து நின்று கத்தத் தொடங்கினார். அதன்பின் தனது வலது கரத்தை என் முகத்தைப் பார்த்து ஆவேசமாக அசைத்துக் கத்தினார். திடீரென்று அவர் கை அலமாரியின் மறைவிலிருந்து ஒரு பிரம்பை எடுத்தது. மேஜையைத் தாண்டி வசதியாக என் முன்னே வந்தார். முதல் பிரம்படி என் முதுகில் விழுந்தது. இரண்டாவது அடி அடிக்கும்போது ‘செறு கதை’ என்று கத்தினார். மூன்றாவது அடி அடிக்கும்போது, ‘கேடு கெட்ட கழுதைக்கு சிருஷ்டி சுதாந்தரியம்’ என்று சொல்லிக்கொண்டு அடித்தார். அப்புறம் இங்கிலீஷு, ஸம்ஸ்கிருதம், மலையாளம், கன்னடம், தெலுங்கு என்று சொல்லிக்கொண்டு ஒவ்வொரு பாஷைக்கும் ஒரு அடி தந்தார். *Creative Freedom*த்திற்கு மட்டும் இரண்டு அடி தந்தார். என்ன கணக்கு?

இந்த இடத்தில் நான் என் அருமைச் சகோதரிகளே, ஏன் என்றெல்லாம் நீங்கள் என்னிடம் கேட்கக் கூடாது. எனக்குத் தெரியாது. சத்தியமாகத் தெரியாது. உங்களை மீண்டும் சிறிது சிந்திக்கும்படி கேட்டுக்கொள்கிறேன். யேசு பெருமானை நீங்கள் அறிவீர்கள். அவரிடம் நான் மட்டற்ற பிரியம் கொண்டவன். அவர் மதத் தலைவர் என்று சொல்வதற்கெல்லாம் நான் செம்புக் காசுக்கு மதிப்புத் தரவில்லை. ஆனால் அவர்

கவிஞர். உரைநடையாலான கவிதைகள் எழுதியிருப்பதால் புதுக்கவிஞர். நம் மொழியில் நாம் புதுக்கவிதையின் தந்தை எனப் போற்றும் ந. பிச்சமூர்த்தியைவிட ஐம்பதிலிருந்து நூறு மடங்கு வரையிலும் சிறந்த கவிஞர். அவரது மலைப்பிரசங் கத்தை நான் எனது பதிமூன்றாம் வயதில் அட்சர சுத்தமாகச் சொல்வேன். எங்கள் வீட்டில் சந்தியா காலத்தில் விளக்கேற்றி யதும் குடுமி வைத்திருக்கும் வாத்தியார் வந்து பளபளவென்று தேய்த்து வைத்திருக்கும் விளக்கின் சுடரின் பிரகாசத்தில் அமர்ந்து சகஸ்கர நாமம் சொல்வார். அப்போது நோயாளி யான என் அம்மாவின் படுக்கையறையில் விளக்குப் போட்டுக் கொள்ளாமல் அமர்ந்து ஏசு பெருமானின் மலைப்பிரசங்கத்தை – நேராக, தலைகீழாக அல்ல – சொல்லத் தொடங்குவேன். நான்தான் ஏசு என்று நினைத்துக் கொள்வேன். அன்றும் இன்றும் அப்படி நினைக்க எனக்குத் தகுதி இருக்கிறது. மலை மீது நிற்பதாகக் கற்பனை செய்துகொள்வேன். இக்கொடிய உலகத்தையே இரு கரம் விரித்துத் தழுவிக்கொள்வது போல் கைகளை விரித்து வைத்துக்கொள்கிறேன். அவ்வாறு விரித்து வைத்துக்கொள்ளத் தகுதி கொண்டவன்தான் நான். அதில் எவ்வித ஐயமும் இல்லை. நான் மலைப்பிரசங்கம் சொல்லத் தொடங்கிய காலத்தில் என் தாய் மிகுந்த கவலையுற்றாள். எனக்கு மனநிலை பிசகுகிறது என்ற சந்தேகம் இருந்தது. இவ்வாறு என் சந்தேகம் அவருக்கு உறுதிப்பட்டது. என் தாயைப் போன்ற கருணை ஹ்ருதயம் கொண்டவளை இன்று வரையிலும் பார்த்தது இல்லை. கருணை என்பது இப்போது கருணைக் கிழங்கில் மட்டும்தான் இருக்கிறது என்று புதுமைப் பித்தன் கூறிய அதே காலத்தில்தான் என் தாயும் ஜீவவதியாக இருந்தாள். அவளது அருங்குணங்களை நினைக்கும்போது இந்த எழுபத்தி மூன்றாம் வயதிலும் என் மனம் நெகிழ்கிறது. அவள் என்னைச் சகித்துக்கொண்டாளே அந்த ஒன்றுக்காகவே யாரேனும் என்னை அடித்துக் கொன்று என் தொலிகளால் செருப்புகள் செய்து – ஐந்தாறு ஜோடிக்குக் குறையாமல் வரும் – என் தாயை அணிந்துகொள்ளச் சொல்லியிருந்தால் சிறு வயதிலேயே நான் முக்தி அடைந்திருப்பேன்.

முதலில் அவள் வெறுத்துவந்த மலைப்பிரசங்கம் போகப் போக அவளைக் கவரத் தொடங்கியது. அவள் மனம் நெகிழ் வதைப் பார்த்திருக்கிறேன். அவளுடைய உணர்ச்சி பீறிட அவள் என்னைச் சற்று நிறுத்தச் சொல்லி ஜாடை காட்டிக் கண்களைத் துடைத்துக்கொள்வாள். இவ்வளவு மனம் நெகிழ் வதற்கு ஏசு பிரானின் கவித்துவ உணர்ச்சி மட்டும் காரணமல்ல. அவளுடைய ஒரே மகனும் கழுதை மேய்க்கத்தான் போகிறான் என்று தந்தையால் தொடர்ந்து ஆசிர்வதிக்கப்படுகிறவனும்

படிப்பு வள்ளிசாக தலையிலேறாதவனும் கடைசி பெஞ்சியில் ஒவ்வொரு ஆண்டும் இரண்டிரண்டு ஆண்டுகள் இருந்து ஆசிரியர்களின் வெறுப்பிற்கும் மாணவர்களின் கேலிக்கும் ஆளாகிவரும் ஒரு ஜென்மம், கண் முன்னால் தனது மனதி லெரியும் சுடர் அவளுக்குத் தெரியும்படி மகோன்னதமான வாக்குகளை அநேகமாக இவ்வாறுதான் அவரும் பேசியிருக் கிறார் என்று அவளும் கற்பனை செய்துகொள்ளும்படி இந்தப் பயலும் ஒரு ஏசுதானோ என்று ஐயம் கொள்ளும்படி என்று இன்ன பிறவும் எண்ணங்கள் தோன்றும்படி நடந்து கொண்டால் அவள் மனம் நெகிழாமல் வேறு என்ன செய்வாள்.

சகோதரிகளே, என் தாயின் உள்ளத்தை உங்களைப் போல் என்னாலும் புரிந்துகொள்ள முடியாது. அவள் வழியில் பின் னால் வந்தவர்கள்தானே நீங்கள்! உங்கள் வழியில் முன்னால் வந்தவள்தானே அவள்.

தலைமையாசிரியர் மிருகத்தனமாக என்னைத் தாக்கியது பற்றி அன்று மாலை நான் சொல்லவில்லை. ஆனால் அன்று மலைப்பிரசங்கம் சொல்லும்போது நான் என்னையறியாமல் அழுதுவிட்டேன். ஆனால் சொல்வதை நிறுத்தவில்லை. அழுத வண்ணம் வாசித்துக்கொண்டே இருந்தேன். அழுதபடி வாசிப் பதுதான் பொருத்தமானது. அதிலிருக்கும் ஒவ்வொரு சொல்லை யும் நம் கண்ணீரில் தோய்ந்த நாவினால் உச்சரிக்க வேண்டும். அப்போதுதான் அவர் சொல்லுவது நமக்குப் புரியத் தொடங்கும். நான் அடிக்கடி அழக்கூடியவன் என்பதால் அவளும் ஏன் அழுகிறேன் என்று கேட்கவில்லை.

என்னைத் தலைமையாசிரியர் தாக்கிய செய்தி என் வகுப்பிலும் பிற வகுப்புகளிலும் பரவின. எப்படி என்றே எனக்கு விளங்கவில்லை. நான் போட்டிருந்த சட்டைக்கு வெளியில் விழுந்த விளாறுகள் குறைவு என்பதால் தடிப்புகள் குறைவாகவே இருந்தன. கவனமாக அநேகத் தழும்புகளை அவர் சட்டைக்குள் தோன்றும்படி செய்திருந்தார். தலைமை யாசிரியர் தனது அந்தரங்கமான ஆசிரியரிடம் சொல்லி, அவர் தனக்கு அந்தரங்கமான எல்லா ஆசிரியர்களிடமும் சொல்லியிருப்பார். அத்துடன் நான் பரீட்சை எழுதப்போவ தில்லை என்பதும் பரீட்சைத்தாளில் சிறுகதைகள்தான் எழுதப்போகிறேன் என்பதும் ஐந்து தாள்களிலும் ஐந்து வெவ்வேறு விதமான கதைகள் எழுதப் போகிறேன் என்பதும் வெட்ட வெளிச்சமாயிற்று.

எஸ்.எல்.பி. பள்ளியின் வரலாற்றில் ஒரு சிறுவன், பதினாறு வயதுகூட ஆகாது ஒவ்வொரு பெஞ்சிலும் இரண்

டிரண்டு ஆண்டுகள் இளைப்பாறிவந்ததால் பின் சுவரில் தலையின் எண்ணெய்க் கறையைப் படிய வைத்தவன், அவனது கதைகளை வெறும் வெள்ளைத் தாளிலல்ல பரீட்சைத் தாளில் எழுதப்போகிறான். இவ்வாறு தனது இலக்கிய உலகில் காலெடுத்து வைக்க அவனுக்குப் படைப்புச் சுதந்திரம் வழங்கி யிருக்கிறார். இது எந்த இலக்கிய வரலாற்றிலும் நடந்திராத ஒரு பேராச்சரியமாகும். தலைமையாசிரியர் இவ்வாறு சொன் னார் என்ற செய்தி காட்டுத்தீபோல் பள்ளிக்கூடத்திற்குள்ளும் நான் குடியிருந்துவந்த 'கழுகின் தட்டு*' என்ற பழைய பெயரைக் கொண்டதும், திருவிதாங்கூர் சித்திரைத் திருநாள் அரசரால் அவருடைய பெயரான ராமவர்மாவை இணைத்து ராமவர்மபுரம் என்றும் வழங்கிவந்த இடத்திலும் என் புகழ் பரவிற்று. பலருக்குச் சிறுகதை என்றால் என்னவென்று தெரிய வில்லை. எள்ளுருண்டை போல் சிறிது சிறிதாக இருக்கும் என்று மட்டும் கற்பனை செய்துகொள்ள முடிந்தது. அதைவிட பரீட்சைத் தாளில் ஆசிரியர்கள் சொல்லித் தந்த ஒரு வரியைக் கூட நான் எழுதப்போவதில்லை என்பது மிகுந்த வியப்பைத் தந்தது.

இந்தச் சந்தர்ப்பத்தில் என் அருமைக் காதலி பவானியின் பார்வை என்மீது எப்படி இருந்தது என்பதைப் பற்றி சகோதரி களே, உங்களுக்குச் சற்று விரிவாகச் சொல்ல விரும்புகிறேன். சிறிது சலிப்பேற்பட்டாலும் பெண்ணினத்தின் மீது, தமிழ் மீது எந்த அளவுக்கு நான் அன்பு கொண்டிருக்கிறேனோ அந்த அளவுக்கு அன்பு கொண்டிருப்பதால் என்னைப் பொறுத் துக்கொள்வார்கள் என்று நம்புகிறேன்.

ஒருநாள் நான் கனவு கண்டேன். அதாவது நாள்தோறும் கண்டுகொண்டிருக்கும் கனவுகளையெல்லாம் எங்கள் வீட்டின் முன் எப்போதும் ஓடும் சாக்கடையில் தூக்கியெறிந்துவிட்டு ஒரே ஒருநாள் கண்ட கனவை மட்டும் சொல்கிறேன். கனவு களில் காதலிகள் வாழ்க்கையைப் பார்க்கிலும் இலக்கியத்தில் சற்று மிகுதியன்றோ? என் கனவிலும் என் காதலி வந்தாள் என்று நான் சொன்னால் யார் அந்தப் பெண் என்று நீங்கள் ஒருநாளும் கேட்க மாட்டீர்கள். பவானியைத் தவிர வேறு யாருக்கு என் காதலில் புத்தாடை அணிந்து புகை மூட்டத்தில் கைவிரித்துத் தள்ளாடி என்னை நோக்கி இரு கைகளையும் விரித்தபடி வருவதற்குத் துணிச்சல் வரும். காதலிகள் புகையி லிருந்து வெளிப்பட ஆசைப்படுவது ஏன் என்பது இன்று வரையிலும் எனக்குப் புரியாமலே இருக்கின்றது.

---

* கழுவேற்றப்படுகிற இடம்

என் இளம் பருவத்திலிருந்து எம்.ஜி.ஆர். படங்களில் அவருடன் ஒருதலைக் காதல் கொள்ளப் புகைமூட்டத்தில் விரைந்தோடி வந்த பெண்களின் பட்டியலை நான் தயாரித்துக் கொண்டுவந்தபோது கடவுளே எவ்வளவு முகங்கள்! எவ்வளவு குலுக்கல்கள்! எவ்வளவு நெளிவுகள்! எவ்வளவு நொடிப்புகள்! எவ்வளவு ஜாலங்கள். அவருக்கும் காதலிப்பதில் விவஸ்தை யில்லை. அது பற்றி எனக்குச் சிறிதும் கவலையில்லை. படத் திற்குப் படம் தன் காதலிகளை மாற்றிக்கொண்டுவர எப்படித் தான் அவருக்கு மனம் வருகிறதோ? இந்த அம்மையார்களை எண்ணித்தான் அந்தச் சிறு வயதில் மிகவும் வருந்தினேன். அதில் ஒரு அம்மையாருக்கு – அவருடைய பெயரை இங்கு கூறுவது பண்பாட்டுக்கு ஊனம் அன்றோ – ஒரு கடிதம் எழுதினேன். ஏன் ஒரு நல்ல காதலனை நீங்கள் தேர்ந்தெடுக்கக் கூடாது என்பது அந்தக் கடிதத்தின் சாரம். அவர்மீது இவ்வளவு அக்கறை கொண்ட எனக்கு ஒரு பதில்கூடப் போடாமல் அவர் என்னை அலட்சியம் செய்தார். இரண்டே வருஷத்தில் அவரைத் தூக்கி வீசிவிட்டு அவருடைய பேத்தியின் வயதுகூட இல்லாத ஒரு சிறுமியைப் புகைமூட்டத்திலிருந்து வெளிப்பட வைத்த எம்.ஜி.ஆரின் திறனை என்ன சொல்லி மெச்சுவது.

கனவில் புகைமூட்டத்தில் வந்த என் காதலி பவானி பேசுகிறாள்: அவள் தமிழ் படித்தாலும் அவளுடைய முன்னோர் கள் மலையாளம் பேசியவர்கள் அன்றோ. அதனால் அந்தக் கொச்சை அவளிடம் லேசாக வீசிற்று. அதிலும் ஒரு அழகு இருப்பதாகப்பட்டது.

அவள் எடுத்த எடுப்பில் சொல்கிறாள். 'ராமசாமி, நான் உங்களை மனதாரக் காதலிக்கிறேன். இந்த ஜென்மத்தில் மற் றொருவரை எண்ணிப் பார்க்க என் மனம் ஒப்பாது.'

'என்னையா?' என்று நான் கேட்டேன். ஒற்றைச் சொல்தான். எவ்வளவு பொருள் பொதிந்த சொல்.

'உன்னைத்தான். நீதான் கடைசி பெஞ்சில் கடைசி மாணவன் என்பது எனக்குத் தெரியும். நீ வகுப்பில் இதுவரை யிலும் ஒரே ஒரு பதில் சொன்னதில்லை. அதற்கான முயற்சியை யும் நீ மேற்கொண்டதில்லை. உன்னை உன் வாழ்நாளில் காதலிக்கும் தவறை எந்தப் பெண்ணும் செய்ததில்லை என்பதும் அறிவேன். விளையாட்டுகளில் நீ பங்கெடுத்துக்கொள்ளாதவன் மட்டுமல்ல; பார்க்க வருகிறவன்கூட அல்ல. அப்படி இருந்தும் உன்னை மனதார ஏற்று ஒரு சவாலை நிறைவேற்ற வேண்டு மென்று நான் சபதம் மேற்கொண்டிருக்கிறேன்.'

'சபதமா?'

‘ஆமாம். சபதம்.’ வலது கையை வானை நோக்கி உயர்த்தி, ‘இந்தக் கேடுகெட்ட உலகத்தின் முன் உன்னைச் சுடர்போல் ஜ்வலிக்க வைப்பேன். அதற்காக உடலையும் ஆத்மாவையும் மட்டுமல்ல உயிரையும் திரணமாக மதிக்கிறேன்.’

‘என்னை உருப்பட வைக்க முடியுமா?’ என்று நான் கேட்கிறேன்.

‘சிரமம்தான். வேறு யாராலும் முடியாது. என்னால் முடியும். அதற்கான வழிவகைகளை இப்போதிலிருந்தே யோசித்துக்கொண்டிருக்கிறேன். சிறு மூளையையும் உரமிட்டுத் தண்ணீர் விட்டு சூரியப் பிரகாசத்தைக் குவியச் செய்து என்னால் வளர்க்க முடியும்.’

‘சிறு மூளையாவது இருக்கிறது என்று உண்மையாகவே நம்புகிறாயா? பவானி என்னை ஏமாற்றிவிடாதே.

அது முகத்தில் தெரியவில்லை என்பதால் வள்ளிசாக இல்லை என்று முடிவு கட்டிவிட முடியாது.’

பவானியின் கனவு எனக்குப் புரிந்தது. எவ்வளவு ஸ்திரீ ரத்னங்கள் தங்கள் கணவர்களை நிலாக் காட்டி பால் சோறு ஊட்டி வளர்த்து ஆளாக்கிக் குழந்தைபெறச் செய்து அவர்கள் வாயாலேயே, நாங்கள் பூஜ்யங்கள்; எங்கள் மனைவியர் தந்த ஊக்கத்தின் மூலமாகவே ஆயகலைகள் அறுபத்து நான்கும் கற்றுக்கொண்டோம் என்று கூறுவதைப் பார்த்துவருகிறோம் அல்லவா? இவர்களை நான் பாராட்டுகிறேன். இவர்கள் தங்கள் முதுமைவரை மரணத்தின் மணத்தை முகர்ந்து அறியும் காலம் வரையிலும் காத்துக்கொண்டிருக்காமல் சற்று இளமையிலேயே தம் இளம் மனைவியரை ஊக்குவித்தால் அவர்கள் மேலும் மகிழ்ச்சியடைவார்கள் அன்றோ! முதுமையில் அவர்கள் மூளையும் பார்வையும் மந்தப்பட்டபின் அவர்களைப் பற்றி நெகிழ்ச்சியுடன் சற்று மிகையாகவே கூறுவதில் அர்த்தம் என்ன?

தனது சபதத்தை பவானி அவளுடைய இயற்கைக்கு ஏற்ப ரத்தினச் சுருக்கமாகச் சொன்னாள். ஆசிரியர் கரும்பலகையின் அருகில் அழைத்து ஸ்கேலால் அடித்து என்னை வாங்கு வாங்குறபோது அவர்கள் கண்களுக்கு என்னுடைய அவலமும் வேதனையும்தானே தெரிகிறது? என்னை இவ்வவவு கொடுமையாகத் தாக்கியதற்கு அந்த ஆசிரியர் வருந்த அவருடைய இஷ்டதெய்வத்திடம் கண்ணீர் சிந்தி வருந்த இருக்கும் செய்தியும் பவானியின் கண்களுக்குத் தெரிகிறது அல்லவா?

‘என்னுடைய மாணவன் என்பதால் அவன் இவ்வளவு பெயரும் புகழும் பெற்றிருக்கிறான். அவன் வளர வேண்டிய

வளர்ச்சிக்கு அன்றே அடிப்படை போட்டுவிட்டேன். இவனை யொத்த மாணவர்களும் கணவர்களும் தந்தையும் தேசபக்தனும் இலட்சியவாதியும் பரோபகாரியும் மனிதர்கள் மீது மட்டுமல்ல, குட்டிபோடும் மிருகங்கள், தங்கள் விதைகளை வாரி இறைத் தேனும் தனக்குக் கணவனுக்கு உரிய பங்கைச் சீரிய முறையில் செயலாற்ற வேண்டும் என்று விரும்புகிறவர்கள், அந்த இலட்சிய மனிதர்களை நாங்கள் உருவாக்கினோம் அல்லவா?'

'அய்யா நீங்கள் அவன் தொலியை உரித்து சித்திரை மாத வெயிலில் கொடியில் காயப் போட்டீர்களல்லவா' என்று அசரீரி கேட்கிறது.

'உண்மைதான். சாம தான பேத தண்டங்களைப் பயன் படுத்தித்தான் ஒரு மனிதனை வளர்க்க முடியும். அதிலும் ஒரு தமிழ்ச் சிறுகதை எழுத்தாளன் என்பதை பரீட்சைத் தாளில் நிரூபித்த இவனுக்குத் தண்டம் உதவுவதுபோல் பிற வகைகள் உபயோகப்படாது என்பது எங்களுக்குத் தெரியும்.'

அந்த வருடம் நான் மிகுந்த பெருமையுடன் பாஸானேன். என் ஆசிரியர்களில் சிலர் நான் வெற்றிபெற்ற சில நாட்களுக்குப் பின் என் கதைகளை சைக்கிலோஸ்டைல் பிரதிகள் எடுத்துப் பள்ளியில் விநியோகித்தனர். எனது தமிழ் ஈடுபாடு அவரைக் கவர்ந்தது. அத்தோடு என்னைத் தண்டித்த ஆசிரியர்கள் மீது அவருக்குக் கவலையும் இருந்தது. ஒவ்வொரு கதையின் தலைப் பும் வித்தியாசமாக இருந்தது. "உலகப் புகழ்பெற்ற எழுத்தாளர்கள் ஆன மாப்பசானும், அந்தோன் செகாவும், எட்கர் அல்லன் போவும் கோகோலும் பிரேம்சந்தும் திருத்த வேண்டிய சிறுகதைத் தாளை நாங்கள் திருத்தினோம். இது எங்களுக்கு மிகுந்த கவுரவத்தைத் தந்தது." பையன்கள் எழுந்து நின்று நீண்ட நேரம் கைகோஷம் செய்கிறார்கள். நான் பவானியைப் பார்க்கிறேன். அவளுடைய கண்களிலிருந்து கண்ணீர் பிரவாக மாகக் கொட்டிற்று. இந்த நேரத்தில் என் கனவு கலைந்தது.

நான் படிப்பை நிறுத்திக்கொள்வதுதான் என் ஆரோக்கியத் திற்கும் பள்ளியில் படிக்கின்ற பிற மாணவர்களுடைய ஆரோக் கியத்திற்கும் நல்லது என்று தீர்மானிக்கப்பட்டது. நான் பள்ளிக்குப் போவது நின்றது. அப்போது மாலி என்ற புகழ் பெற்ற கேலிச்சித்திரக்காரர் வரைந்த இசை வித்வான்களின் கேலிச்சித்திரங்கள் கிடைத்திருந்தன. அவர்களுடைய கச்சேரி களில் நான் தனியாகவும் நம்பியுடன் பழக்கமேற்பட்ட பின் நம்பியுடனும் போய் வந்திருக்கிறேன். அநேக பாகவதர்களின் கோணங்கிகளை மேடையில் பார்க்கச் சந்தர்ப்பம் கிடைத்தது. நான் ஒரு டிராயிங் நோட்டை வாங்கி அதில் சங்கீத வித்வானர் களின் முக பாவங்களை அலுப்பில்லாமல் வரைந்துகொண்

டிருந்தேன். டைகர் வரதாச்சாரியின் முகத்தை மட்டும் சுமார் முப்பது தடவைகள் வரைந்திருப்பேன். அப்புறம் படத்தைப் பார்க்காமலே வரைய முடிந்தது. அவருடைய குடுமியைக் கையெடுக்காமல் ஒரே வரையில் வரைய முடிந்தது. அழுத்தமும் மென்மையும் தேவைக்கேற்றபடி. அதன்பின் ஸ்டோர் அறையிலும் பின் வாசல் கதவிலும் கதவின் அடிச் சுவரிலும் வரைந்தேன். கிணற்றடியில் வரைந்த அன்று மீண்டும் ஒரு கனவு கண்டேன். பௌர்ணமி இரவு. பவானி தன் தாயாருடன் மாலை மயக்கத்தில் எங்கள் வீட்டுக்கு வந்தாள். அப்போது பௌர்ணமி நிலவு, மொட்டை மாடிமேல் நின்று பார்த்தால், சுசீந்திரம் கோபுரத்தின் உயரத்தைத் தாண்டிக்கொண்டிருந்தது. உள்ளே வந்த பவானி நேராகக் கிணற்றடிக்குச் சென்றாள். எங்கள் வீட்டில் அவளுக்குத் தேவையான சுதந்திரத்தை வெகு காலத்திற்கு முன்பே அவள் கண்டடைந்திருந்ததுபோல் இருந்தது அவளுடைய நடை. உடலும் முகமும் மனமும் மிகுந்த விகாசம் கொண்டிருந்தன. அங்கிருந்த மொத்த வெளியையும் மனதில் ஆசையுடன் தழுவிக்கொண்டு வந்தாள். அவள் முகத்தில் உதடுகள் விரிந்து நின்ற ஒரு புன்னகை அப்போது பூத்த ஒரு மலர் போல் முன்நகர்ந்து வந்தது. சிறிதே கட்டியான ஆடையை அவள் அணிந்திருந்தால் என் அம்மாவை அவளுக்கு மேலும் பிடித்திருக்கும்.

அவள் நேராகக் கிணற்றடிக்கு வந்து டைகர் வரதாச்சாரியின் சாக்குத் துண்டில் கீச்சிய படத்தைப் பார்த்தாள். நான் சாக்கின் நுனியைச் சிறிது தண்ணீரில் முக்கி ஒரே இழுப்பில் வரைந்து முடித்த படம் என்பதால் பளிச்சென்று இருந்தது. நான் சற்றும் யோசித்திருந்திராத ஒரு குறும்பு டைகர் வரதாச்சாரியின் உதட்டில் இருந்தது. அந்தக் குறும்பை நம் மனதில் உருவாக்குவது கோட்டின் எந்த மெல்லிய அசைவு, எந்த வரைகள், நிறுத்தக்குறிகள், அரைப்புள்ளி போன்றவை ஒரு மனிதனை மாற்றுகிறது என்று யோசித்தபோது எனக்கு மிகுந்த வியப்பேற்பட்டது. ஒரு சின்னஞ்சிறு வரை அல்லது கண்மணிக்கு ஒரு புள்ளி, உதடுகளில் ஏதோ ஒரு நெளிவு இவை காரணமாகத் துக்கமான முகம் மகிழ்ச்சி கொண்ட முகமாகவும் மகிழ்ச்சி கொண்ட முகம் பயத்தில் குலை நடுங்குவதும் குலை நடுங்கும் முகம் மீண்டும் மற்றொரு வரையால் பேராச்சரியம் காட்டுவதும் விந்தையாகவே இருக்கிறது. டைகர் வரதாச்சாரியின் உதடுகளில் நெளிந்த புன்னகையின் மென்மையான சாயல் நான் மனப்பூர்வமாக வரைந்ததில்லை. என்னைக் கேட்காமல் வந்து சேர்ந்ததுதான். அந்தப் புன்னகைதான் பவானியைக் கவருகிறது என்று தெரிந்தபோது எனக்கு மிகுந்த உற்சாகமும் சூட்சுமங்கள் கொண்ட கலைஞியாகவும் தோன்

றியது. அவளுடைய அம்மா என் தாயாரின் அறைக்குப் போய்விட்டாள். தன் தாயுடன் வந்தவள் நடுக்கூடத்திற்கு வந்ததும் அவளை விட்டுப் பிரிந்து தனியாக உள்ளே வந்தாளே, அந்த அதிசயத்தை என்னவென்று சொல்வது? இந்த நூற்றாண்டின் முதலிலிருந்து கடைசி வரையிலும் கன்னியாகுமரியில் ஒரு பெண் இவ்வளவு துணிச்சலோடு பிறந்திருக்க மாட்டாள் என்றே நான் சொல்வேன்.

'நாங்கள் இந்த ஊரை விட்டுப் போகிறோம்' என்று பதற்றமே இல்லாமல் சொன்னாள் பவானி. அவளுடைய அப்பாவுக்குக் கோழிக்கோடுக்கு வேலை மாற்றமாகிவிட்டதாம்.

என் மனதில் துக்கம் பொங்கி நொடியில் என் பார்வை மறைந்தது.

'இந்த ஜென்மத்திலோ அல்லது அடுத்த ஜென்மத்திலோ அல்லது அதன்பின் வர இருக்கின்ற ஜென்மங்களில் ஒன்றிலோ நாம் மீண்டும் சந்தித்துக்கொள்வோம்' என்றாள் பவானி.

நான் பெரிதாக அழத் தொடங்கினேன். எனக்கு மிகவும் அவமானமாக இருந்தது. நல்லவேளை என் அழுகையைப் பவானி பார்க்க நேரவில்லை. அழுகை உடைவதற்குள் கனவு கலைந்துவிட்டது.

நான் கடைசியாகப் பவானியைப் பார்த்தது அன்றையக் கனவில்தான்.

எனக்கு இருப்பதுபோலவே அவளுக்கும் இன்று தன்னை விட உயர்ந்த பேரன் பேத்திகள் இருப்பார்கள். பின்னால் பவானி நினைவு வரும்போதெல்லாம் நான் அவளுக்காகப் பிரார்த்தனை செய்திருக்கிறேன். அவள் புருஷன் அவள் மீது அன்பைச் சொரிபவனாக இருக்க வேண்டும் என்பதே என்னுடைய பிரார்த்தனையாக இருந்தது.

○

மாம்ச பர்வதம்

கிங்காங்கும் தாராசிங்கும்

கிங்காங்கும் தாராசிங்கும் வரப்போகிறார்கள் என்ற செய்தி எங்களூர்ப் பையன்கள் காதில் விழுந்ததுமே எல்லோருக்குமே ஒரே மாதிரி கிங்காங்கைப் பிடிக்காமல் போயிற்று. தாராசிங் மீது அன்பும் பாராட்டுணர்வும் எல்லோருக்கும் ஏற்பட்டன. அவர்களுடைய குஸ்திக் கம்பெனியிலிருந்து ஒரு குழு எங்களுருக்கு முன்கூட்டியே வந்தது. அவர்களில் பலரும் ஒல்லிக்குச்சியாக இருந்தனர். அவர்கள் இருவரைப் பற்றியும் செய்திகள் நிமிடத்திற்கு நிமிடம் ஊர்ப் பள்ளி மாணவர்களிடம் எப்படிப் பரவின என்பதே எனக்குத் தெரியவில்லை. மாணவர்கள் குழு குழுக்களாக உருவாகிவிட்டார்கள். எல்லாக் குழுக்களுக்கும் காரியம் பார்க்கும் சமர்த்தைச் சார்ந்தும் புதிய செய்திகளை முன்கூட்டியறிந்து தங்கள் குழுவினரிடம் சொல்வது மூலமும், புதிய செய்திகளை வேறு குழுக்களுக்குச் சொல்லாமல் மறைத்து வைத்துக்கொள்வதன் மூலமும், முன் பின் பழக்கமில்லாதவர்களிடமும் அவர்களுடைய குணங்களைத் தோற்றத்திலிருந்தே மணந்தறிந்து போலி வணக்கத்துடன் பேசும் ஜாலங்கள் சார்ந்தும், எங்களூரிலிருந்த சகல ரோடுகளும், குறுக்கு ரோடுகளும், முடுக்குகளும், பெரிய கடைத் தெருக்களும் சிறிய கடைத் தெருக்களும் அறிந்து வைத்திருந்ததன் மூலமும் பலருக்கும் போகச் சந்தர்ப்பம் ஏற்படாத வேசிகள் தெருக்களுக்குச் சென்று நோட்டம் போட்டு (வெறும் நோட்டம் மட்டுமே) வந்திருந்ததாலும் தேவையேற்படும்போது அடாவடித் தனமாகப் பேசுவதற்கான திறமை இருந்ததாலும் தேர்வு செய்யப்படாமலே சிலர் தலைவர்களாக அறியப்பட்டிருந்தார்கள்.

நான் திருவாழியின் குழுவில் இருந்தேன். என்னை என் குழுவினர்களான நண்பர்கள் ஒரே குரலில் தேர்ந்

தெடுக்க வேண்டுமென்றும் அதை நான் மறுக்க வேண்டு மென்றும் அவர்கள் என்னை வற்புறுத்த வேண்டுமென்றும் அவர்களுடைய நச்சரிப்புத் தாங்காமல் நான் தலைமையை ஏற்றுக்கொள்ள வேண்டும் என்றும் எனக்கு ஒரு ஆசை இருந்தது. அப்படியெதுவும் நடக்கவில்லை. திருவாழி குழுவின் தலைவராக உருவாகி வந்தபோது எல்லோருக்கும் அது சந்தோஷமாகவே இருந்தது. ஆனால் திருவாழி பெருந்தன்மையானவன். அவன் ஆங்கிலம் படிக்காமல் தொல்காப்பியம் படித்ததையோ, அவனுடைய கிராமியத் தோற்றத்தையோ, பெரிய தூக்குச் சட்டியில் அவன் பழங்கஞ்சியும் மிளகு வத்தலையும் கொண்டுவந்ததைப் பற்றியோ ஒரு நாள்கூட நான் கேலி செய்ததில்லை. பள்ளிப் படிப்பு முடிந்தபின்புதான் நாங்கள் ஒருவரை நேசிக்கும் நண்பர்களும் ஆனோம். அவன் மகாதானபுரத்திலிருந்து கரியமாணிக்க புரத்திற்குக் குடிமாறியும் வந்தான். அதன்பின் அவனை மணி மேடையில் சிங் லாலா மிட்டாய்க் கடைப்பக்கம் அடிக்கடி பார்க்க முடிந்தது. சிங் லாலா கடையின் முன் மாலை உலா வருவதை எங்களூரில் பலரால் செய்யாமலே இருக்க முடியாது. ஒரு நாள் விடாமல் பலர் எழுபது எழுபத்தைந்து வருடங்கள் கூட வந்திருக்கிறார்கள். அப்படி வந்துவிட்டு முதுமையிலோ முதுமை கூடாமலோ நோய்வாய்ப்பட்டோ மறைந்து போயிருக்கிறார்கள்.

அங்கு கூடுபவர்களை நண்பர்கள் என்று நாம் அழைக்க முடியாது. மனிதர்களில் அவர்கள் ஒரு குறிப்பிட்ட வகையைச் சேர்ந்தவர்கள். பல வருடங்கள் சென்று, சற்று விலகி நின்று, மாறுபட்ட இயல்புகளின் அழகுகளில் விருப்பு வெறுப்பில்லாமல் ஆராய்ச்சி ஆனந்தம் மட்டுமே கொள்கிறவர்களுக்கு அது விநோதமான சந்திப்பாகும். திடீரென்று ஒருவர் அங்கு வந்து பேசத் தொடங்கினால் அவரை யாரென்று ஒருவரும் விசாரிக்க மாட்டார்கள். அவர் பல பத்தாண்டுகள் அங்கு வந்துவிட்டு, திடீரென்று வராமற்போய்விட்டால் யாருமே அவரைப் பற்றிப் பேசிக்கொள்ள மாட்டார்கள். தோற்றம், மறைவு, மீண்டும் தோன்றுதல், மறைவு, நிரந்தரமான வரவு, மறுஜென்மம் எடுத்து மீண்டும் வருவது போன்ற சகல உணர்வையும் இயற்கையாகவே பெற்றவர்கள் என்றுதான் தோன்றும். அந்தக் குழுக்களில் துருத்தாமல் கரைந்து நிற்க அதிகம் தகுதிகள் வேண்டியதில்லை. ஆனால் இருக்கும் திறமைகள் வலுவானவையாக இருக்க வேண்டும். சஞ்சலமற்றவையாக இருக்க வேண்டும். குற்ற உணர்ச்சியின் அம்சங்களே இருக்கக் கூடாது. அல்லது கொஞ்சத்திற்குக் கொஞ்சம் இருந்தாலும் அதை மொழிவழிப்படுத்தவோ, நுனி காட்டவோ, சலனம் வெளிப்படுத்தலோ கூடாது. அவர்கள் வாயாடிகளாகவும் நகைச்சுவை உணர்ச்சி கொண்டவர்களாக

வும், குரூர விமர்சனம் கொண்டவர்களாகவும், எந்தத் தீவிர மான விஷயத்தையும் நொடிகளில் தம் குறைந்தபட்ச வார்த்தை களில் முதுகு குப்புறத் தள்ளிக் கொச்சைப்படுத்திச் சிரிக்கச் செய்பவர்களாகவும் இருக்க வேண்டும். அலட்சியமாகவும் எல்லோரையும் பரிகாசப்படுத்தியும் எடுப்பான குரலிலும் தங்கு தடையில்லாமல் அவர்கள் பேச வேண்டும். குழுவில் கலந்துகொண்ட நேரத்தில் பிறர் பேச்சுக்கள் சிந்தனையைத் தூண்டுபவை என்பது போலவும் புன்னகைகளுடனோ கூர்முகம் கொண்டோ உறிஞ்சத் தகுந்தவை என்பது போலவும் அமைதி கொள்ள வேண்டும். அவர்களுக்குரிய நேரம் – அது பற்றி அவர்களுக்குப் பிசக முடியாத உள்ளுணர்வுண்டு – வந்த நொடியில் தங்கள் முதல் வெளிப்பாட்டிலேயே அவர்கள் பிறரை அவுட்டுச் சிரிப்புச் சிரிக்கச் செய்துவிடுகிறார்கள். அந்தச் சிரிப்பு நீங்கள் இனி முடிந்தளவு விரித்து உங்கள் வாயைக் காட்டத் தொடங்கலாம். நாக்கையும் உள்நாக்கையும் காட்ட லாம். இனி நீங்கள்தான் நாங்கள் எல்லோருக்குமாகவே பேச்சுக் களை லகான் பிடித்துச் செல்ல வேண்டியவர், இனி எங்கள் அவுட்டுச் சிரிப்பு எங்கள் தொண்டைக் குழிகளில் இருந்தல்ல அடி வயிற்றிலிருந்து பீறிட்டெழும் என்பதையும் ஏற்றுக்கொண்டு விட்ட சம்மத பத்திரம் எல்லோருடைய மனங்களையும் கையடக்கிக்கொள்ளும்.

நகைச்சுவை என்றால் வாசகர்களே, வெறும் நகைச்சுவை அல்ல. பயிற்சி மூலம் பெற முடியாத ஒரு மொழியின் கூர்மை மூலம் வெளிப்படுத்தப்படும் நகைச்சுவை அது. மொழியின் கூர்மை மட்டுமல்ல, நண்பர்களே, மிகுந்த கற்பனை வளம் கொண்டதும் ஆகும். ஆனால் இவர்களது கற்பனைகள் ஆழம் கொண்டவை என்றாலும் அர்த்தமற்ற மேற்பரப்பிலோ, வெளிப் பரப்பிலோ, தத்துவங்களின் சூனிய வெளிகளிலோ, கலைகளின் மாயத்தன்மைகளில் சிக்கிக்கொள்பவையோ அல்ல. அவர் களுடைய மன ஆழங்களுக்குள் மறைக்கப்படும் இரு எளிமை யான உறுப்புகள் பிரதிஷ்டை செய்யப்பட்டுள்ளன. ஒன்று ஆண்குறி; மற்றொன்று யோனி. நண்பர்களே, பிறரிடம் நாம் எப்படி வேஷம் போட வேண்டுமோ அப்படிப் போட்டுக் கொண்டு வருவோம். அது நமக்கு ஒரு குறைதான். அதாவது நமது ஜென்மங்களுக்கு. முள்ளம்பன்றி, வெறும் பன்றி, மண் ணுண்ணிப் பாம்புகள், தவளைகள், உறாங்–உட்டான், நீர் யானை, ரெனோஸரஸ், சிங்கவால் குரங்கு ஆகியவற்றுக்கோ இவர்களுடைய சகோதர சகோதரிகளான வேறு ஜீவராசி களுக்கோ, இவர்களின் தாயாதிகளான மரம் செடி கொடி களுக்கோ, இவற்றின் அன்புக்குப் பாத்திரமான பறக்கும் இனங்களுக்கோ இரட்டை வேடம் என்பதுண்டா? மனித

ஜென்மங்களால் ஒற்றை வேடத்தில் ஒருநாளும் வாழ முடியாது. அவற்றின் இரட்டை வேடங்களை அவற்றின் உயிர்த் தரிப்பிலிருந்து, வம்ச விருத்தியிலிருந்து, பரிமாணம் என்னும் வண்ணப் புடவையைத் தொடர்ந்து இழை அறுந்தாலும் துணிகிழியாமல் நெய்துகொண்டு போகும் மகத்தான ஆற்றல்கள் கொண்ட வாழ்க்கையிலிருந்து, மறைக்க முடியாது.

உண்மையில் யோசித்துப் பாருங்கள் என் அருமை நண்பர்களே. ஆண் உறுப்பு என்பதும் யோனி என்பதும் உடல் கொண்டிருக்கும் நூற்றுக்கணக்கான உறுப்புகளில் ஒன்றுதானே. அவை புனிதமானவை என்று நான் சொல்லவரவில்லை. அருவருப்பானவை என்றும் சொல்லவில்லை. அவை பரிணாமத்திலும் வரலாற்றிலும் மனித நாகரிகத்தின் உருவாக்கத்திலும் எவ்வளவு மகத்தான பங்கு வகித்திருக்கின்றன. ஏன் நம்மால் இயற்கையாகப் பார்க்க முடியவில்லை? ஏன் குறைந்தபட்சம் அருவருப்பின்றிப் பார்க்க முடியவில்லை? எதற்காக நாம் உணர்ச்சிவசப்படுகிறோம்? பால் உணர்வின் முதல் ஊற்றைக் கண்டுபிடித்துச் சொல்ல வரவில்லை. நான் சொல்ல வேண்டும் என்ற விஷயங்கள் எல்லாமே சொல்லப்பட்டாகிவிட்டன. நான் மேற்கொள்ள விரும்பும் ஆராய்ச்சிகள் கங்கைபோல் பாய்ந்தோடிச் செல்கின்றன. ஆக உலக அறிவுக் கடலின் சிற்றலை என் கால் கட்டை விரலை ஒரு முறையேனும் முத்தமிட்டுத் திரும்பினால் நான் வாய் மூடியிருக்க வேண்டும். உலகச் சாதனையைச் சொல்லிப் புரியவைக்க என்னால் முடியாது. நான் சொல்ல விரும்புவதும் எனக்குச் சித்தியாக விரும்புவதும் அறிவைத் தேடிச் சென்றவர்களைப் பற்றியும் அவர்களுடைய சாதனையைப் பற்றியும் வியப்பும் பாராட்டுணர்ச்சியும் ஏற்படுத்துவதுதான். என்னதான் இருந்தாலும் எங்கள் பெண்களுக்குரிய கற்பு எனும் மாண்பு அந்தப் பெண்களுக்குண்டா என்னும் பழைய துருப்பிடித்துப்போன முடைநாற்றம் அடிக்கிற கேள்வியை மீண்டும் கேட்கமாட்டார்கள் என்பதுதான்.

சிங் லாலா மிட்டாய்க் கடையின் முன் கூடி உற்சாகமாக நொடிக்கு நொடி நகைச்சுவையை வாரித் தெளிப்பவர்கள் கடந்த நூற்றாண்டின் ஆரம்ப காலத்திலிருந்து இன்று வரையிலும் கூடிவருகிறார்கள். அதற்கு முன் அந்த இடம் ஒரு குளமாக இருந்ததால் யாரும் அங்கு கூடியிருக்க முடியாது.

ஒருமுறை நான் ரயிலில் திருவனந்தபுரம் போய்க்கொண்டிருந்தேன். திருவனந்தபுரத்தில் முக்கியமாக அரசாங்க அலுவலகங்களில் பணிபுரிபவர்கள். சீசன் டிக்கெட் வைத்திருப்பவர்கள். ஒருவரை ஒருவர் தெரிந்தவர்கள். ஒரே பெட்டிகளில் ஏறுபவர்கள். முடிந்தவரையிலும் ஒரே இருக்கையில் இருந்து

பள்ளியில் ஒரு நாய்க்குட்டி

போகிறவர்கள் எனப் பல விதமான பயணிகள் ரயில் பெட்டிக் குள் இருந்தார்கள். இவர்களைச் சீட்டு விளையாடுகிறவர்கள், அல்லது வாயாடிகள் என்று பிரிக்கலாம். ஒரு தடவை நான் போக நேர்ந்தது வாயாடிகளின் இருக்கையை ஒட்டிக்கொண்டு. அவர்கள் எல்லோருக்குமே அன்னியமானவன் என்ற உணர்வை உள்ளே நுழைந்த முதல் நொடியிலிருந்து உருவாக்க முயன்றேன். அவர்களுடைய முகங்களை அவர்களுக்குத் தெரியாத நேரங் களில் பார்த்து அவர்களுடன் எனக்குப் பார்வைச் சந்திப்பு ஒரு நொடிகூட ஏற்படாமல் கவனமாக இருந்தேன். உலக அக்கறை அல்லது லௌகீக அக்கறை இல்லாத மூட ஜென்மம் என்ற எண்ணத்தை என் முகம் வழியாக என்னால் இயன்ற அளவு ஏற்படுத்த முயன்றேன். மறுபக்கம் ஜன்னல் வழியாக மரம் மட்டைகளைத் தாண்டி வானத்தை உள்வாங்காமல் வெறித்துக்கொண்டிருந்தேன். அப்போது ஒரு பன்றி ரயில் நிலைய பிளாட்பாரத்தில் ஓடவே மிகுந்த ஆச்சரியத்திற்கு ஆள்பட்டதுபோல் எழுந்து நின்று அது கரும்புள்ளியாக மறைவது வரை கழுத்தை ஒடித்துப் பார்த்துக்கொண்டிருந்தேன். அதன் மூலம் என் இருப்பைக் கணக்கில் எடுத்துக்கொள்ள வேண்டாம் என்ற செய்தியை அவர்கள் மனங்களில் உறுதி யாக ஆணியடித்துவிட்ட திருப்தி அடைந்து என் சூட்சுமமான தந்திரங்களை எண்ணி என்னைப் பாராட்டிக்கொண்டேன்.

பேச்சுத் தொடங்கியது. அவர்கள் உடனெடுத்துவருபவை அநேகமாக ஒரே மாதிரியானவை. ஒரு சிறிய கைப்பை. ஜிப் போட்டது. அதற்குள்தான் அவர்களுடைய உணவுகள், மருந்துகள் உண்டென்றால் அவை, அலுவலகம் சம்பந்தமான காகிதங்கள் இருந்தால் அவை இருக்கின்றன. அவர்களுடைய பைகள் ஒரே மாதிரியானவை அல்ல என்றாலும் அவை ஒரே வகையைச் சேர்ந்தவைதான். அவர்கள் அந்தப் பையைத் தம் கைகளில் வைத்துக்கொள்ளும் மாதிரிகள் ஒரே மாதிரி யானவை. அந்தப் பைகளுக்குள் அவர்கள் வைத்துக்கொண் டிருக்கும் பழைய மடித்து வைத்த செய்தித்தாள்களைப் பிரித்து அவர்கள் அமரப்போகும் இடங்களை முகச் சுருக்கம் கொண்டு அருவருப்புணர்ச்சியுடன் துடைக்கிறார்கள்.

அப்போது அவர்களில் ஒருவர், “சாமான்களை எல்லாம் ஒழுங்கா கொண்டுவந்திட்டீங்களா?” என்று கேட்கிறார். எல் லோரும் காத்துக்கொண்டிருந்ததுபோல் சிரிக்கிறார்கள். இப்படி ஆரம்பித்த பேச்சு திருவனந்தபுரம் தம்பானூர் ஸ்டேஷனில் கடகடவென்று ஒலியை எழுப்பிக்கொண்டு ரயில் நுழைவது வரையிலும் தொடர்கிறது. நான் அவர்களுடைய எல்லா வாக் கியங்களையும் கவனித்துக்கொண்டே வந்தேன். ஒவ்வொரு வாக்கியமும் மறைமுகமாக ஆண்குறியைத் தொடுவதாகவோ

அல்லது யோனியைத் தொடுவதாகவோ அல்லது இரண்டிற்குமான உறவைத் தொடுவதாகவோ இருக்கிறது. ஏன் ஏன் என்று நான் யோசித்துக்கொண்டு போனேன். கோடானு கோடி ஆண்டுகளாக உடலோடு வந்துகொண்டிருக்கும் இரு உறுப்புகள் இன்னும் அவர்களுக்கு சகஜமாகவில்லையா? அவற்றின் உறவுகள் சகஜமாகவில்லையா? அவை மீறப்பட்ட எல்லையைச் சேர்ந்தவையாக இன்றும் இருக்க முடியுமா? ஒடுக்கப்பட்டவையாக, பகிரங்கத்திற்குக் கொண்டுவரக் கூடாதவையாக இருப்பதால் தானே இன்னும் தூக்கிக் காட்டாமல், அவற்றைத் தூக்கிக் காட்டும்போது நகைச்சுவையைக் கிளறக்கூடியதாக இருக்கின்றன. பேச்சில் அவர்கள் மீண்டும் அந்தக் கருவுக்கே விரிக்கிறார்கள். அதையே விரித்து வர்ணித்து வண்ணங்கள் பூசி விகல்பங்களையும் திரிபுகளையும் மனப் பிறழ்வையும் கலந்து அதை ஓயாமல் அளைந்துகொண்டிருக்கிறார்கள்.

கிங்காங்கும் தாராசிங்கும் வரவிருந்த தேதி என் மனதில் பதிந்தது. ஏப்ரல் 11, 1947. அன்றுதான் 'சந்திரலேகா' திரைப் படம் ரிலீஸ் செய்யப்பட்டது. என் மனதில் ஆழமாகப் பதிந்த தேதி அது. ஏப்ரல் 11 என்று நாளிதழ்களில் விளம்பரங்கள் வந்தபோது அவற்றுக்கு அடியிலிருந்த டி.ஆர். ராஜ்குமாரி, எம்.கே. ராதாவின் படங்கள் என் கண்களில் மறைந்து கிங்காங், தாராசிங் உடம்புகள்தான் என் கண்களுக்குத் தெரிந்தன. இருவருக்குமே பயங்கரமான உடல்கள். ஒவ்வொருவருமே என்ன கனம் இருப்பார்களோ? தாராசிங்கின் உடல் சற்றுக் கட்டுமஸ்தாக இருந்தது. லங்கோடு அணிந்து வலது தொடை மீது வலது கையை வைத்துக்கொண்டிருந்தார். அவரது கண்கள் கிங்காங்கின் கண்களையே கண்கொட்டாமல் பார்த்துக்கொண்டிருக்கின்றன. கிங்காங்கை அவன் என்றும் தாராசிங்கை 'அவர்' என்றும் அழைத்தான் திருவாழி. அப்படியே நாங்களும் அழைத்தோம். தாராசிங்கர் இந்தியர் என்றும் தேசபக்தி கொண்டவரென்றும் பாபுவைச் (காந்தி) சந்தித்தால் எண்சாண் கிடையாக மண்ணில் விழுந்துவிடுவார் என்றும் திருவாழி சொன்னான். திருவாழியின் சவடால்களில் பாதி கற்பனை என்பது எங்களுக்கு அப்போது தெரியும். ஆனால் அவன் பேச்சை நம்புவது சுகமாக இருந்தது. கிங்காங், தாராசிங்கின் பெரிய புகைப்படம் கோல்டன் லாட்ஜ் என்ற ஓட்டலில்தான் (அந்த ஹோட்டல் இப்போதும் அதே பெயரில் இருக்கிறது) சுவரில் ஆணியடித்து வைத்திருக்கிறது. திருவாழியிடம் முதலில் சொன்னவன் வைத்திதான். அவன் திருவாழி தலைமையை ஏற்றுக்கொண்டிருந்தவன். கோட்லன் லாட்ஜில் சர்வராக இருந்தான். அவன் மணிமேடையிலிருந்து இடலாக்குடி வழி ஓடி, வயலில் இறங்கி வரப்பு வழியாக ஓடி வந்து கரியமாணிக்க

புரத்தில் திருவாழியைச் சந்தித்தான். எங்கள் குழுக்களுக்குள் செய்தி பரவியது. நாங்கள் எல்லோரும் கோல்டன் லாட்ஜுக் குத் தெருவழியாக ஓடிச்சென்றோம். அங்கு போய்ப் பார்த்த போது ஒரு கூட்டம் புகைப்படத்திற்கு முன்னால் நின்றுகொண் டிருந்தது. அது எங்களுக்கு மிகுந்த ஏமாற்றத்தைத் தந்தது. துரதிருஷ்டத்திலும் அதிருஷ்டம் என்னவென்றால் எங்களுக்கு எதிரான குழுக்களைச் சேர்ந்த ஒருவர்கூட அங்கு இல்லை. அன்றுதான் நாங்கள் கிங்காங், தாராசிங்கின் படத்தைப் பார்த்தோம். அப்போது ஏப்ரல் 11க்கும் நாங்கள் பார்த்துக்கொண் டிருந்த (அந்தத் தேதி என் நினைவில் இல்லை) தேதிக்கும் எத்தனை நாட்கள் வித்தியாசம் இருக்கிறது என்பதை விரல் முட்டுக்களைத் தொட்டுத் தொட்டு நான் கூட்டிப் பார்த்தேன். எனக்கு நாட்களின் எண்ணிக்கை ஒன்றுபோல வரவில்லை. கணிதத்தில் பலவீனம் என்பது ஒரு பக்கமிருக்க, பதற்றம் காரணமாகவும் என் மூளையை ஒருவழியில் கட்டுப்படுத்த முடியவில்லை.

கிங்காங்கின் உருவமும் தாராசிங்கின் உருவமும் எங்கள் மனதில் பதிந்தது எங்கள் இளமை வாழ்க்கையில் ஒரு முக்கிய நிகழ்வாகும். குஸ்தி இரண்டு நாட்கள் நடைபெறும் என்பது தெரிந்தது. தரையில் உட்கார்ந்து பார்க்க ஒரு ரூபாய். பெஞ்சு இரண்டு ரூபாய். எங்களில் ஒருவருக்குக்கூடத் தரையில் உட் கார்ந்து பார்க்க விருப்பமில்லை. சிறுகச் சிறுகக் காசு சேர்த்து அதை நாங்கள் திருவாழியிடம் தர வேண்டும். அவன் கணக்கு வைத்துக்கொள்வான். அவன்மீது எங்களுக்குப் பூரண நம்பிக்கை இருந்தது. நாங்கள் எல்லோரும் முன்கூட்டியே காசு தந்து விட்டால் அந்தக் காசுடன் குஸ்தி மானேஜரைச் சந்தித்து முன்கூட்டி டிக்கெட் ரிஸர்வ் செய்துவிடலாம் என்று திருவாழி சொன்னான். குஸ்தி மானேஜர் யார் என்று தெரியவில்லை. கிங்காங்கும் தாராசிங்கும் அகில பாரதச் சுற்றுப்பயணம் செய்துகொண்டிருந்ததால் வட இந்தியர்கூட மானேஜராக வரலாம். அவரிடம் நீ எப்படிப் பேசுவாய் என்று நாங்கள் கேட்டோம். ஹிந்தி தெரியாவிட்டால் மயிரே போச்சு. இங்கிலீஷில் பேசுவேன் என்றான் திருவாழி. இப்படிச் சொல்லி விட்டு நாங்கள் வகுப்பில் படித்திருந்த ஒரு ஆங்கிலக் கவிதையைத் தங்குதடையில்லாமல் சொல்லிக்காட்டினான். இதற்கு மேல் உங்களுக்கு என்ன வேண்டும் என்ற பாவத்தில் எங்களைப் பார்த்தான்.

அப்போது எங்கள் ஊரில் கோல்டன் லாட்ஜ் மட்டும் தான் இருந்தது. கிங்காங், தாராசிங் போன்ற உலகப் புகழ் பெற்ற குஸ்தி வீரர்கள் கோல்டன் லாட்ஜில் தங்குவதில் நாங்கள் மிகுந்த அவமானம் அடைந்தோம். எங்களூரிலிருந்த பணக்காரர் பலரையும் திட்டினோம். ஊரிலேயே பெரிய

பணக்காரர் பயோனியர் குமாரசாமி என்பவர். அவர் பரம ஏழையாக இருந்தவர். அவர்தான் முதல் முதலாவ தாக ஒரு எயிட் சீட்டர் பஸ் வாங்கி திருவனந்தபுரத்திற்குப் பயணி களை ஏற்றிச் சென்றவர். அப்போது அவரே அந்த எயிட் சீட்டரை ஓட்டிச் செல்வாராம். அவரைப் பற்றி ரொம்பச் சொல்ல இந்தச் சந்தர்ப்பம் இடந்தரக்கூடியதல்ல. கிங்காங்கும் தாராசிங்கும் கோல்டன் லாட்ஜ் சுவரில் தொடை தட்டி நிற்கும்போது ஊர்க்கதையை எல்லாம் சொல்லிக்கொண் டிருக்க முடியாது. இருந்தாலும் பயோனியர் குமாரசாமிக்குப் பரம ஏழையாக இருந்து பெரும் பணக்காரரான பெருமைக்கு மேலான பெருமைகள் பற்றியேனும் ஒரு சில வார்த்தைகள் இங்கு கூறுவது பொருத்தமற்றது என்று தோன்றவில்லை.

என் அப்பா பயோனியர் குமாரசாமியின் பெரிய விசிறி யாக இருந்தார். அப்படிச் சொல்வதைவிட அவருக்கு என் இளமைக் காலத்திலிருந்த விசிறிகளில் என் அப்பா முக்கிய மானவர் என்றுதான் என் மனதில் பதிந்தது. பிறர் பயோனியர் குமாரசாமியைப் பயோனியர் என்று மட்டுமே சொல்லும் போது என் அப்பா அவரைத் தைரியமாகக் குமாரசாமி என்று சொல்வார். இப்படி அவர் சொல்வதால் பயோனியரும் என் அப்பாவும் மிக நெருக்கமான தோழர் என்று நான் நினைத்துக்கொண்டிருந்தது தவறு என்பது என் தந்தையும் பயோனியரும் மறைந்துபோன பின்புதான் எனக்குத் தெரிந்தது. பயோனியர் சம்பாதிப்பதில் கட்டுங்கடங்காத நம்பிக்கை கொண்டவராகவும் செலவு செய்வதில் சுத்தமாக நம்பிக்கை இல்லாதவராகவும் இருந்தது அவருடைய குணங்களில் மிகப் பிடித்தமானது என்று சொல்ல வேண்டும். அத்துடன் பயோனி யரின் சாமர்த்தியங்களை வரிசையாகச் சொல்லி அவரை நன்றாகத் தெரிந்தவர்களுக்குக்கூடப் பிரமிப்பை ஏற்படுத்திவந்த என் தந்தை முத்தாய்ப்பாகவும், அவரது ஆழ்ந்த சிந்தனை மூலம் அவருக்கு, அவருக்கு மட்டுமே, தட்டுப்பட்ட ஒரு நுண் விஷயமாகவும் சொல்வது, குமாரசாமி தன் வாழ்நாளில் செய்த எல்லாத் தொழில்களையும் ரொக்க வியாபாரமாக வைத்துக்கொண்டிருந்ததையும் ("இன்று ரொக்கம் நாளை கடன்") அவர் தனது சொந்த வாழக்கைக்கோ அல்லது தொழில் தேவையை முன்னிட்டோ வாங்கும் பொருளை நீண்ட காலக் கடனில் வாங்குவதையும்தான். அதுமட்டுமல்ல; "அவரிடமிருந்து ஒரு காசு கறப்பதற்குள் உயிர் போய்விடும்" என்று சொல்லியும் பாராட்டுவார்.

பயோனியரின் வருமானத்திற்கும் அவருடைய கப்பல் போன்ற காருக்கும் அவருடைய பங்களாவுக்கும் அவரிட மிருந்த பஸ்களுக்கும் லாறிகளுக்கும், ஓட்டுக் கம்பெனிக்கும்,

தேங்காய், காய்கறி ஆகியவற்றின் விற்பனைக்கும் அவர் மனசு வைத்தால் கிங்காங்கையும் தாராசிங்கையும் தன் வீட்டிலேயே தங்க வைத்துக்கொள்வது சிரமமான விஷயமல்ல என்பது மட்டுமல்ல, அவருக்கு மிகப் பெரிய விஷயமும் ஆகும்.

லாலா மிட்டாய் சிங்கின் கடை முன் வைத்து நாங்கள் சிறிது வருத்தத்துடனும் ஏமாற்றத்துடனும் சிறிது கோபத்துடனும் பேசிக்கொண்டபோது, அப்படி வைத்துக்கொண்டால் அவருக்கும் அவரது குடும்பத்தினருக்கும் குஸ்தி மானேஜர் முதல் வகுப்பு டிக்கெட்டை இலவசமாகத் தரத்தானே செய்வார் என்று திருவாழியிடம் கேட்டபோது, 'வித்தவுட் டவுட்' என்று மட்டும் சொன்னான். ஏன் இப்படி அறிவு கெட்டிருக்கிறார்கள் முதலாளிகள் என்று நாங்கள் அங்கலாய்த்தோம். எவ்வளவு பொன்னான சந்தர்ப்பத்தை வீணடிக்கிறார்கள்?

ஒரு நாள் நான் என் தாத்தாவுடன் வெளியே போனேன். என் தாத்தா வழக்குகள் நடத்துவதில் மிகுந்த பிரியம் கொண்டவர். முன்சீப்புக் கோர்ட்டில் அவர் சாய்ந்துகொண்டு உட்காரும் தூண் தனியாக இருந்தது. அவர் தலை சாய்த்து எண்ணெய்க் கறை சிறிதும் மங்காமல் பார்த்துக்கொண்டார். அவர் பிறரிடம் பேசுவது தமிழ்தான் என்றாலும் கோர்ட் தமிழ் என்பதால் எனக்கு ஒன்றுமே புரியாது. ஆனால் அவருடைய சில சொற்கள் என் மனதில் பதிந்தன. வாய்தா, ஈரங்கி, பிரமாணம், ஒத்தி, கள்ள சாட்சி, பொய் சத்தியம், கிரயம், அடமானம், மேடோவர் (Made over) என்று பல சொற்களைக் கூறுவார். தாத்தாவுடன் எதற்கு நான் வெளியே போய்விட்டு வந்தேன் என்பது எனக்கு மறந்துவிட்டது. சற்று யோசித்துப் பார்த்தபோதுதான் அது தெரிந்தது. அவ்வாறு அவருடன் நடந்து போனபோது அவரே எதிர்பார்க்காததுபோல் வடசேரி சிங்க நரசிங்கர் தெருவைத் தாண்டி கிருஷ்ணன்கோயில் கோவில் முன் போய் ஏற வேண்டியிருந்தது. அந்த அகலமான, நீண்ட, மற்ற தெருக்களை ஒப்பிடும்போது சுத்தமாகத் தெரிந்த, மேற்கோரத்திலிருந்து கிழக்கோரம் வரையிலும் பாவு போட்டு நெசவாளிகளில் ஆணும் பெண்ணும் வேலை செய்துகொண்டிருந்த தெருவில் என்னை என் தாத்தா கூட்டிக்கொண்டு போனபோது புதுப் பணக்காரர்களின் சிறிது பழுது பார்க்கப்பட்டு – முக்கியமாக முன்பக்கம் பழுது பார்க்கப்பட்டு – கலர் சுண்ணாம்பு போட்டுப் பூசிவிடப்பட்டிருந்த வீடுகளில் முகப்பெடுத்து பெரிதாகக் கட்டி யிருந்த வராண்டாவில் இரு பெரிய தூண்கள் கொண்ட முகப்பு மற்ற வீடுகளைவிடவும் முன்பக்கம் வந்து ஆகாசவெளியை ஆக்கிரமித்ததுபோல் தோற்றம் கொண்ட வீட்டைச் சுட்டிக் காட்டி, 'இதுதான் பயோனியரின் வீடு' என்றார். குழந்தை களையும் பெண்களையும் பார்க்க முடிந்தது. படிக்கட்டுகளிலும்

கூடத்திலும் நடமாட்டம் தெரிந்தது. ஒரு பாட்டி நடுக்கூடத்தில் வலது பக்கத்திலிருந்து ஏணிப்படிகள் வழி சில நொடிகளுக்கு அவருடைய மெலிந்த முதுகின் சைவ வைதீகத் தோற்றத்தைச் சுவர் மறைக்க மேல் மாடித் திண்ணையில் வெளிப்பட்டு புறமுதுகின் சுருக்கங்கள் கொண்ட சருமம் பளபளக்க உள்ளே போனார். அப்போது நான் தாத்தாவிடம், "ஏன் தாத்தா பயோனியரைக் காணவில்லை?" என்று கேட்டேன் அதற்குத் தாத்தா, அவர் குளித்துவிட்டு காலை ஆறு மணிக்கு வெளியே போனால் இரவு பன்னிரெண்டு மணிக்குத்தான் வீட்டுக்கு வருவார் என்று சொன்னார்.

நான் திருவாழியிடம் பயோனியரின் வீடு எனக்குத் தெரியும் என்றேன். நாம் எல்லோரும் அவருடைய வீட்டுக்குப் போய்ப் பார்க்க வேண்டும். அவருடைய வீட்டுக்கு உள்ளே கூடப் போய்ப் பார்க்க எங்களுக்கு உரிமை இருக்கும் தோரணையில் பேசினான்.

நாங்கள் எல்லோரும் பயோனியர் குமாரசாமியின் வீட்டிற்கு எதிர்ப்புறம் போய் நின்றோம். திருவாழி வாயை மூடிக்கொண்டு பிறரும் வாயை மூடிக்கொண்டிருக்க வேண்டும் என்ற போதனையைச் சொல்லாமல் தெரிவித்துக்கொண்டான். திருவாழி உருவாக்கிய அமைதி பொது அமைதியைவிட சற்றுக் கனமாகவும் எஃகுத் தன்மையுடனும் இருந்தது. அவனுடைய மௌனம் – உன்னிப்பாகக் கவனித்ததால் ஏற்பட்ட மௌனம் – எங்களுடைய முதல் அனுபவமாக இருந்தது. இதற்கு முன் அதை உணர்ந்திருந்ததை உணரத் தெரியாமல் அதன் விசேஷமான தன்மையில் மனம் கரைய நின்றுகொண்டிருந்தோம். குறுக்கிட வேண்டும் என்ற நிலை தோன்றுமென்றால் என்னால் மட்டுமே குறுக்கிட முடியும் என்று எனக்குத் தோன்றியது. பயோனியரின் வீட்டைக் கண்டுபிடித்தது அல்லது குறைந்த பட்சம் கண்டுபிடித்ததைச் சொன்னதே நான்தான். அதன் மூலம் நேர்ப் பார்வையிடல் ஒன்று மேற்கொள்ளலாம் என்று திருவாழிக்கு மின்னியிருக்கிறது.

"கஞ்சன், ஈவிரக்கமில்லாதவன், தாயோளி, என்ன மயிருக்கு உயிரைச் சுமந்துக்கிட்டு அலையுதான்னு தெரியவில்லை" என்று திருவாழி முணுமுணுத்தான். நான்தான் அவன் பக்கத்தில் நின்றுகொண்டிருந்தேன். அவனுடைய மேற்பார்வையைக் கவனித்துக்கொண்டிருக்க வேண்டியவன் நான்தானே? அவனுக்கு உதவிகள் எதுவும் தேவையிருந்தால் அதை மடியில்லாமல் செய்து தர வேண்டியவனும் நான்தானே? நண்பர்களில் சிலருக்குக் களைப்பு ஏற்பட்டிருந்தது. வெயில் அவர்கள் நாவை வறளவைத்திருந்தது, வருகிற வழியில் இரண்டு மூன்று இடங்களில்

அவர்கள் இடதுகை உள்ளங்கையைக் குழாயடியில் வைத்து வலது கையால் குழாயின் பிடியை அழுத்தினார்கள். தண்ணீர் வரவில்லை. பிடியை உடைக்க வேண்டும் என்று கருதியதுபோல் டக்டக்கென்று ஓசையெழ மேலும் கீழும் அழுத்தினார்கள். அம்புறோஸ், “தாயோளி தூக்கில் அவன தொங்கவிட ஆளில்லை” என்று சொல்லிவிட்டுக் குழாயடியில் காறித் துப்பினான். ‘அவன்’ என்று அம்புரோஸ் குறிப்பிட்டது முனிசிப்பல் தலைவரை. அவருடைய காலத்தில் எந்தக் குழாயிலும் தண்ணீர் வராமல் அவர் பார்த்துக்கொண்டார் என்பதோடு, எந்தக் குழாயிலும் ஒன்றிரண்டு நிமிடங்கள் தண்ணீர் வரும்படியும் அவர் பார்த்துக்கொண்டார். ஆனால் எந்தக் குழாயில் எந்த நிமிஷத்தில் தண்ணீர் வரும் என்பதைத் தனக்கே தெரியாததால் அவர் அழைக்கவில்லை. பயோனியர் குமாரசாமியின் மனைவி சிறிது ஈரமனம் கொண்டவளாக இருந்திருந்தால் ஆளுக்கு ஒரு கப் போஞ்சி கண்ணாடித் தம்பளத்தில் தருவது பெரிய விஷயமே அல்ல.

“தாயோளி, இங்கிருந்து பாக்கலையிலே மட்டும் எட்டு ரூம் தெரியுதிலே. புருஷனும் பெஞ்சாதியும் ஒரு ரூமிலேதான் கெட்டிப் புடிச்சுக்கிட்டு உறங்கப் போறாங்க? என்ன மயித்துக்கு மத்த ரூம்மெல்லாம் வச்சுக்கிட்டிருக்காங்க?” அந்தோணி கேட்டான். ஒவ்வொருவருடைய ரத்தமும் கொதித்துக்கொண்டிருந்ததால் யாரும் சிரிக்கவே இல்லை.

பயோனியர் குமாரசாமிக்கு அடுத்தாற்போல் எங்களூரில் பெரிய பணக்காரராக இருந்தவர் டி.வி. கிருஷ்ண அய்யர். இவரை இவரது நண்பர் த.வெ. என்று குறிப்பிடுவார். ஊரில் குமாரசாமிக்கு இருந்ததுபோலவே இவருக்கும் ‘படிக்காத மேதை’ என்ற படிவம் இருந்தது. தொழிலை வளர்ப்பதிலும், அதை நிர்வகிப்பதிலும், புதிய தொழிலை நல்ல இலாபம் ஈட்டுபவையாகப் பார்த்துத் தொடங்குவதிலும், வேலைநிறுத்தங்களை முறியடிப்பதிலும் பயோனியர் குமாரசாமியைவிடத் தந்திரசாலி என்று பெயர் பெற்றவராகவும் இருந்தார். குமாரசாமி பொறிகளைச் சேமிப்பவர். த.வெ. பொறிகளைத் தட்டிவிட்டு அந்த ஒரு காரியத்திற்காக மட்டும் எவ்வளவு பணம் வேண்டுமென்றாலும் செலவழித்து, மானரோஷங்கள் பார்க்காமல் இன்பங்களில் சிற்றின்பம் மட்டும் பேரின்பம் என்ற அசைக்க முடியாத முடிவுக்கு வந்தவர். உல்லாசப் பிரியரான அவருடைய வீட்டைப் போய்ப் பார்ப்போமா என்று வேலுக்குட்டி கேட்டதும் திருவாழி சலிப்புடனும் சங்கடத்துடனும், “லேய் இந்தப் பணக்காரத் தாயோளிகள் அறுத்த கைக்கு சுண்ணாம்பு தராத பாவிகள்” என்றான்.

கடைசியில் யோசித்துப் பார்த்ததில் கிங்காங்குக்கும் தாரா சிங்குக்கும் கோல்டன் லாட்ஜ் ஓட்டலில் தங்குவதைத் தவிர வேறு வழியில்லை என்பதை நாங்கள் மிகுந்த துக்கத்துடன் ஏற்றுக்கொண்டோம். ஆனால் மிகவும் வருத்தமாக இருந்தது. கோல்டன் லாட்ஜின் முன்பக்கம் மிகப் பழமையாகக் காட்சி அளித்தது. அதை வெள்ளையடித்து சில யுகங்கள் ஆகியிருக்கும் போலிருந்தது. ஆங்கில போர்டு வெளிறி, சாயம் உரிந்து, அரு வருப்பாகக் காட்சி அளித்தது. இந்தக் கட்டிடத்தை தாரா சிங்கும் கிங்காங்கம் வருவதற்கு முன் நிச்சயம் பழுதுபார்ப் பார்கள். முற்றாக இடித்துக் கட்டிவிட மாட்டார்கள். அந்த அளவுக்கு அவர்கள் கிங்காங் மீதோ தாராசிங் மீதோ மதிப்புக் கொண்டவர்கள் அல்ல.

உலகப் புகழ் பெற்ற அவர்கள் எங்களுடைய ஊருக்கு வருகிறார்கள். திருவனந்தபுரத்தில் அவர்களுடைய குஸ்தி மூன்று நாட்கள் நடைபெற்றன. குஸ்திக்கு இரண்டு நாட்கள் தலைமை வகித்தார் மணல்காடு நாராயண பிள்ளை. கோட் டைக்குள் பத்மநாபசுவாமி கோவில் முன் தலைமை வகித்தவர் தெற்குத் தெரு கிருஷ்ண அய்யர். நாராயண பிள்ளையும் சரி தெற்குத் தெரு கிருஷ்ண அய்யரும் சரி பயில்வான்கள்தான். திருவிதங்கூரிலும் மலபாரிலுமிருந்த எல்லாப் பயில்வான்களை யும் நாராயண பிள்ளை பலமுறை தோல்வி அடையச் செய்திருக் கிறார். நாராயண பிள்ளையிடம் தோற்றவர்களில் சிலரை கிருஷ்ண அய்யரும் மண் கவ்வ வைத்திருக்கிறார். ஆனால் நாராயண பிள்ளை தோல்வியடையச் செய்த பலரை கிருஷ்ண அய்யர் வெற்றி கொள்ள முடியவில்லை. இதில் மிகுந்த அவ மானம் அடைந்தார். ஏனென்றால் கிருஷ்ண அய்யர் குரு நாராயண பிள்ளை. கிருஷ்ண அய்யருக்குப் பதிமூன்று வயதாக இருக்கும்போது அவரை மாணவராக ஏற்றுக்கொண்டார் நாராயண பிள்ளை. இருபது வயதில் கிருஷ்ண அய்யர் மலபார் சாம்பியன் என்று பெயர் பெற்றவரும் மலபாரிலுள்ள எல்லா குஸ்தி வீரர்களையும் தோற்கடித்துவருமான மலப்புறம் பப்புவைத் தோற்கடித்தார். அப்போது கிருஷ்ண அய்யர் திருவிதாங்கூரிலும் மலபாரிலும் கொச்சியிலும் பெயர் பெற்றவர். கிருஷ்ண அய்யர் மலையாளம் முழுக்கப் பெயர் பெற்ற பின் ஒவ்வொரு ஊராகச் சென்று அந்தந்த ஊரைச் சேர்ந்த யார் வேண்டுமென்றாலும் தன்னுடன் குஸ்தி போட வரலாம் என்றும் இரண்டு ரவுண்டில் தோற்கடித்துக் காட்டுவேன் என்றும் சொன்னார். யாரும் அவருடைய அறைகூவலை ஏற்றுக்கொள்ளவில்லை. யாருமே மறுசவால் விடவில்லை என்று தெரிந்ததும் கிருஷ்ண அய்யர் தன் குருவுக்குச் சவால்விடுவது கொடும்பாவம் என்பதைக்கூட மறந்து திருவனந்தபுரம் புத்திரிக்கண்டம் மைதானத்திற்கு வந்து

நாராயண பிள்ளையிடம் சவால் விட்டார். வெவ்வேறு குழுக்க ளாகப் பிரிந்து அங்கு சண்டை செய்துகொண்டிருந்த குரு பூசை முடியாத குஸ்தி மாணவர்கள் பலரும் திகைப்படைந்து மணல்காடு நாராயண பிள்ளை வீட்டுக்குச் சென்று விஷயத்தைச் சொன்னார்கள். நாராயண பிள்ளை கோபப்படவோ, சிரிக்கவோ, சவாலை ஏற்கவோ, மறுக்கவோ செய்யாமல் மௌனம் சாதித் தார். மறுநாள் பத்மநாபசுவாமி க்ஷேத்திரத்தில் நிர்மால்யம் முடிந்து வழக்கம் போல் பத்ம தீர்த்தத்தின் கிழக்குக் கரையில் சந்தித்தபோது மணல்காடு நாராயண பிள்ளை கோட்டைக்குள் தாமசம் கிருஷ்ண அய்யரிடம் தாம் இருவரும் குஸ்தி போட்டுக் கொள்ள வேண்டாம் என்றும் அவ்வாறு குஸ்தி போட்டுக் கொண்டால் யார் ஜெயித்தாலும் அது தோல்வியே என்றும் சொன்னார். அப்போது நாராயண பிள்ளையின் குரல் தழு தழுத்ததாம். அப்போது குழித்துறையிலிருந்து வெளிவந்துகொண் டிருந்த 'தக்ஷிண பாரதி' என்ற வார இதழ் – ஒரு தாளின் இரண்டு பக்கமும் சூடான செய்திகள் கொண்டது – ஆசிரியர் கிருஷ்ண அய்யரை அவருடைய வீட்டில் சந்தித்து விவரம் கேட்டதும் கிருஷ்ண அய்யர், குஸ்தி, பலம் சம்பந்தப்பட்டது; பக்தி சம்பந்தப்பட்டதல்ல; குஸ்தி போடாமலே தோல்வியைப் பகிரங்கமாக ஒப்புக்கொள்ளலாம் என்றார்.

கடைசியில் ஓணத்திற்கு முன்தினம் புத்தரிக்கண்டம் மைதானத்தில் வைத்து குஸ்தி நடைபெறும் என்று அறிவிக்கப் பட்டது. புத்தரிக்கண்டம் மைதானத்திலும் சாலை பஜார் முடிவுறும் பாதையிலும் கணபதி கோவில் வாசலிலும் பயங்கர மான கூட்டம் கூடியிருந்தது. போக்குவரத்துக்குக்கூடத் தடை ஏற்படும் என்ற நிலை இருந்தது. புத்தரிக்கண்டம் மைதானத்தை கிருஷ்ணஅய்யரும் மணல்காடு நாராயண பிள்ளையும் ஆளுக்குப் பாதி என்று பங்குபோட்டுக்கொண்டனர். ஒரு சக்கர நாணயத்தைச் சுண்டியபோது யானைகளின் முகங்கள் மறுபக்கம் போய் இளவரசரின் முகம் முன்பக்கம் வந்தது. கிருஷ்ண அய்யருக்கு ரோட்டைப் பார்க்கயிருந்த பகுதியும் மணக் காடு நாராயண பிள்ளைக்கு உள்வாங்கிய பகுதியும் கிடைத்தது. கிருஷ்ண அய்யரின் விசிறிகள் ரோட்டை ஒட்டியும் நாராயண பிள்ளையின் ரசிகர்கள் உள்வாங்கிய பகுதியிலும் இருந்தனர். நாராயண பிள்ளையிடம் தோற்ற பயில்வான்கள் எல்லோரும் கிருஷ்ணஅய்யர் பக்கமிருந்தார்கள். மணல்காடு உருவாக்கி யிருந்த சரித்திரப்புகழ் அழிந்துவிடக் கூடாது என்று கவலைப் பட்டவர்கள் எல்லோரும் நாராயண பிள்ளை பக்கத்திலும் இருந்தார்கள். கிருஷ்ண அய்யர் அவருடைய விசிறிகளுடனும் மணல்காடு நாராயண பிள்ளை அவருடைய விசிறிகளுடனும் பத்மநாபசுவாமி கோயிலுக்கப் போய்விட்டு வந்தார்கள்.

குஸ்தி தொடங்கும் நேரம் ஆகிக்கொண்டிருந்தது. எல்லோரும் கோதாவைச் சுற்றிக் கூடிவிட்டனர். மாலை தீபாராதனைக்கு கணபதி கோயிலில் மணி அடித்ததும் கோதாவில் இருவரும் இறங்கினார்கள். கிருஷ்ண அய்யர் முகத்தில் ஒரு புன்னகை வழிந்த வண்ணமிருக்க, மணக்காடு நாராயண பிள்ளையின் முகத்தில் ஒரு கடுகடுப்பு இருந்தது.

கிருஷ்ண அய்யர் ஓடிவந்து தனது வலது கையால் நாராயண பிள்ளை கழுத்தை வளைத்துப் பிடித்துத் தனது வலது காலைப் பிள்ளையின் கால்களின் பின்னால் ஊன்றி அவரைத் தள்ளி மல்லாந்து விழ முயற்சித்தபோது கணப் பொழுதில் நாராயண பிள்ளை கிருஷ்ண அய்யரின் இரு கைகளையும் சேர்த்துப் பிடித்து அவரைத் தட்டாமாலை சுழற்றினார். முதல் இரண்டு வட்டம் கிருஷ்ண அய்யரின் பாதங்கள் புழுதி மண்ணை உழுதுகொண்டே ஓடிற்று. அதன் பின் அவரது பாதங்கள் மண்ணைவிட்டு அந்தரத்தில் மிதந்த படியே சுழன்றன. சதைப்பற்றில்லாமல் ஒல்லியாக இருந்த நாராயண பிள்ளை கட்டுமஸ்தான உடலும் தளதளப்பும் இறுக்கமான தொந்தியும் கொண்ட கிருஷ்ண அய்யரைச் சுழற்றி யது யாரும் எதிர்பாராதது தான். ஐந்து முறை அந்தரத்தில் சுழற்றியபின் பிள்ளை அய்யரை விட்டுக் கொடுத்ததும் அவர் பின்பக்கமாகப் பறந்து கோதாவின் வெளியே விழுந்தார். நாராயண பிள்ளையின் ரசிகர்கள் ஆரவாரமாகக் கத்தினார்கள். நாராயண பிள்ளை ஒரு முக்காலியில் அமர்ந்து தளிர் வெற்றிலை யில் சுண்ணாம்பு தேய்த்து அதை மடித்து வெற்றிலைக் காம்பைக் கிள்ளிப்போட்டார். கிருஷ்ண அய்யர் மிகுந்த கோபத்துடன், தன் பிருஷ்டத்தில் ஒட்டிக்கொண்டிருந்த மண்ணைத் தட்டி விட்டுப் பெரிதாகக் கத்தினார். "நான் தோற்கவில்லை. குஸ்தியின் சட்ட திட்டப்படி பிள்ளை என்னைத் தோற்கடிக்கவில்லை. சுழற்றி வெளியே வீசுவதைக் குஸ்தி ஆசான்கள் ஏற்றுக்கொள்ள மாட்டார்கள்" என்று பெரிதாகக் கத்தினார். நாராயண பிள்ளையின் ஆதரவாளர்களுக்கு மைதானத்தின் நின்று பேசிக்கொள்ளவும், நாராயண பிள்ளையைப் பாராட்டவும், அவரது கடந்த காலப் பெருமைகளை நினைவுகூரவும், அவரது அன்றைய உத்தியைச் சொல்லிச் சொல்லிச் சிரிக்கவும் நிறையவே இருந்தன. பெரும் கூட்டம் நாராயண பிள்ளையைச் சுற்றியிருந்தது. வெற்றி பெற்றவரைப் பாரபட்சமில்லாமல் பாராட்ட வேண்டும் என்ற நம்பிக்கை கொண்ட கிருஷ்ண அய்யரின் முன்னணி ஆதர வாளர்களில் சிலரும் நாராயண பிள்ளையைச் சூழ்ந்து கொண் டிருந்தனர். நாராயண பிள்ளை யாருடனும் பேசவில்லை. பரிபக்குவம் கொண்டவர்களுக்கு வெற்றியின் மிதப்பு ஒரு

நாளும் ஏற்படாது. அவர் புன்னகை பூத்துக்கொண்டிந்தார். இரு கரங்கள் கூப்பித் தொழுதுகொண்டிருந்தார்.

கிங்காங்கும், தாராசிங்கும் வரும் தேதி உறுதியாகிவிட்டிருந்தது. அவர்களுடைய வருகைக்கு மிகப் பெரிய விளம்பரம் தரப்பட்டது. அப்போது எங்களூரில் 'பயோனியர்' என்ற பெயர் கொண்ட சினிமா கொட்டகை மட்டும் இருந்தது. இதன் உரிமையாளர் பயோனியர் குமாரசாமிதான் என்று நான் சொல்ல வேண்டியதில்லை. அந்தத் தியேட்டரில் கிங்காங் தாராசிங்கின் குஸ்திக் காட்சியை ஸ்லைடு காட்டுகிறார்கள் என்று கேள்விப்பட்டு நானும் என் நண்பர்களும் அந்த ஸ்லைடைப் பார்க்கப் போனோம். நாங்கள் தியேட்டரில் நுழையும்போது அங்கு படம் போடும் டெக்னிஷியனாகப் பணியாற்றிக்கொண்டிருந்த ஆங்கிலோ இந்தியர் சர்ச்சில் துரைராஜ் காபின் ரூமுக்குப் போகும் ஏணிப்படியில் நின்றபடி சிகரெட் பிடித்துக்கொண்டிருந்தார். திருமலை அவரிடம் சென்று, "ஸார், கிங்காங் – தாராசிங் ஸ்லைடு போடுவீர்களா?" என்று கேட்டான். "போங்கடா வேலை வெட்டி இல்லாத பசங்களா" என்று கத்தினார் அவர். எங்களுக்கு ஆத்திரமாக வந்தது. தியேட்டருக்குள் நுழையும் போது திருமலை, "மயிலாடிக்கு வந்து இப்படிப் பேசினான்னு உண்டுமானா நடக்கிற சங்கதியே வேறு" என்றான். என்ன சங்கதி நடக்கும் என்று நாங்கள் யாருமே கேட்கவில்லை. திருமலை எந்த வலிமையும் இல்லாத ஒரு ஏழை நோஞ்சான் என்று நினைத்தபோது எங்களுக்கு மிகுந்த சங்கடமாக இருந்தது.

கொட்டகைக்குள் விளக்கை அணைத்துவிட்டார்கள். திரை முன் நின்று பாண்டு வாசிப்பவர்கள் வரிசையாக நுழைந்து கொண்டிருந்தார்கள். இடைவெளி முடிந்து விளக்கை அணைத்ததும் எங்கள் நெஞ்சு படபடத்தது. முதல் ஸ்லைடு கிங்காங் – தாராசிங்கின் குஸ்திக் காட்சியாகத்தான் இருக்குமென்று கைதட்ட ஆரம்பித்தோம். 'ஓடையில் மூத்திரம் பெய்யாதீர்' என்று கரும்பலகையில் ஆணியால் கிழித்ததுபோல் ஒரு ஸ்லைடு வந்தது. ஐந்தாவதோ ஆறாவதோ ஸ்லைடாகத் தான் கிங்காங் – தாராசிங் குஸ்திப்படம் தலைகீழாக வந்தது. கொட்டகையில் நிறையப் பேர் எழுந்து நின்று ஊளை இட்டார்கள். அதன்பின் நேராக வந்த ஸ்லைடு பாதி வந்து சிக்கிக் கொண்டதுபோல் கோணிக்கொண்டு நின்றது. இப்போது ஊளை முன்னவிடவும் பலமாக இருந்தது. அதன்பின் ஸ்லைடு ஒரு அதிர்ச்சிக்குப் பின் நேராக வந்து விழுந்தது. நாங்கள் முதலில் கைதட்டியபோது நிறையப் பேர் எழுந்து நின்று கை தட்டினார்கள்.

கிங்காங்கும் தாராசிங்கும் வருகிற அன்று காலை ஏழு மணிக்கு மணிமேடையில் கிழக்குப் பக்கம் டி.எம்.பி.எஸ். பஸ்

ஸ்டாண்டில் நல்ல கூட்டம் கூடிவிட்டது. திருநெல்வேலிக்கு மட்டும்தான் டி.எம்.பி.எஸ். பஸ் போகும். மற்ற ரூட்டுகள் எதற்கும் அவர்களுக்கு லைசன்ஸ் கிடைக்கவில்லை. முக்கிய மான எல்லா ரூட்டுக்கும் லைசன்ஸ் வாங்கிவைத்திருந்த பயோனியர் பஸ் கம்பெனிக்கும் டி.எம்.பி.எஸ். பஸ் கம்பெனிக் கும் திருநெல்வேலி ரூட்டுக்குக் கடுமையான போட்டியிருந்தது.

கிங்காங்கும் தாராசிங்கும் சீட்டுகள் அகற்றப்பட்ட ஒரு வேனில் கீழே படுத்தபடி ஆரல்வாய்மொழிக்கு வருவார்கள் என்றும் அங்கிருந்து மோட்டார் என்ஜின் இணைக்கப்பட்ட ரதத்தில் அவர்கள் நாகர்கோவிலுக்கு அழைத்துவரப்படுவார்கள் என்றும் தீர்மானமாகியிருந்தது. டி.எம்.பி.எஸ். முதலாளி அன்று காலையில் முதல் மூன்று பஸ்களுக்கு ஆரல்வாய்மொழிக்கு அரை டிக்கட்டுக்குக் கால் டிக்கெட்டும் முழு டிக்கெட்டுக்கு அரை டிக்கெட்டும் வசூல் செய்தால் போதுமென்று சொல்லி விட்டார். பயோனியர் குமாரசாமியை எச்சில் கையால் காக்காயை விரட்டாதவர் என்பதைத் தன் பெருந்தன்மையால் குத்திக் காட்டி விட்டார் என்று இளைஞர்கள் மிகுந்த சந்தோஷப்பட்டார்கள்.

நாங்கள் ஆரல்வாய்மொழியில் ரதத்தைச் சுற்றி நின்று கொண்டிருந்தோம். விழுதுகள் விட்டிருந்த ஒரு பெரிய ஆலமரத் தடியில் ரதம் நின்றுகொண்டிருந்தது. ரதத்தின் அலங்கார வேலை பாக்கி இருந்தது. அதை முடிப்பதில் மூன்று நான்கு பேர் சுறுசுறுப்பாக இருந்தார்கள். ரதத்திற்கு மேல் ஒரு கொடி பறந்துகொண்டிருந்தது. அதன் முன்விளிம்பு < அளவில் வெட்டிவிடப்பட்டிருந்தது. ஆரல்வாய்மொழிக் காற்று உலகப் புகழ் பெற்றது. அந்தக் காற்றில் கொடிகள் பறந்துகொண் டிருந்தன. திறந்த வெளி ரதத்தில் உறுதியான கம்பியில் கொடி பறந்துகொண்டிருந்தது. அந்தக் கொடிக்கம்பத்தைக் கிங்காங் வலது கையால் அசைத்துப் பார்க்கும் தன்மையில் பிடித்துக் கொண்டிருந்தான். காலை ஒரு வெல்வெட் போட்டு மூடி யிருந்த முக்காலியில் தூக்கி வைத்துக்கொண்டிருந்தான். முக்காலி சற்று உயரமாக இருந்ததால் இடது கால் தொடை ரொம்ப தூரம் தெரிந்தது. அவன் லங்கோடுக்கு வெளியில் தெரிந்த சருமத்தில் கருமை படர்ந்திருந்தது. அவன் உடம்பி லிருந்து ஒரு வெட்கம்கெட்ட தன்மை வெளிப்படுவதாகத் தோன்றியது. அவனுடைய முகம் ஒரு மிகப் பெரிய பலாக்காய் அளவு இருந்தது. அவனுடைய உதடுகள் இரண்டு மாம்சப் பகுதிகளாக அறுந்து தொங்கின. அவன் சிரித்துக்கொண்டிருக் கிறான் என்பதை அவனது முகக் கோணல்களிலிருந்து ஊகிக்க முடிந்தது. கிங்காங்குக்கு வலது பக்கமும் இடது பக்கமும் சிவப்பு சாட்டின் நிறச் சட்டையும் மஞ்சள் நிறச் சாட்டின் நிஜாரும் அணிந்துகொண்டிருந்த இரண்டு இளைஞர்கள் கூட்டத்

தினருக்கு முதுகைக் காட்டி நின்றிருந்தார்கள். அவர்களில் ஒருவன் கிங்காங்கைப் பார்த்தபடி, "மக்களே பாருங்கள், இதோ வருகிறது மாம்ச பர்வதம்" என்று கத்தினான். அப்போது வலது பக்கம் நின்ற இளைஞன் மிகுந்த கோபம் கொண்டது போல், "இதோ பாருங்கள், தோலுரித்த காண்டாமிருகம் வருகிறது" என்று கத்தினான். இரண்டு இளைஞர்களும் தங்கள் கைகளைத் தமது முகங்களுக்கெதிரே நீட்டித் தங்கள் முகங்களை ஆபாசமாகக் கோணிக்கொண்டு (கழுத்தில் நரம்புகள் புடைக்கும்படி), "இதோ இந்தத் தோலுரித்த யானையைப் பாருங்கள். இந்தச் சதைப் பிண்டம் நாளை தாராசிங்குடன் கோதாவில் ஒற்றைக்கு ஒன்றாக மோதுகிறது. இந்த அற்புதக் காட்சியைக் காண வாருங்கள்" என்று கத்தினார்கள்.

நாங்கள் பஸ் பிடித்து நாகர்கோவில் வந்தோம். பஸ்ஸில் கடுமையான கூட்டம் இருந்தது. பஸ் கண்டக்டர் எங்களிடம் டிக்கெட் வாங்கவே இல்லை. அவர் உணர்ச்சி வசப்பட்டிருந்தார் என்பது தெரிந்தது. பஸ்ஸில் வந்த எல்லோரும் கிங்காங்கைப் பற்றித்தான் பேசிக்கொண்டிருந்தனர். ஒருவருக்கொருவர் தெரியாதவர்கள்கூட, கிங்காங்கின் உடம்பைப் பார்த்ததில் தங்கள் ஆச்சரியங்களை வெளிப்படுத்தினார்கள்.

தாராசிங் நடு இரவில் வந்து சேர்ந்தாராம். அவரை எதிர்கொண்டழைக்க யாருமே போகவில்லை. அவர் தனக்கு ஆடம்பரமான வரவேற்பு எதுவுமே வேண்டாம் என்று சொல்லி விட்டதாக ஒரு பேச்சு. தனக்காக ரசிகர்கள் செலவு செய்யும் பணத்தை இந்திய சுதந்திர தினத்திற்கான தேசிய நிதியில் அவர் சேர்க்கச் சொல்லிவிட்டாராம். நாம் ஒரு சிறு தொகை பிரித்து அவர் குஸ்தியில் வெற்றியடைந்த தினத்தில் தந்து மேடையில் அவர் புகைப்படமும் எடுத்துக்கொள்ளலாம் என்று யோசனைகள் சொன்னார்கள். பார்ப்பவர்களை எல்லோரையும் அரை ரூபாய் கேட்கலாம் என்று தீர்மானமாயிற்று. தலைவர் தான் ஆரம்பித்து வைப்பது வழக்கம். என்னைப் பார்த்துத் தலைவர் திருவாழி, என் பெயரிலே எட்டணா எடுத்துக் கொடுலே என்றான். அவனுடைய மிடுக்கான குரல் பல நண்பர்களுக்குப் பலவிதமான எண்ணங்களை உருவாக்கிற்று. சிலர் நூறு ரூபாய் வரையிலும் என்னிடம் பணம் தந்து வைத்திருப்பதாக நினைத்துக் கொண்டார்கள். சிலர், நாங்கள் புதிதாக ஆரம்பித்திருக்கும் ஒரு தொழிலில் லாபத்தைச் சரிசமமாகப் பிரித்துக்கொள்கிறவர்கள் என்று நம்பினார்கள். நான் திருவாழியின் முகத்தைப் பார்த்தேன். என் கையில் எட்டணா இருந்த விபரம் திருவாழிக்கு எப்படித் தெரிந்தது என்பது ஆச்சரியமாகவே இருந்தது. ஆனால் அது நெல்லை வைத்தியரிடமிருந்து சூர்ணம் வாங்கிக்கொண்டு போக எனக்குத் தந்திருந்தது. திருவாழி

என்னைப் பார்த்துக் கண்களை ஒருவிதமாகச் சொருகித் திறந்து மூடினான். அவன் கண்பாஷையில் சொன்னதற்கு அர்த்தம், பணத்தை இப்போது கொடு; பின்னால் அட்ஜெஸ்ட் செய்து கொள்ளலாம் என்பதுதான். எப்படி அட்ஜெஸ்ட் செய்து கொள்ள முடியும்? அவனிடம் அரையணாவைக்கூட யாருமே பார்த்ததில்லை. ஒரு நாள் திருவாழியும் சக்ரபாணியும் நடந்து போகும்போது சக்ரபாணியின் கண்ணில்பட அதைச் சக்ரபாணி பொறுக்கிச் சட்டையால் துடைத்துத் தன் கையில் போட்டுக் கொண்டான். திருவாழி அவன் தோள்களிலிருந்து கையை எடுத்து அவனை வெறித்துப் பார்த்தவாறே, “லே, என் ரூபாயை எங்கிட்டத் தாலே” என்றான். சக்ரபாணிக்கு ஒன்றுமே புரிய வில்லை. “நான் இல்லா எடுத்தேன்” என்றான். “லேய் வாற வெளிலேதானே காசு கிடந்தது. நான் பார்த்திருந்தா எடுத்திருப் பேனே, குருட்டுப் பயலே” என்று திட்டினான். போகிற வழியில் ஸ்கூல் பள்ளிக்கூட வாசலிலிருந்த கிழவியிடம் திருவாழி ஓரணா தந்தான். அவள் நாலு சவ்வு மிட்டாய் தந்தாள். “நீ கோபப்பட்டாலும் என் சிநேகிதன்தாம்லே. உன்னை விட்டுக் கொடுப்பேனோ.”

அன்று நான் ரோட்டில் நடந்து போகிறபோது எனக்குத் தெரிந்தவர்கள் மாதிரி யாராவது எதிர்ப்படுகிறார்களா என்று பார்த்துக்கொண்டு போனேன். பலருக்கும் தெரிந்த முகம் மாதிரி தான் இருந்தது. ஆனால் யாரையும் நெருங்க முடியவில்லை. அப்போது லாலா மிட்டாய்க் கடைப் பக்கம் குமரன் நியூஸ் ஏஜன்சியில் இலவசப் பேப்பர் வாசித்துக்கொண்டிருந்தான் குமரேசன். நாம் ஒரு சஞ்சிகையைக் கூர்ந்து பார்த்தால்கூட நம்மை மறிக்கிறவன். மேலட்டைக் கார்ட்டூனை இலவசமாகப் படித்துவிட்டு நகர்ந்து சென்றாலே அசாத்தியக் கோபம் வரும். பக்கத்தில் நிற்பவரிடம், ஓசி கஞ்சி குடிச்சுட்டுப் போறான் என்பான். ஆனால் அன்று நின்றுகொண்டிருந்தது உமைதாணு பிள்ளை ஸார். அவரைத் தெரியாதவர்கள் எங்கள் மாவட்டத்தி லேயே கிடையாது. ஸார் தெரு வழியே போகும்போது கும்பிடு போட்டுக்கொண்டேதான் போவார். எவ்வளவோ பேர் கறுப்பாக இருக்கிறார்கள். ஆனால் உமைதாணு பிள்ளை ஸாருடைய கறுப்பு மாதிரி அவ்வளவு அழகான கறுப்பை வேறு எங்கும் பார்த்ததில்லை. அருமையான உடல். இடுப் பொடுங்கி மார்பு விரிந்திருப்பது பெண்களுக்கு அழகு என்று கவிஞர்கள் சொல்லியிருக்கிறார்கள். அவர்களுடைய படங் களைச் சித்ரலேகா வரைந்த ஓவியங்களில் பார்த்திருக்கிறேன். மணியமும் அதற்கு ஈடான ஓவியங்களை வரைந்திருக்கிறார். ராஜம் வரைந்த படங்களில் பெண்களுடைய இடுப்பு எங்கு இருக்கிறது என்பது தெரியாமல் அவர்களுடைய பருத்த

முலைகளின் நிழல்கள் அவர்களுடைய சுருங்கிப்போன வயிற்றை மறைத்துக்கொண்டிருக்கும். இவர்கள் எல்லோருடைய இடைகளும் உமைதாணு பிள்ளையின் இடையைவிட விரிந்தவைதான். அத்துடன் ஸாரின் மார்பும் மிகப்பெரிய அளவில் விரிந்திருக்கும். உடலின் இறுக்கம் நம்மை வியப்பில் ஆழ்த்தும். பத்துத் தலைமுறையாக தினமும் ஆயிரம் கஸ்ரத் எடுப்பவர்களுக்குப் பதினோராவது தலைமுறையில் ஸார் பிறந்திருக்கிறார். அதில் சந்தேகம் ஒன்றுமில்லை. அவருக்குத் தலை முன்பக்கம் நரைத்திருந்தாலுங்கூட நிறையவே தலை மயிர் இருந்தது. ஸார் நூறு வருடங்கள் வாழ்ந்தாலும் வழுக்கை சாருடைய தலையில் ஒரு அங்குலத்தைக்கூடக் கேட்டு வாங்கவும் முடியாது; ஆக்கிரமிக்கவும் முடியாது. ஸார் தூய கதராடை அணிந்திருப்பவர். பிரபலஸ்தர்களுக்குக் கடிதம் எழுதிக்கொண்டே இருப்பார். அதற்கான சந்தர்ப்பத்திற்காகக் காத்துக்கொண் டிருப்பார். ஒரு சமயம் எங்களூரில் எம்.எஸ். சுப்புலட்சுமியின் கச்சேரி நடந்தது. எங்கள் ஸ்கூல்போல் வசதியான ஹால் கொண்ட ஸ்கூல் எங்கள் ஜில்லாவில் வேறு எங்கிருக்கிறது . . ? கச்சேரியை உடனிருந்து நடத்தி வைக்க வேண்டிய ஆசிரியர் குழுவில் உமைதாணு பிள்ளையின் பெயரும் இடம்பெற்றிருந்தது. உமைதாணு ஸார் தான் ஓய்வாக இருந்த நேரத்திலெல்லாம் ஒரு மாதம் வரையிலும் விடாது தம்மிடம் வந்து பேசிக்கொண் டிருந்தது மூலம்தான் மேற்பார்வை செய்யும் ஆசிரியர் குழுவில் அவருடைய பெயரையும் சேர்த்தோம் என்பது அந்தக் காரி யத்தைச் செய்த தலைமையாசிரியர் லெக்ஷ்மண அய்யருக்கே தெரியாது. அவ்வளவு நாசூக்காக ஒருவரைத் தன் பக்கம் இழுத்து, தான் எதிர்பார்க்கும் காரியத்தைச் செய்ய வைப்பதில் உமைதாணு பிள்ளை ஸார் மிகவும் கெட்டிக்காரர். இந்த வசீகர சக்தியை அவர் ஒருபோதும் தவறாகப் பயன்படுத்திக் கொண்டவரல்ல. உமைதாணு பிள்ளை கச்சிதமாகத் தன்னை அலங்காரப்படுத்திக்கொள்பவர். அதிலும் ஒரு கல்யாணம் அல்லது கார்த்திகை, கோவிலில் பக்திப் பிரசங்கம், ஒரு பெரிய மனிதர் வரும் இடத்திற்கு முக்கிய விருந்தாளியாகப் போய் நாலும் தெரிந்த சாரை அந்த முக்கியமானவரிடம் வீட்டுக் காரர்கள் பேசவிடுதல் முதலான சம்பிரமங்களை அவரைப் போல் நேர்த்தியாகச் செய்து முடித்துத் தருகிறவர் வேறு யாரை யும் பார்க்கவே முடியாது.

எம்.எஸ். கச்சேரி மாலை 6.30 மணிக்கு. அன்று காலையி லேயே உமைதாணு பிள்ளை ஸார் காலை எட்டு மணிக்கு நாகர்கோவில் வந்துவிட்டார். கையில் ஒரு பை. அவருடைய பேத்தி பூப்பெய்த விழாவுக்கு ஆர்.எம்.கே.வி.யிலிருந்து காஞ்சிபுரம் பட்டெடுத்தபோது கொடுத்த பை. அந்தப் பை

அவரை வெகுவாகக் கவர்ந்தது. அந்தப் புடவையைப் பூப்புனித நீராட்டு நடந்த அன்று எடுத்ததும் யாருக்கும் தெரியாமல் அந்தப் பையை எடுத்துத் தன் டிராயரில் கதர் வேட்டிகளுக்கு இடையே அதைச் சொருகி வைத்தார். அன்றிலிருந்து அதைப் பொன்னேபோல் காப்பாற்றிவருகிறார்.

அந்தப் பையை எம்.எஸ். கச்சேரிக்கு முதல் நாள் சுசீந்திரம் குளத்திற்கு எடுத்துக்கொண்டுபோய் துவைத்தும் போட்டார். அந்தப் பையில் ஒரு கதர் வேட்டி இருந்தது. அதற்குப் பூவேலை செய்த கரையுண்டு. அந்த வேட்டி அவருடைய பொக்கிஷங்களில் ஒன்று. மிக முக்கியமான சந்தர்ப்பங்களில்தான் அந்த வேட்டியைக் கட்டிக்கொள்ளுவார். அது அவருடைய அறுபதாம் திருநாளுக்கு உள்ளூர்ப் பணக்காரர்களிலேயே பெரிய பணக்காரர் ஆன தமிழ்த் தென்றல் புலவர் சதாசிவம் பிள்ளை அவருக்குத் தந்தது. என்.எஸ். கிருஷ்ணனுக்கும் டி.கே. ஷண்முகத்திற்கும் நடுவில் உட்கார்ந்துகொண்டிருந்த உமைதாணு பிள்ளை தன் முதுகை 45 டிகிரியில் வளைத்து அந்த வேஷ்டியை வாங்கிக்கொண்டார்.

எம்.எஸ். கச்சேரி அன்று உமைதாணு பிள்ளை கைப்பையுடன் காலை எட்டு மணி வாக்கில் முனிசிபல் தலைவராக இருந்த மகராஜ பிள்ளை வீட்டுக்குப் போனார். மகராஜ பிள்ளையின் வீடு ஜெகந்நாதன் தெருவிலிருந்தது. எஸ்.எல்.பி. ஸ்கூல் கேட்டி லிருந்து ஒரு நிமிஷ நடை. மகராஜ பிள்ளையின் வீட்டுக் கேட்டைத் தாண்டுகிறபோதே 'மாப்பிள்ளை' என்று கத்திக் கொண்டே போனார். 'தினத்தந்தி' படித்துக்கொண்டிருந்த மகராஜ பிள்ளை பிரம்பு நாற்காலியிலிருந்து துள்ளிக் குதித்து எழுந்திருந்து, 'மாமா மாமா உள்ள வாங்க' என்று கத்தினார். மகராஜ பிள்ளையின் மனைவியும் குழந்தைகளும் கரிப் பாத்திரம் தேய்த்துக்கொண்டிருந்த வேலைக்காரி பொன்னம்மாளும் பின் முற்றத்தைக் காட்டிக்கொண்டிருந்த ஒவ்வொரு வாசல் கதவுகளிலும் வந்து நின்றார்கள். திடீரென்று உமைதாணு பிள்ளை உடம்பில் ஒரு அவசரம் புகுந்தது. உட்காரவோ, பேசவோ, க்ஷேமலாபங்களைப் பற்றி விசாரிக்கவோ நேராக இல்லாததுபோல் விறைத்த உடம்பில் ஒரு விறையலைக் காட்டிய படி, 'இந்தப் பை இங்கே இருக்கட்டும். எம்.எஸ். கச்சேரிக்கு சகல பொறுப்பையும் என் தலையில் வைத்துக் கட்டிவிட்டார். நம்ம ஹெட்மாஸ்டர்' என்றார்.

'பொறுப்பா செய்யுதுக்கும் ஆள் வேணுமில்லா' என்றார் மகராஜ பிள்ளையின் மனைவி.

உமைதாணு பிள்ளை விக்கெட் கேட் வழியாக வெளியேறி விட்டார்.

அசெம்பிளி ஹாலுக்கு ஏகப்பட்ட நாற்காலிகள் வந்து இறங்கியிருந்தன. அவற்றை ஆசிரியர்கள், மாணவர்கள் உதவியுடன் உமைதாணு பிள்ளையும் பிற ஆசிரியர்களும் ஒழுங்காகப் போட்டார்கள்.

(முற்றுப்பெறவில்லை)

○

கதைக்காக சு.ரா. எழுதிய குறிப்புகள்:

1. *கிங்காங் கோல்டன் லாட்ஜில் தங்க, தாராசிங்குக்கு கவர்மென்று T.B.யில் இடம் ஒதுக்கப்பட்டிருந்தது. உமைதாணு பிள்ளை கோல்டன் லாட்ஜ் ஹோட்டலுக்கு வருகை புரிதல்.*

   உமைதாணு பிள்ளைக்குச் சீட்டு வழங்குதல்.

   உமைதாணு பிள்ளை வெண்பா படித்தல்.

   கிங்காங் தனது இடது கையால் உமைதாணு பிள்ளையை இடுக்கிக்கொண்டு உமைதாணு பிள்ளையை அணைத்து ஒரு சுழற்றுச் சுழற்றுதல்.

2. *கிங்காங் மலங்கழிக்கும் காட்சி.*

   கிங்காங் உருளியில் மலம் கழிக்கிறான்.

   இரண்டு மூன்று உருளியை மாற்றுகிறார்கள்.

   தோட்டிகள் உருளியை ஒவ்வொன்றாக மாற்றுகிறார்கள். ஒரு உருளியை ஒருவன் ஆசனவாய் அருகே வைத்துப் பிடித்துக்கொள்கிறான். அப்போது ஒரு இளம் தோட்டி அடியிலிருக்கும் உருளியை இழுத்து எடுத்துக்கொண்டு விடுகிறான்.

3. *கக்கூசை உடனடியாக மாற்ற முடியவில்லை.*

   முனிசிபாலிட்டி குறுக்கிட்டு ப்ளான் தரவில்லை என்று சொல்கிறது. கடைசியில் சண்டை முற்றி குஸ்தி கான்டிராக்டர், எத்தனை டிக்கெட் வேண்டுமென்று கேட்கிறார். முனிசிபாலிட்டியில் பணியாற்றுகிறவர்கள் 50 பேர். தலைக்கு 4 டிக்கெட்டுகள். அவ்வாறு 200 டிக்கெட்டுகள்.

4. *தாராசிங் பற்றிய தகவல்கள். முதல் நாள் குஸ்தியில் தாராசிங் தோற்றுப் போகிறான்.*

   மறுநாள் வெற்றியடைகிறான்.

   பிரிவுபசாரம். தாராசிங் கண்ணீர் வடித்தல். கூட்டத்தினரும் கண்ணீர் வடித்தல்.

○○○